इयान रॅन्किंगपासून काल्पनिक गुन्हेगारी कथांचा सर्वात सनसनाटी आणि मूळ आवाज.

– मॅट थॉर्न

असंख्य परदेशी 'क्राइम' लेखक अनुवादित होतानाच्या काळात, सायमन लुईस परदेशी पोलिसाचा खुबीने वापर करून, त्याला ग्रामीण इंग्लंडमध्ये सोडतो आणि सांस्कृतिक संघर्ष आपल्या स्मृतिपटलावर कोरतो. साथीला परदेशी कामगार असतातच. 'बॅड ट्रॅफिक' ब्रिटनच्या आजच्या स्थितीचे दर्शन घडवते, वेगळ्या दृष्टीने पाहता, अस्वस्थ करणारं!

– मॅक्सिम जॅकुबोवस्की, 'मर्डर वन'

परदेशी वातावरणात डिटेक्टिव्ह कथानक एवढ्या लीलया हाताळले गेल्याची उदाहरणे दुर्मीळच.

– बॅरी फॉरशॉ, लेखक,
'द रफ गाइड टु क्राइम फिक्शन'

सूड आणि मानवी तस्करीतल्या दमनाच्या या कठोर, गतिशील आणि हिंसक कथानकाच्या मी प्रेमात पडले.

– साराह ब्रॉडहर्स्ट, 'द बुकसेलर'

आपल्या स्नेहीजनांना पुस्तके भेट द्या

बॅड ट्रॅफिक

आपल्या मुलीच्या शोधात निघालेल्या बापाची
अस्वस्थ करणारी कथा

मूळ लेखक
सायमन लुईस

अनुवाद
प्रसाददत्त गाडगीळ

मेहता पब्लिशिंग हाऊस

Please contact us at **Mehta Publishing House,** 1941, Madiwale Colony, Sadashiv Peth, Pune 411030.

✆ +91 020-24476924 / 24460313

Email : info@mehtapublishinghouse.com
production@mehtapublishinghouse.com
sales@mehtapublishinghouse.com

Website : www.mehtapublishinghouse.com

- *या पुस्तकातील लेखकाची मते, घटना, वर्णने ही त्या लेखकाची असून त्याच्याशी प्रकाशक सहमत असतीलच असे नाही.*

BAD TRAFFIC by SIMON LEWIS

Translated into Marathi Language by Prasaddatta Gadgil

बॅड ट्रॅफिक / अनुवादित सत्यकथा

TBC-26 Book No. 4

अनुवाद : प्रसाददत्त गाडगीळ
सी-१०४, सिताराम नारायण खेर संकुल,
टिळकआळी, रत्नागिरी - ४१५६१२.

प्रकाशक : सुनील अनिल मेहता, मेहता पब्लिशिंग हाऊस,
१९४१, सदाशिव पेठ, माडीवाले कॉलनी, पुणे - ४११०३०.

अक्षरजुळणी : स्वाती एंटरप्रायझेस, पुणे -९

मुद्रक : पार्कसन्स ग्राफिक्स, १५, शहा इंडस्ट्रिअल इस्टेट,
वीरा देसाई रोड, अंधेरी (प.) मुंबई - ४०० ०५३.

मुखपृष्ठ : फाल्गुन ग्राफिक्स

प्रथमावृत्ती : सप्टेंबर, २०१६

किंमत : ₹ ३५०/-

P Book ISBN 9789386175076

अनुक्रमणिका

इन्स्पेक्टर जिआन

१

हा मनुष्य चीनहून आलाय, अडचणीत सापडलेल्या आपल्या मुलीचा शोध घेण्यासाठी. त्याला इंग्लिश बोलता येत नाही.

जिआननं लीड्स युनिव्हर्सिटीमध्ये प्रवेश केला आणि विमानाच्या बोर्डिंग पासच्या मागच्या बाजूवर त्याच्यासाठी लिहिलेला संदेश त्यानं रिसेप्शन एरियामधल्या सिक्युरिटी गार्डला दाखवला. आयुष्यात त्याला भेटलेला हा पहिलाच कृष्णवर्णीय इसम होता. त्याच्या तळव्यांचा निस्तेजपणा आणि त्याच्या कपमधला तपकिरी चहा, त्याच्या नजरेतून सुटला नाही. त्यात बहुधा दूध होतं. मंगोलियन लोकांना आवडतं तसं.

गार्ड संथपणे बोर्डिंग पासचं निरीक्षण करत होता. जिआन अस्वस्थ झाला, सूटकेसवरची त्याची पकड अधिक आवळली गेली. कपाळावरचे घर्मबिंदू त्यानं रुमालानं टिपले.

गार्डला खूश करण्यासाठी त्याला सिगारेट विचारावी का, असं त्याच्या मनात आलं; पण तेवढ्यात गार्डनं त्याच्याकडे पाहिलं आणि त्याला आपल्या पाठोपाठ यायला सांगितलं.

कॉरिडॉर्सना पिवळा रंग दिलेला होता. वाटेत त्यांना लाउँज एरिया लागली, विमानतळावर असते तशी आणि त्यानंतर कॅन्टीन लागलं, जिथला प्लेट्सवर होणारा धातूच्या कटलरीचा खणखणाट त्याला अपरिचित भासला. आजूबाजूला विद्यार्थ्यांची जा-ये चालू होती. इतरांपेक्षा खूप उंच असल्याची भावना जिआन धारण करत असे; पण इथे तसं होणार नव्हतं. इथले बरेच पुरुष सहा फुटी होते. काही मुलीदेखील. तिथे अनेक वर्णांचे लोक दिसत होते, पण सर्व जण एकमेकांशी जमवून घेत असल्याचं भासत होतं.

त्याला एका ऑफिसमध्ये नेण्यात आलं, जिथली एक मध्यमवयीन स्त्री त्याच्याशी जे काही बोलली, ते त्याला पक्ष्याच्या कूजनाइतकंच अर्थपूर्ण वाटलं. तिचे केस तपकिरी होते आणि डोळ्यांची छटा अस्वस्थ करणारी हिरवी. तिच्या अंगावर युनिफॉर्म नव्हता, पण तिचं स्वत:चं डेस्क होतं, म्हणजे ती गार्डच्या वरच्या हुद्द्याची असावी. त्यानं चिनी मॅन्डरिन भाषेत प्रतिसाद दिला, ''वो झाओ वो डी नु

अर... मी माझ्या मुलीचा शोध घेतोय.'' तो कोणालाच समजणार नव्हता, पण स्वत:चा आवाज आणि स्वत:ची भाषा ऐकणं समाधानकारक होतं, परकेपणाच्या भावनेवर मलमपट्टी होणार होती. ती स्त्री आणि तो गार्ड एकमेकांशी पुन्हा बोलले. जिआननं ते अचूक ताडलं – 'दुभाष्या घेऊन या.'

तिकडे चीनमध्ये जिआनला त्याच्या आदेशांवर इतरांनी कामं करण्याची सवय होती; पण इथे तो कोणीच नव्हता, केवळ पीडा. कोणतंही काम करून घ्यायचं असल्यास, ते त्याला स्वत:लाच करावं लागणार होतं.

तो ऑफिसबाहेर पडला आणि त्याच्या मागून गार्ड. तो कॅन्टीनमध्ये गेला. तिथे खुर्चीवरून टेबलावर चढला आणि आवतीभोवती नजर फिरवू लागला. घसा साफ करून तो ओरडला ''यू रेन हुई शुओ झाँग गुओ हुआ मा? इथे कोणाला चिनी मॅन्डरिन भाषा येते?''

भोवताली शांतता पसरली. लोकांचं खाणं थांबलं. कोणीतरी त्याला हसलं. त्याला त्याची पर्वा नव्हती. इथे त्याला कोणी ओळखत नव्हतं, त्याच्या प्रतिमेचा इथे प्रश्नच नव्हता. तो पुन्हा एकदा मोठ्यानं तेच बोलला, त्यामुळे आणखी मोठ्या परिघातली माणसं त्याच्याकडे पाहू लागली.

गार्ड त्याला टेबलावरून उतरायला सांगू लागला. त्याकडे लक्ष न देता तो आशियाई चेहरे दिसतात का, ते पाहू लागला; पण तसे काही त्याला दिसले नाहीत. केवळ कुतूहल आणि सावधपणाचे मुखवटे त्याच्या दृष्टीस पडत होते. हे शब्द बहुधा त्याला मदत करू शकणार नव्हते.

दुसरा एक गार्ड त्याच्या दिशेनं येत होता. तो लठ्ठ आणि गोरा होता. दोन्ही गार्ड्सनी एकमेकांकडे पाहिलं. जिआननं त्यांच्यातला मूक संवाद ओळखला, 'इसम गोंधळ घालतोय, त्याला शांत करा आणि बाहेर काढा.' कृष्णवर्णीय गार्डनं त्याचा पाय पकडला.

जिआननं त्याला सांगितलं, ''तुम्हाला समजत नाहीये, माझी मुलगी अडचणीत आहे.'' परंतु कोणीच त्याचं ऐकत नव्हतं.

२

फोन बत्तीस तासांपूर्वी आला होता, चिनी वेळेनुसार रात्री ११:००च्या सुमारास.

जिआन त्या वेळी ग्लासमध्ये 'शिवास रीगल' ओतत होता आणि फोनची रिंग वाजल्यावर त्यानं कपाळावर नाटकीपणे आठ्या धारण केल्या, समोरच्या मुलीला दाखवण्याकरता की, त्याला हे विघ्न केवढं नकोसं होतं.

शिवास रीगलमध्ये त्यानं ग्रीन टी मिक्सर मिसळला. चलाखीनं त्यानं अधिक गोड ब्रांड निवडला होता, जेणेकरून केवढी रिचवली जाते, ते त्या मुलीला कळू नये.

फोनची रिंग वाजतच होती. त्यानं ग्लास खूप भरला आहे, अशी त्या मुलीनं तक्रार केली असती, तर तो विचलित होण्यामागे रिंगचं निमित्त पुढे करणार होता.

त्याच्या नव्या फ्लॅटमध्ये ती प्रथमच आली होती आणि ती खुशीत राहावी, यासाठी तो प्रयत्नशील असणार होता. या नव्या छकड्या पोरींच्या लहरींचा नेम नसतो.

अजूनपर्यंत तरी सारं ठीक चाललं होतं. कॉलनीच्या प्रवेशदाराच्या कमानीवरचं अश्वशिल्प तिला आवडल्याचं तिनं सांगितलं होतं, तसंच तिथली सजावटही तिच्या पसंतीस उतरली होती.

सर्व इमारतींना परदेशी शहरांची नावं देण्यात आली होती. त्यांच्या इमारतीचं नाव होतं 'लिस्बन'. तिनं विचारलंच तर सांगता यावं, म्हणून त्यानं नकाशावरूनही नजर टाकून ठेवली होती. हां, त्याला पोर्तुगाल ठाऊक होतं. चिवट 'फिगो'चा देश. गटातले सामने ते चांगल्या प्रकारे खेळतात; पण शेवटी उपउपान्त्य सामन्यात कच खातात.

फ्लॅटमधले सोनेरी प्लेटिंगचे नळ आणि वेस्टर्न टॉयलेट, तसंच ब्राँझच्या सिंहांच्या आधारावर उभं असलेलं कॉफी टेबलही तिच्या पसंतीस उतरलं होतं. मॉडर्न आर्टची चित्रं आणि युरोपियन ढंगांच्या खुर्च्यांनी फ्लॅटची सजावट पुरी करण्याचा विचारही तिनं बोलून दाखवला.

या फ्लॅटसाठी त्याला किती पैसे मोजावे लागले, हे तिनं त्याला विचारल्यावर त्यानं तो प्रश्न हाताच्या झटक्यानं उडवून लावला. वसाहत वसवण्यात त्यानं डेव्हलपरला मदत केल्यामुळे तो फ्लॅट त्याला मोफत मिळाल्याचं तिला कळून

उपयोगाचं नव्हतं. त्यानं वसाहतीच्या फायनान्सरची स्थानिक राजकीय नेत्यांशी गाठ घालून दिली होती. त्याचबरोबर वसाहतीची जमीन कसणाऱ्या शेतकऱ्यांचा वहिवाटीचा हक्क, आपल्या अधिकारानं डावलून ती जमीन त्यानं डेव्हलपरला मिळवून दिली होती.

आता तिला शयनगृहात नेणं तेवढं बाकी होतं. बेडशीटवरचं कामोत्तेजक प्रिंट तिला दिसेल, तेव्हा तो स्मित करेल, डोळ्यांत आसक्तीच्या जागी चावटपणाची चमक आणण्याचा प्रयत्न करेल.

'स्त्रिया तुमच्या मनात तारुण्याच्या भावना जागृत करतात,' त्याच्या मनात आलं. आपण चौदा वर्षांचे असल्याचं त्याला वाटू लागलं, अनिश्चितता आणि योजनांचा गोंधळ.

दहानंतर त्याला कोणी फोन करत नसे.

"मैत्रीण?" तिनं डिवचत विचारलं.

"नाही. माझी मुलगी."

फोन घेण्यासाठी तो किचनमध्ये गेला.

वेई वेईचा हा आजचा दुसरा फोन होता. पहिल्या फोनच्या वेळी ती निराश वाटली आणि तिचे मार्क्स घसरत असल्याचं तिनं त्याला सांगितलं होतं. त्याच्याकरता तो फोन अवेळी आला होता, कारण त्या वेळी तो पार्टीमध्ये होता आणि त्यानं बरीच ढोसलेली होती.

त्यानं जांभई दिली. आपण फारच जास्त ढोसल्याची त्याला जाणीव झाली आणि पुढचं 'कार्य' व्यवस्थित पार पडावं, अशी त्यानं आशा केली. अर्थात निळ्या गोळ्यांची शिशी त्याच्याकडे होती; पण दुसऱ्या दिवशी सकाळी त्यांच्यामुळे डोकं ठणकायला लागतं, ही मोठी अडचण होती.

त्यानं फोन घेतला. जांभईकरता त्याचं तोंड उघडंच होतं.

"बाबा, मला मदत करा. प्लीज, मला मदत करा," वेई वेई गुरगुरत म्हणत होती.

त्याचं तोंड फटकन बंद झालं. फोनवर त्यानं खडखडाट ऐकला, मग घुसमटीचा आवाज आणि फोन बंद पडला.

"वेई वेई?"

"वेई वेई तूच बोलतेस ना?"

पण कनेक्शन बंद झालं होतं. त्यानं पुन्हा फोन लावला; पण त्याला तिची 'व्हॉइसमेल' ऐकायला आली. शब्द कळत नव्हते.

त्यानं पुन्हा फोन लावला, पण तो लागला नाही. पुन:पुन्हा त्यानं फोन लावण्याचा प्रयत्न केला, पण व्यर्थ.

''बाबा बांग वो... बाबा, मला मदत करा.'' तिचे शब्द त्याच्या मेंदूत घुमत राहिले. बाजूच्या एक्झॉस्ट फॅनवर डोकं टेकवत तो विचार करू लागला. कुठल्याही निष्कर्षाला येण्याच्या आधी काय झालं होतं, याचा नीट विचार करण्याचा हुकूम त्याच्या मनाने सोडला.

आर्जव, आवाज, शांतता, रीकनेक्शनची आश्यकता. त्याच्या लेकीनं अडचणीच्या परिस्थितीत मदतीसाठी फोन केला होता. त्यानंतर तिच्या हातून फोन पडला होता किंवा तो तिच्याकडून हिसकावून घेण्यात आला होता.

तो शहारला आणि त्यानं भिंतीवर जोरदार थाप मारली. त्याच्या जोराने खिडकी हादरली. त्या आवाजामुळे समोरच्या बिल्डिंगमधल्या बाईनं दात घासणं थांबवून त्याच्यावर नजर रोखली. त्यानंतर बॅटरी डिस्चार्ज झाली असावी किंवा काढून घेण्यात आली असावी किंवा फोन मोडून टाकण्यात आला असावा किंवा फेकून देण्यात आला असावा. नाही, तसं झालं असतं, तर फार मोठे आवाज आले असते.

त्याचं कपाळ थंड होतं; पण गाल तप्त झाले होते आणि पार्श्वभूमीचे आवाज? बाळाचं रडणं, रबराचं करकरणं, पंपाचं चालू असणं...? कदाचित हा कोणाच्यातरी छद्मी हसण्याचा आवाज असावा. काही सांगता येत नाही. आवाज अस्पष्ट होते आणि त्याच्या स्मृतीवर आता त्याच्या आडाख्यांचा प्रभाव होता.

आता काय? वैतागून त्यानं फॅनवर डोकं आपटलं. तो जाग्यावरून निखळला. त्यानं तो पटकन धरला आणि जागेवर बसवला.

त्याच्याकडे तिचे आणखी कोणते नंबर्स होते? नाही. एवढंच कशाला, त्याला तिचा पत्ताही ठाऊक नव्हता. केवढा मूर्खपणा, आपल्या लेकीशी संपर्क साधण्यासाठी केवळ एकच साधन, तिचा सेल फोन. तो जागचा हलला. एक्झॉस्ट फॅन निखळून जमिनीवर पडला आणि त्याचे स्क्रूज इतस्तत: विखुरले.

इंग्लंडमधल्या तिच्या जीवनाशी त्याचा एकच दुवा होता, तो म्हणजे तिच्या कॉलेजचा पत्ता, जो तिच्या खोलीतल्या प्रॉस्पेक्टसवर असेल.

तो खोलीबाहेर आला आणि गडबडीत कॉफी टेबलावर आदळला. ती छोकरी तिथे नसल्याचं त्याला जाणवलंही नाही.

ती कदाचित मस्करी असेल. तिचा आजचा दिवस खराब असेल. त्याची पोर त्याच्या जिवाला कसकसा आणि केवढा घोर लावते, याच्या यादीत आणखी एका ओळीची भर पडण्याचीच शक्यता दाट होती.

उद्या सकाळची बीजिंगची पहिली फ्लाइट तो पकडू शकेल; पण आता त्याला लगेच कामाला लागायला हवं होतं. एक्स्प्रेस ब्रिटिश व्हिजा मिळवण्यासाठी विशेष खटाटोप करावा लागणार होता. वकिलातीतला कोणी अधिकारी त्याला विमानतळावर भेटेल आणि दुपारपर्यंत त्याला इंग्लंडची फ्लाइट मिळेल, अशी आशा करायला

वाव होता. त्यानं किल्ल्या, पैशांचं पाकीट आणि सिगारेटचं पाकीट घेतलं. काम करण्याइतपत त्याला बरं वाटत होतं; पण पोटात मात्र भीतीचा गोळा आकार घेऊ लागला होता.

छोकरी शयनगृहातून त्याला बोलावू लागली. "डार्लिंग?"

त्यानं फ्लॅटचं दार उघडलं.

"डार्लिंग?"

३

'झियानशेंग.' ओळखीचा शब्द कानांवर पडताच जिआननं झटकन मागे वळून पाहिलं. एक झिडपिड्या गोरा युवक गार्डशेजारी उभा होता. तो म्हणाला, ''वो हुई शुओ झाँग वेन यी डिआनअर... मी थोडंसं चिनी बोलू शकतो.'' त्याचं बोलणं समजण्याइतपत बरं होतं. जिआन त्याच्याकडे तोंड उघडं ठेवून पाहू लागला. चिनी बोलणारा गोरा युवक, म्हणजे दोन पायांवर चालणाऱ्या कुत्र्यासारखा होता, अगदी कृत्रिम वाटावा असा.

''मी इथे चिनी शिकतोय. मी मदत करू शकतो.''

जिआन टेबलावरून खाली उतरला.

''मी माझ्या मुलीचा शोध घेण्यासाठी आलोय. तिचं नाव वेई वेई. ती एकवीस वर्षांची आहे आणि इथे ती 'टुरिझम अॅन्ड लेझर' शिकते.''

तिच्याविषयीचं वर्तमान वास्तव कथन करणं त्याला जड जात होतं. त्या कथनानंच ती कदाचित तिथे उगवेल, पलीकडल्या कोपऱ्यावरून विहरत येईल – खांद्यावर लुई व्हिटनची बनावट पर्स लावलेली, केस वाऱ्यावर भुरभुरत असलेली, मोबाइल कानाला लावलेली आणि कोणी भंकस कार्ट तिच्या मागावर असलेली. काल्पनिक दृश्यही चोख आणि तेवढंच पीडादायक होतं. त्यानं चेहऱ्यावरून हात फिरवला.

''मला वाटतं ती कुठल्यातरी अडचणीत सापडली आहे.'' तो म्हणाला.

मघाच्या ऑफिसमध्ये पुन्हा इंग्लिश बडबड. जिआनला सिगारेटची हुक्की आली; पण बाकीच्यांना विचलित करण्याच्या धास्तीनं त्यानं तो विचार बाजूला ठेवला.

पोरगा म्हणाला, ''विद्यार्थ्यांची माहिती देणं शाळेच्या कायद्यात बसत नाही. तुम्ही तिचे वडील असल्याचा काही पुरावा?'' हे सर्व तो मोडक्यातोडक्या चिनी भाषेत बोलला.

''हा माझा पासपोर्ट. तेच नाव आहे.''

''तुमच्या व्हिजावर आजची तारीख आहे.''

''आत्ताच मी विमानातून उतरलोय.''

जिआननं आपलं वजन वापरून तो 'डाकिंग ऑइल'चा तांत्रिक सल्लागार असल्याचं कागदोपत्री दाखवलं होतं आणि इंग्लंडमध्ये त्याचं त्यासंबंधीचं काम असल्याचं, कागदपत्रं सांगत होती.

तो त्यांच्यात येऊन मिसळेल, अशी विमानातल्या 'तेल्यांची' अपेक्षा होती, पण आपलं पोट ठीक नसल्याच्या बहाण्यानं त्यानं वेळ मारून नेली होती. त्याला विमानप्रवासाची भीती वाटत असावी, असा तर्क त्यांनी केला आणि त्याची खिल्लीदेखील उडवली. बारा तासांच्या फ्लाइटमध्ये त्याचा डोळा मिनिटभरही लागला नव्हता.

लंडनमध्ये उतरल्यावर त्यानं कंपनीच्या दुभाषी मुलीला बाजूला घेऊन तिच्याकडून चिठी लिहून घेतली होती. त्याची वाच्यता न करण्याचा तिच्याकडून शब्द घेतला होता. हीथ्रोहून किंग्ज स्क्वेअरला जाताना तो हरवला होता, तसंच लीड्सला जाण्याचं तिकीट काढणंही त्याच्यासाठी महाकठीण होतं. फ्लॅटफॉर्मची निवड करणं, तसंच ट्रेनचं दार उघडणं यासाठीही त्याला दुसऱ्याची मदत घ्यावी लागली होती. इथली जवळजवळ प्रत्येक गोष्ट वेगळी होती; त्यामुळे येणारी अगतिकता संतापजनक होती.

ट्रेनमध्ये चांगलं गरमागरम भोजन मिळेल, अशी त्याची अपेक्षा होती; पण त्याला मिळाली केवळ महागडी सॅन्डविचेस. त्या नवख्या प्रकारच्या सॅन्डविचेसनी त्याला मळमळायला लागलं. आता तो भुकेला आणि थकलेला होता, शिवाय जेटलॅग त्रस्त.

त्याला एक लखोटा देण्यात आला. त्याच्या लेकीचा फोटो त्यावर लावलेला होता.

"हां, हीच ती."

तिच्या काळ्याभोर डोळ्यांमध्ये कोणतेही भाव नव्हते. फोटोंमध्ये ती स्वत:ला तशीच व्यक्त करते – अव्यक्त. तिचे केस मुलायम आणि सरळसोट होते. भांग मध्यभागी, केसांच्या टोकांना तिनं चॉकलेटी कलप लावलेला होता. त्यांची प्रत्यक्ष भेट झालेली होती, तेव्हा ते तांबडे होते. फोटोत तिचं तोंड घट्ट मिटलेलं होतं, नेहमीप्रमाणे, समोरच्या दातांमधली फट लपवण्यासाठी. त्या फटीबाबत ती अतिशय संवेदनशील होती. तिच्या लक्षात येत नव्हतं की, त्या फटीमुळे तिच्या सौंदर्याला बाधा येत नव्हती, तर त्याला पूर्णत्व लाभत होतं.

"हां. हीच ती," जिआन पुन्हा म्हणाला.

त्या मुलानं सांगितलं की, ते आता तिच्या शिक्षकाला भेटतील.

मुलानं जिआनला विचारलं की, तो कोणत्या प्रदेशात राहतो.

"ईशान्येला."

"तो प्रदेश खूप सुंदर असेल ना आणि थंड?"

"थंड आहे; पण सुंदर बिलकूल नाहीये." फालतू गप्पा मारण्यात जिआनला रस नव्हता; पण पोरगं उपयोगाचं होतं, थोडं त्याच्या कलानं घेणं भाग होतं.

"तुम्ही काय करता?"

"मी पोलीस आहे."

"इथे तुमचा कोणी मित्र आहे?"

"नाही."

"राहण्याची जागा?"

"नाही." हे प्रकरण निस्तरल्यावर राहण्यासाठी हॉटेल शोधावं लागेल. तो काहीतरी खाऊन घेईल, दाढी करेल आणि प्रातर्विधी उरकेल; मात्र आता या क्षणी त्याबद्दल सविस्तर विचार करणं त्याला शक्यच नव्हतं. त्याचं मन थाऱ्यावर नव्हतं.

त्यांना खोली नंबर ३१७ मध्ये नेण्यात आलं. कुणी एक दक्षिण आशियाई महिला तिथे होती. तिच्या कपाळावर ठिपक्यासारखं काहीतरी होतं. तिनं की-बोर्डवर झपझप बोटं चालवायला सुरुवात केली. तिथल्या भिंतीवर अनेकांचे फोटो झळकत होते. ते सर्व जण बहुधा त्या विभागामध्ये काम करणारे असावेत. त्याच्या चीनच्या ऑफिसमध्येदेखील अशा प्रकारचे फोटो होते.

तो विद्यार्थी म्हणाला, "तिला कम्प्यूटरवर तुमच्या मुलीची माहिती सापडली आहे. मिस्टर डेलावर तुमच्या मुलीचे शिक्षक."

"ते कुठे आहेत?"

"चला, जाऊन पाहू या!" ते पाच जण तिथून निघाले. तो काळा सिक्युरिटी गार्ड, हिरव्या डोळ्यांची ती बाई, अतिशय मन:पूर्वक मदत करणारा तो विद्यार्थी, कपाळावर ठिपका असलेली ती बाई आणि तो स्वत:. ते सर्व एका वर्गाबाहेर थांबले. काचेच्या दारातून आतमध्ये शिकवणारे एक गृहस्थ दिसत होते. "साधारण २० मिनिटांत त्यांचा तास संपेल."

जिआन दार ढकलून तडक आतमध्ये घुसला.

"प्लीज, मला माझ्या मुलीचा शोध घ्यायचाय. ती कुठे आहे?"

जिआनबरोबरची मंडळीही आतमध्ये आली आणि चर्चा सुरू झाली. वर्गातील मुलं उत्सुकतेनं माना ताणून ताणून काय चाललं आहे, हे जाणून घेण्याचा प्रयत्न करू लागली. इथले लोक फारच जास्त प्रमाणात हातवारे करतात, जिआननं निरीक्षण केलं. मि. डेलावरनी विद्यार्थ्यांना काहीतरी सांगितलं आणि ते लखोट्यावरचा फोटो पाहू लागले. जिआनच्या लक्षात आलं की, त्यांनी तिला ओळखलं नव्हतं. इथे त्याच्या हाती काही लागणार नव्हतं. डेलावरनं एका ब्रीफकेसमधून काही कागद काढले, विद्यार्थ्यांच्या नावांची यादी. त्यात तिचं नाव होतं. मुलानं जिआनला सांगितलं की, गेल्या वर्षी सप्टेंबरमध्ये ती इथे दाखल झाली होती. प्रत्येक नावापुढे हजेरीच्या पुष्कळ खुणा होत्या, मात्र तिच्या नावापुढे फक्त तीनच होत्या.

"ती इथे फक्त तीन आठवडे होती."

"नाही, नाही, काहीतरी चुकतंय. दर आठवड्याला ती मला फोन करून अभ्यासाची प्रगती कळवते."

"तीन आठवड्यांनंतर ती इथे आली नव्हती की तिनं इथे कोणता उपक्रमही केला नव्हता, असं या रेकॉर्ड्सवरून दिसतंय."

आपलं तोंड उघडं राहिल्याचं जाणवून जिआननं ते मिटलं.

"पण ती इथेच होती," तो बोलू लागला, "एका नाटकातही ती काम करत होती, तसं ती मला म्हणाली होती."

"नाही, इथे नाही. चार महिन्यांपासून ती इथे फिरकलेलीच नाहीये."

जिआनला धक्का बसला. त्याला गरगरायला लागलं. त्यानं भिंतीचा आधार घेतला. खोली उलटी झाल्याचं त्याला भासू लागलं. जग अचानक विचित्र झालं होतं, तो स्वप्नांच्या दुनियेत गेला होता, जिथे सगळे सामान्य भासत होते; मात्र सगळे तपशील चुकीचे होते. त्याच्याभोवती शब्द फेर धरत होते, पण ते त्याला वाचता येत नव्हते, त्याच्याभोवतीच्या चेहऱ्यांचे आकार चुकीचे होते आणि निळ्या डोळ्यांचा एक मनुष्य त्याला सांगत होता की, तो स्वत:च्या लेकीला ओळखत नव्हता.

"म्हणजे तुम्हाला असं म्हणायचंय का, की माझी मुलगी दर आठवड्याला मला फोन करायची; ते थापा मारण्यासाठी?" परंतु हे विचारत असतानाच त्याचं एक मन त्यावर विश्वास ठेवत होतं. त्याला तिची लाज वाटली, मग स्वत:ची 'अरे देवा!'

"चला, इथून निघू या," पोरगा म्हणाला.

कुठं जायचं? होय, मी कुठं जाणार आहे? कुठं?

त्यानं एका खुर्चीवर लाथ मारली. गार्डनं त्याच्या खांद्यावर हात ठेवला.

"आता मी तिला कसं शोधू?"

पोरगा म्हणाला, "इथल्या रेकॉर्ड्समध्ये तिच्या राहण्याच्या ठिकाणाचा पत्ता मिळेल."

४

युनिव्हर्सिटीबाहेर उभा असलेला जिआन रस्त्यापलीकडच्या एका होर्डिंगकडे खिन्नतेनं पाहत होता. एक कृष्णवर्णीय आणि एक श्वेतवर्णीय युवक यांच्या मध्ये उभ्या असलेल्या एका छान आशियाई मुलीची प्रचंड प्रतिमा त्याला जणू खिजवत होती. ही कशाची जाहिरात होती देव जाणे.

त्या विद्यार्थ्यानं त्याच्यासाठी टॅक्सी मागवली होती. ती आल्यावर त्यानं ड्रायव्हरला एक कागद दिला, जो डेलावरनं त्याला दिला होता – त्याच्या मुलीनं ती दाखल होताना दिलेला पत्ता.

टॅक्सीत बसल्यावर जिआननं त्याच्या ब्रीफकेसमधून एक अल्बम काढला. वेई वेईनं एका फॅशन मॅगझिनला तिचा फोटो पाठवला होता आणि बीजिंगमधल्या एका प्रतिष्ठित मॉडेलिंग स्पर्धेसाठी तिला बोलावणं आलं होतं. त्यानं तिला विरोध केला; पण तिनं अकांडतांडव केल्यावर, तिची समजूत घालण्यासाठी त्यानं तिला फॅशन पोर्टफोलिओ करायला परवानगी दिली होती. तोच हा अल्बम.

घर सोडण्यापूर्वी त्यानं तिच्या अलीकडच्या फोटोंचा शोध घेतला होता; पण तसा एकही फोटो न मिळाल्यानं त्यानं हा अल्बम आणला होता. जिआन तो चाळू लागला. एका फोटोमध्ये तिनं मिलिटरीचा युनिफॉर्म घातला होता. हातात गन, दोन्ही पाय फाकलेले, युनिफॉर्मवरच्या लाल ताऱ्याएवढ्याच भडक रंगाची लिपस्टिक लावून. दुसऱ्या एका फोटोमध्ये तिनं लाल 'किपाओ' घातला होता. त्याचा कट मांड्यांपर्यंत वर गेला होता, यानंतरच्या फोटोत तिनं तोकडा काळा ड्रेस घातला होता आणि तिच्या एका हातात शॅम्पेनचा ग्लास होता, तर दुसऱ्यात सिगारेटचा होल्डर. त्या फोटोंना शीर्षकंही होती, 'स्त्री म्हणजे सौंदर्य – खरं प्रेम निरंतर असतं' वगैरे. त्यातली काही चिनी भाषेत होती, तर बरीचशी इंग्लिशमध्ये, फॅशन आणि आधुनिकतेची भाषा.

त्याच्या मनात आलं की, ती केवढी चांगली नटी होती – तिच्या केवळ छायाचित्रांवरून जाणवत होतं की, ती तिच्या प्रत्येक भूमिकेत शोभते आहे. गेले काही महिने फोनवरून तिला नाटक करावं लागत होतं; पण त्यानं कधी तिच्यासाठी ते अवघड केलं नव्हतं. दर शुक्रवारचं त्याचं संभाषण एक परिपाठ झाला होता, त्यात खऱ्या संवादाचा अभाव होता. तू ठीक आहेस? कॉलेज कसं चाललंय? तुला चांगले मार्क्स मिळतायत ना? जेवण वगैरे व्यवस्थित मिळतंय ना? हां, उत्तम,

ठीक वगैरे; फक्त खाण्या-पिण्याच्या तेवढ्या तपशिलामध्ये ते खोलात जात. ती खात असलेल्या नवनव्या पदार्थांची नावं ती त्याला सांगायची आणि ती कोणत्या पदार्थांना मुकत होती, तेदेखील. शेवटी तो तिला चांगल्या शिक्षणाचा महत्त्वाचा डोस पाजायचा आणि त्यांचं बोलणं संपायचं. आठवणीतला प्रत्येक शब्द त्याला बोचणी देत होता – विश्वासघाताचा कळस.

उतरती छपरं, विटांच्या लाल भिंती आणि प्रशस्त खिडक्या असलेल्या घरांवरून टॅक्सी पुढे जात होती. घरांचे दरवाजे तकलादू भासत होते आणि खिडक्यांना गज नव्हते, तळमजल्यावरच्यादेखील. अंगणांमधल्या छोट्या बागांची चांगली निगा राखलेली दिसत होती. कुठल्याच बागेत फळभाज्यांची झाडं दिसत नव्हती, की कुत्रं बांधून ठेवलेलं दिसत नव्हतं. कुठेही केरकचरा नव्हता, झाडं बहरलेली होती आणि फरसबंदी पादचारी मार्ग चांगल्या स्थितीत होते. प्रत्येक बाबीतून समाधानकारक संपन्नतेचं दर्शन घडत होतं; परंतु रस्त्यावरचं वातावरण निर्जीव भासत होतं – ना किरकोळ विक्रेते, ना खाद्यपदार्थांच्या गाड्या, एवढंच कशाला पादचारीही नावापुरतेच होते – ते सगळं भयावह वाटत होतं.

टॅक्सी थांबली आणि ड्रायव्हरनं मीटरकडे निर्देश केला. त्यावरचा आकडा होता सतरा. जिआननं ड्रायव्हरला नारिंगी रंगाच्या दोन नोटा दिल्या आणि त्याला तीन छोटी नाणी परत मिळाली. युआनमध्ये ती रक्कम केवढी होते, त्याचा तो हिशेब करू लागला. तीस म्हणजे फार नव्हेत. छे, काहीतरीच, बक्कळ तीनशे. जाणाऱ्या टॅक्सीकडे तो पाहत राहिला. त्याला ठकवलं गेलं होतं का?

तीन मजली घरांच्या रांगेपुढे तो उभा होता. त्यानं हातातल्या कागदाकडे नजर टाकली. अगम्य वाटणाऱ्या त्या शब्दांमध्ये एक आकडा होता – ३४. त्याच्या पुढ्यातल्या इमारतीवरही तोच होता. प्रवेशद्वारापाशी कचराकुंड्या होत्या. त्या ठेवण्याची ती काय जागा होती, पाहुण्यांच्या वाटेत?

त्यानं दारावरची बेल वाजवली आणि लेकीशी काय बोलायचं, त्याचा तो विचार करू लागला. तो शांत राहील आणि तिच्या जेवणा-खाण्याची चौकशी करेल. त्याला दिलेल्या त्रासाबद्दल ती त्याची माफी मागेल. तिच्या काळजीनं तो इथवर आल्याबद्दल तिला खूप आनंद होईल आणि आपल्या वर्तणुकीबद्दल ती क्षमा मागेल. तो तिला माफ करेल. तिच्यावर तो चिडणार नाही, निदान एवढ्यात तरी. दार उघडलं गेलं.

५

एका अनोळखी आशियाई मुलीनं दार उघडलं.

जिआननं विचारलं, "नी हुई शुओ झाँग वेन मा? तुम्हाला चिनी बोलता येतं?"

"हुई." नशीब.

त्यानं मुलीच्या पुढ्यात अल्बमचं पान उघडलं. केसांत खोटं फुलपाखरू लावून चेहऱ्यावर स्वप्नाळू भाव आणलेला वेई वेईचा फोटो समोर आला.

"झेईगी नु हाई झु झाई झेर मा? ही मुलगी इथे राहते?"

"नाही."

"इथे राहायची?"

"हो, फार पूर्वी."

"मी तिचा शोध घेतोय, ती सापडत नाहीये."

त्यानं त्याचं बिझनेस कार्ड दाखवलं. इतर सरकारी कार्डांपेक्षा ते विशेष जाडीचं कार्ड होतं. त्यावर भडकलाल रंगाचा तिआनआनमेन गेटचा लोगो छापलेला होता. शिवाय काळ्या रंगात काही अक्षरं एम्बॉस केली होती.

"आत या," म्हणत मुलीनं दार पूर्ण उघडलं.

हॉलमध्ये कार्पेट आच्छादलेलं होतं. तो बूट काढायला लागल्यावर तिनं त्याला सांगितलं की, त्याची काही गरज नाही आणि भिंतीला टेकवून ठेवलेल्या सायकल्सच्या कडेनं तिनं त्याला छोट्याशा किचनमध्ये नेलं. अर्धवट खाल्लेली एक प्लेट टेबलावर दिसत होती. त्यामध्ये ब्रेड आणि त्यावर कसलीतरी पेस्ट लावली होती.

"मी तुम्हाला खाताना उठवलं."

"काही हरकत नाही."

"तुम्ही ते काय खाताय?"

"पिझ्झा."

"चवीला चांगला असतो?"

"करायला सोपा असतो."

"तुम्ही काटा चमच्यानं खात होतात. हुशार आहात."

"नाही, ते सोपं आहे."

"तुमचं नाव काय?"

"साँग."

वेई वेईनं तिच्याबरोबरच्या मुलींचा केवळ एकदा उल्लेख केला होता, "साँग, जातिवंत कुत्री." मुलीच्या डोळ्यांवर चश्मा होता आणि तिची कांती चांगली नव्हती; पण घातलेल्या कपड्यांमधून तिचा सुडौल बांधा जाणवत होता. तिचे उच्चार बीजिंगच्या पट्ट्यातले होते, शब्दांच्या शेवटी खरखरीत 'र' जाणवणारे. त्याला ती बरी वाटली, कुत्री नाही.

"वेई वेई इथे कधी राहत होती?"

"गेल्या वर्षी सप्टेंबरमध्ये ती इथे राहायला आली आणि तीन महिन्यांनी निघून गेली."

"ती कुठे जात होती, तिनं काही सांगितलं होतं?"

"नाही, आम्ही सर्व जणी कॉलेजमध्ये असतानाच तिनं अगदी चुपचाप इथला मुक्काम हलवला."

"तिनं चिठ्ठी वगैरे लिहून ठेवली होती?"

"नाही, उलट बरंच भाडं बुडवून गेली. तीनशे साठ पाउंड्स."

"ती इथे काही सोडून गेली आहे का?"

"ते आम्ही एका खोक्यात ठेवलंय. थांबा हं, घेऊन येते."

ती किचनबाहेर गेल्यावर जिआननं ड्रॉवर्स उघडले. कपाटात खाद्यपदार्थ होते, सिंकखाली बाटल्या होत्या. एका बोर्डवर चिठ्ठ्या, बिलं, निरोप वगैरे टाचणीनं टोचून ठेवले होते. एका मासिकावर देखण्या लोकांचे छान फोटो होते आणि आतमध्ये त्यांचेच सामान्य फोटो होते. घरातले, शॉपिंग करतानाचे किंवा नुसते रस्त्यावरून चालतानाचे; मात्र मासिकाचा कागद छान होता. मुलगी खोका घेऊन परतली.

"ती इथे सोडून गेली, ते हे सामान. नशीब आम्ही ते टाकून दिलं नाही."

पुस्तकं, पेन्स, फोल्डर्स, तिच्या कोर्सच्या संबंधीच्या सगळ्या वस्तू. त्यावरचं तिचं लिखाण इंग्रजीमध्ये होतं; परंतु त्यानं तिचं अक्षर ओळखलं. वहीच्या समासात तिनं काही भली थोरली प्रश्नचिन्हं काढली होती आणि नंतर त्याचं वर्तुळात रूपांतर केलं होतं. पुस्तकाच्या मुखपृष्ठावर तिनं खरडलं होतं, 'रटाळ, रटाळ, रटाळ' शिवाय तिचं आवडतं चित्र – 'हसरा चेहरा असलेलं फूल'देखील रेखाटलं होतं. त्याला वाटत होतं की, एव्हाना ते फूल रेखाटायची तिची सवय गेली असेल. त्या सर्व वस्तू त्यानं काळजीपूर्वक सूटकेसमध्ये ठेवल्या.

"ही चौकशी औपचारिक आहे? दुभाष्या नसेल, तर तुम्हाला खूप जड जाईल."

"तुला ती आवडत नव्हती ना?" जिआननं साँगला विचारलं.

''ती आमच्याशी कधीच बोलायची नाही; किंबहुना ती कधी माणसातच नसायची. अपवाद फक्त माझा मित्र यायचा तेव्हा. तो इंग्लिश मुलगा होता. तो इथे असायचा, तेव्हा ती मेकअप करायची आणि नाइट ड्रेसमध्ये वावरायची. ती फुलांची वेडी होती.'' ढिल्या चारित्र्याची. ''माझ्यापेक्षा तिचं इंग्लिश चांगलं असल्याचं त्याला दाखवणं तिला आवडायचं, त्यासाठी ती त्याच्याबरोबर बोलताना मोठमोठे शब्द वापरायची. मला वाटतं; आत येण्याआधी ती ते शब्द डिक्शनरीमध्ये पाहून यायची.''

उरलेला पिझ्झा तिनं केराच्या बादलीत टाकला आणि प्लेट सिंकमध्ये. ''आणि तिनं त्याला किस केलं,'' म्हणताना तिचा स्वर बदलला.

''हं आणि?''

''ती साधारण तशीच होती, त्रासदायक.''

''मला तिची खोली पाहायची आहे.''

''ती येणार नसल्याची जाणीव झाल्याबरोबर तिची खोली आम्ही दुसरीला दिली. तिथे आता मिली राहते.''

''मी ती खोली पाहून घेतो.''

''तिच्या खोलीत कुणी गेलेलं मिलीला आवडत नाही.''

''तू चौकशीत सहकार्य केलं नाहीस, तर माझ्या रिपोर्टमध्ये त्याची नोंद होईल.''

तिनं डोळे फिरवले.

''लवकर.''

तिनं त्याला जिन्यानं वर नेलं. बूट घालून कार्पेटवरून चालणं त्याला प्रशस्त वाटत नव्हतं. भिंतींना वॉलपेपर्स लावले होते आणि दिव्यांना लडी लावलेल्या शेड्स होत्या. इथलं वातावरण छान – बायकी होतं. त्याला परक्यासारखं वाटलं. सॉंगनं दरवाजावर टकटक केली. प्रतिसाद न मिळाल्यामुळे तिनं तो उघडला.

खोलीतल्या शेल्व्हजवर प्लॅस्टिकची खेळणी होती आणि भिंतींवर जपानी कार्टून्सचे स्टिकर्स होते. त्याची कल्पना होती की, त्याच्या लेकीच्या काही आठवणी अजून तिथे रेंगाळत असतील, पण तशी एकही नव्हती. त्यानं स्वत:ची खुळी समजूत करून घेतली होती. त्या खोलीला गुन्ह्याच्या ठिकाणाच्या नजरेनं पाहण्याचा त्याचा मानस होता, पण प्रत्यक्षात त्याच्या नजरेत तीर्थक्षेत्री गेलेल्या भाविकाचे भाव होते.

पण तो भानावर आला. तिथल्या मिणमिणत्या बल्बच्या जागी त्यानं दुसरीकडचा मोठा बल्ब लावला आणि गुडघे आणि हात टेकून तो कार्पेटची तपासणी करू लागला.

''लवकर आटप, मिली आता कुठल्याही क्षणी घरी येईल.''

त्यानं पलंगाखाली वाकून पाहिलं; पण त्याचा तळ जमिनीपासून काही सेंटिमीटरच उंचीवर होता. त्यानं पलंगाशेजारचं टेबल हलवलं. मग तो पलंग हलवत असताना सॉंग दरवाजातून पाहत होती. तिनं विचारलं,

"तुम्ही तिच्यासारखेच ईशान्य प्रांतातले आहात ना? कोणतं शहर?"

"कितायहे."

"ते कसं आहे?"

"मोत्यासारखं."

कितायहे त्यांचं घर होतं, तरी त्याच्या मनात त्याच्याविषयी भ्रामक कल्पना नव्हत्या. ते शहर म्हणजे सरकारी कंपन्यांभोवताली बांधलेली घाणेरडी अपार्टमेंट्स होती; बर्फाळ, वैराण प्रदेशानं वेढलेली. पूर्वी तुम्ही निदान सन्मानानं जीवन जगू शकत होता, पण आता भांडवलशाहीच्या वावटळीत देश घुसळून निघत होता, आजारी उद्योग बंद पडत होते आणि ज्या कामगारांना जीवनभरच्या रोजगाराचं वचन दिलं गेलं होतं, त्यांना रस्त्यावर फेकून देण्यात येत होतं. सर्वांत मोठा उद्योग होता तुरुंग, ज्यातले बंदीवान 'पीपल्स लिबरेशन आर्मी'च्या उद्यमींसाठी बनावट घड्याळं बनवत होते. ते शहर भयंकर होतं आणि त्याच्या भयंकरपणात वृद्धीच होत होती.

पलंगाखालचं कार्पेट मळलेलं आणि फिकं पडलेलं होतं. या कसल्या घाणेरड्या वस्तू असतात, धूळ साठवण्याची साधनं आणि त्यांनी कसली घराची जमीन आच्छादायची; शिवाय पादत्राणं घालून त्यावरून चालायचं. याच्यावर भरपूर पुरावे मिळू शकतात, धूळ, केस आणि आणखीही काही. भिंतीच्या स्कर्टिंगजवळ काहीसं चमकलं. ते त्यानं उचलून खिशात कोंबलं.

"तुम्हाला स्कॉटलंड माहीत आहे?" सॉंगनं विचारलं.

"ते इंग्लडमध्ये आहे."

"ते उत्तर भागाचं नाव आहे. ते ईशान्येसारखंच थंड आणि ओसाड आहे. स्कॉटिश लोक उग्र आणि स्पष्टवक्ते असतात. ते चांगले मित्र आणि भयंकर शत्रू असतात. त्यांना पिणं आवडतं आणि धंद्याच्याबाबतीत ते कच्चे असतात. चीनमधल्या ईशान्येतल्या लोकांसारखेच."

"थंड प्रदेशातले सगळे लोक एकसारखेच असतात."

त्याला एक काळा केस सापडला, जो त्याच्या बोटांपासून कोपरापर्यंत लांबीचा होता. वेई वेईचे केस जाड होते. जिआननं तो केस दोन्ही बाजूंनी ओढला, पण तो तुटला नाही. तो त्याच्या मुलीचाच होता. त्याची खातरी पटली. तो त्यानं अल्बमच्या पानांमध्ये ठेवला.

"ती कोणत्या अडचणीत सापडली आहे?"

"ते मी सांगू शकत नाही."

"तुम्ही एकट्यानंच कशी काय चौकशी करताय?"

"बाकीचे इतर ठिकाणी गेलेत."

त्यानं सर्व वस्तू जागेवर ठेवल्या, बल्ब बदलला आणि खोलीबाहेर पडून

खोलीचं दार लावून घेतलं. साँगच्या चेहऱ्यावर सुटल्याचे भाव स्पष्ट झाले.

"मला खरंच वाटतं, तुम्हाला दुभाष्याची गरज भासेल."

"तुमचं टॉयलेट कुठाय?"

बाथरूमही नाना वस्तूंनी सजवलेलं होतं, तसंच त्याच्या शेल्व्हजमध्ये अनेक बाटल्या आणि ट्यूब्ज होत्या. हॉटेलप्रमाणेच शॉवर बाथटबच्या वर होता. तो टॉयलेट सीटवर बसला आणि त्यानं खिशातली वस्तू बाहेर काढली.

ती काशाची छोटीशी दागिन्यांनी पेटी होती. तिच्या झाकणावर फिनिक्स पक्ष्याची प्रतिमा कोरलेली होती. ती बनावट पुराणवस्तू होती, शेनझेनजवळच्या कारखान्यात बनवलेली. त्यानं ती विकत घेतली, तेव्हा विक्रत्यानंच ही माहिती त्याला दिली होती. तो मोठा अधिकारी असल्याचं पाहून विक्रेत्यानं त्याला ती मोफतच दिली. विक्रेत्यानं त्याला हेही सांगितलं की, ती जुनी वाटावी म्हणून ती कडक चहामध्ये काही काळ बुडवून ठेवलेली होती. वेई वेई इंग्लडला जाण्यापूर्वी ती त्यानं तिला दिली होती.

फिनिक्सची प्रतिमा त्याचा पुनर्जन्म दर्शवत होती. ज्वाळा फारशा चांगल्या दाखवलेल्या नव्हत्या, पण पक्षी बरा रेखाटला होता. त्याच्या पिसांचे बारकावे दाखवले होते, तसंच त्याची मान ज्वाळांपासून दूर नेलेली होती आणि पंख उड्डाणासाठी पसरलेले होते. मग ती बनावट असली तरी काय झालं? धातूवर ते चित्र रेखाटण्यासाठी कोणीतरी खूप कष्ट घेतलेले होते किंवा कदाचित त्यांनी ते लेसरनंही केलं असेल.

झाकण खूप घट्ट बसलं होतं. ते काढण्यासाठी पातळ आणि लांब नखांची आवश्यकता होती. त्याची स्वत:ची नखं तर चांगलीच जाड होती. म्हणून झाकण उघडण्यासाठी त्यानं नेलक्लिपर्सची फाइल वापरली.

पेटीत होत्या, दोन गुलाबी गोळ्या; अर्धवट ओढलेली हाताने बनवलेली सिगारेट आणि चकचकीत कागदाची एक पुडी. ती त्यानं उघडली. तीत चिमूटभर पांढरी पावडर होती. ड्रग्ज. त्याला विशेष आश्चर्य वाटलं नाही.

६

वेई वेई ड्रग्जच्या जाळ्यात फसल्याचा त्याला संशय होताच. ती त्या घाणेरड्या 'यस्' डिस्कोमध्ये जायची, चित्रविचित्र कपडे घालून आणि तिथे घुटमळणाऱ्या वाईट पोरा-पोरींच्या संगतीत राहायची. नैतिक प्रदूषणाच्या आधारावर तो डिस्को बंद पाडण्याचे त्यानं प्रयत्न केले; पण त्याला यश लाभलं नाही. कारण डिस्कोच्या मालकाचा एक मसाज पार्लरही होता, जिथे मसाज बरोबर अन्य काही 'सेवा'ही दिल्या जात होत्या. शहरातली बडी धेंडं तिथे त्या अन्य सेवा मोफत मिळवत होते. तिथल्या ड्रग डीलर्सना त्यानं स्वत:च्या देखरेखीत 'प्रसाद' देववला होता, पण त्यामुळे त्याची लेकच त्याच्यावर पिसाळली होती, कारण 'ते' तिचे मित्र होते.

त्यानं विचार केला, 'परदेशातल्या शिक्षणानं तिच्या डोक्यात थोडा प्रकाश पडेल; पण उलट तिनं इथे काय करून ठेवलं आहे पाहा.' तिनं शिक्षण अर्धवट सोडलं होतं, ती पुन्हा ड्रग्जच्या नादाला लागली होती. चांगल्या मुलीची संगत आणि चांगलं घर सोडून नाहीशी झाली होती. गेले काही महिने ती त्याच्याशी खोटं बोलत होती आणि आता ती कोठे होती आणि कुठल्या अडचणीत सापडली होती, ते ईश्वरच जाणे. त्याला संताप अनावर झाला होता. तो खूप दु:खिकष्टी झाला होता.

हाताने बनवलेली सिगारेट चार सेंटिमीटर लांबीची होती. ती त्यानं उकलली. त्याच्या आत चुरचुरीत तंबाखू आणि कुठलीतरी हिरवी वनस्पती होती. अर्थात, त्याचा वास येईनासा झाला होता; पण नक्कीच गुंगीचं औषध होतं. त्याच्यातच फिल्टरसारखा वापर करता यावा म्हणून कागदाची एक छोटीशी गुंडाळी घुसवली होती. ती त्यानं सोडवली. तो कागद दुसऱ्या एका मोठ्या कागदाचा फाडलेला तुकडा होता, ज्यावर लाल रेष दिसत होती. बहुधा मूळ कागदावरच्या नक्षीचा अथवा अक्षराचा भाग असावा. तो कागद त्यानं आपल्या पकिटात ठेवला आणि सिगारेटचा कागद, त्यातली तंबाखू आणि ड्रग्जची पावडर त्यानं टॉयलेटमध्ये फ्लश करून टाकली.

फ्लशच्या त्या आवाजाने त्याला जाणीव झाली की, आजचा प्रातर्विधीचा कार्यक्रम उरकायचा राहिलाच होता. तसा तो रोज सकाळी उरकत असे. सहसा यात खंड पडत नसे. त्यामुळे तो निश्चिंतच असायचा! मात्र, दोन्ही देशांतील 'टाइम-डिफरन्स' त्याला आलेला जेटलॅग, अनेक तासांत न मिळालेली झोप, या सर्वांचा परिणाम म्हणजे त्याची सुरळीत शरीरयंत्रणा काही महत्त्वाची कार्य विसरली होती.

त्या कमोडचं पोर्सलेन अतिशय थंड होतं. खरंतर त्याला अशा कमोडस्‌ची फारशी सवय नव्हती. कमोड्‌सचा वाढता वापर त्याला दिसत होता; पण तो आपल्या पारंपरिक पद्धतीचाच अवलंब करत असे. आता कमोडवर बसताना त्याला जाणीव झाली की, इतर काही पार्श्वभागांचाही या कमोडच्या कडांशी शारीरिक संपर्क झाला असणार, अगदी त्या मघाच्या साँगचा तरी याला कसा अपवाद असेल? जवळिकीचा किती विचित्र प्रकार होता हा!

तर त्याची मुलगी गेल्या वर्षी सप्टेंबरमध्ये इथे राहायला आली होती. ती तीन आठवडे तिच्या कोर्सला जात होती, आणि तीन महिने इथे राहिली होती. घरभाडं बुडवण्याच्या हेतूनं डिसेंबरमध्ये ती इथून पळून गेली होती. आता मार्च महिना चालू आहे. मग कोर्स सोडल्यापासून घर सोडण्यापर्यंतच्या काळात ती काय करत होती? आणि तिनं एवढ्या लवकर कोर्स का सोडला? आणि ती जेवढा काळ त्याच्याशी खोटं बोलत होती, तेवढा काळ ती काय करत होती? आणि आता तिची परिस्थिती काय होती? प्रश्न पुष्कळ होते, पण या घटकेला एकच सर्वाधिक महत्त्वाचा होता.

तो किचनमध्ये आला, तेव्हा साँग भांडी घासत होती. त्याच्या मनात आलं की, त्याच्या उपस्थितीमुळे तिला सिंकमधल्या खरकट्या भांड्यांची जाणीव झाली असावी. त्याला तिथून जायचं नव्हतं. तिथून तो कोठे जाईल? कोणाशी बोलेल?

''वेई वेई, सुरी-काटा वापरायची?''

''कदाचित, असावी.''

ते त्यानं कधी पाहिलं नव्हतं, ते तिला वापरता येत होते की नाही, याची त्याला कल्पना नव्हती.

''तिनं तुझ्या मित्राला काही सांगितल्याचं तो तुला बोलला होता?''

''आता तो माझा मित्र नाहीये. ती त्याला मोठमोठ्या बाता मारायची. म्हणायची, तिला कलाकाराचं जीवन जगायचंय. शहरी जीवनाचं प्रचंड आकर्षण असलेली ती एक खेडवळ मुलगी होती.'' बोलताना तिनं हातातले रबर ग्लोव्ह्ज काढले आणि वैतागून फेकून दिले. ''पुन्हा त्या विसरलेल्या गोष्टी मला छळणार.'' डोळ्यांतून टपकलेला अश्रू पुसत ती म्हणाली, ''ती तिच्या घरीच राहिली असती, तर बरं झालं असतं.''

''तुला तिच्याविषयी आणखी काय आठवतंय?''

''एकदा ती म्हणाली होती, तिला तेलकट कॅन्टॉनीज खाण्याचा वीट आला होता आणि खरं चायनीज खाणं खावंसं वाटत होतं.''

हे विचित्र होतं. त्याला ती कधी असं म्हणालेली नव्हती.

''ती कॅन्टॉनीज खाणं कुठून आणायची?''

''बहुतेक वेळा ती एका ठरलेल्या रेस्तराँमध्ये खायची किंवा तिथून घरीच घेऊन यायची.''

म्हणजे खाण्याच्या बाबतीतही खोटारडेपणा. ती घरीच स्वयंपाक करायची, असं ती त्याला सांगायची.

"मला सांग, बाहेरचं खाणं खाऊन त्याविषयी कोण तक्रार करेल?"

जिआनची नजर भिंतीवरल्या बोर्डवर गेली. त्यावर पिझ्झाचे फ्लायर्स होते. त्यानं आपल्या प्रश्नाचं उत्तर स्वत:च दिलं. "म्हणजे ती रेस्तराँमध्ये वेट्रेसचं काम करायची."

"ही शक्यता आहे."

त्याला कल्पना येऊ लागली. ती कोर्सला कंटाळू लागली आणि तिनं तो अर्धवट सोडला. बाप आपल्याला पैसे पाठवायचं बंद करेल, या भीतीनं तिनं ते त्याला सांगितलं नाही; पण काहीतरी करायला हवं, म्हणून ती रेस्तराँमध्ये वेट्रेसचं काम करू लागली. हे तर्कसंगत वाटत होतं. त्याला बरं वाटलं. त्याला सुगावे गवसत होते आणि जोपर्यंत सुगावे असतील, तोपर्यंत आशा असेल.

"इथे चायनीज रेस्तराँ जास्त नसतील."

"आहेत ना, पुष्कळ, सगळीकडे. इंग्लिश लोकांना चायनीज खाणं आवडतं."

जिआननं चायनीज अक्षरं असलेले रेस्तराँचे फ्लायर्स न्याहाळले. पहिले होते 'वाइल्ड क्रेनचे'. त्याचा कागद अगदी पातळ व पिवळ्या रंगाचा होता. त्यावर हिरव्या बांबूचं चित्र होतं. ते त्यानं बाजूला ठेवलं. दुसरे होते 'फ्लोटिंग लोटस'चे. त्याच्या मागच्या बाजूवर रेस्तराँचा पत्ता होता आणि फोन नंबर; पण फोन नंबर होता तिथे कागद फाटलेला होता. जिआननं आपल्या खिशातून लाल रेष असलेला कागदाचा कपटा काढून फ्लायरच्या फाटक्या भागाला जोडला. तो व्यवस्थित जुळला आणि कपट्यावरची लाल रेष म्हणजे फोननंबरचा शेवटचा आकडा होता. जिआन आनंदला. त्याच्यातल्या डिटेक्टिव्हनं उत्तम काम केलं होतं.

"मी हे फ्लायर घेऊन जातो. तुझ्या सहकार्याबद्दल धन्यवाद," तो साँगला म्हणाला आणि घराबाहेर पडला.

७

"ती तुम्हाला सापडेल, अशी आशा करते," पाठमोऱ्या जिआनला सॉंग म्हणाली, "तिचं काही बरं-वाईट झालं नसेल, अशी आशा करते."

अंधार पडायला लागला होता आणि रस्त्यावरचे दिवे लागले होते. त्यांचा उजेड केशरी होता, चीनमधल्यासारखा पांढरा नव्हता. कुत्र्याला फिरवायला आणलेल्या एका माणसाजवळ जाऊन जिआननं त्याच्या पुढ्यात फ्लायर धरले. तो कुत्रेवाला काहीतरी बडबडला आणि आपल्या रस्त्याला लागला.

दहा मिनिटं गेली, तरी त्याला टॅक्सी दिसली नाही. चीनप्रमाणे पुष्कळ टॅक्स्या इथे दिसत नव्हत्या. कारण सोपं होतं; इथे त्या महागाड्या होत्या. त्यानं अंदाज केला की, त्या रहिवासी परिसरात फिरत नसतील. वैतागून त्यानं बस पकडली आणि ती त्याला शहराच्या मध्यभागी नेईल, अशी आशा केली. स्टेशनबाहेर टॅक्सी स्टॅन्ड असल्याचं त्याला माहीत होतं. बसमध्येसुद्धा माहिती असणं आवश्यक होतं. तिच्यात कंडक्टर नव्हता, मग पैसे ड्रायव्हरकडे जाणार की मशिनमध्ये? किती पैसे? ही छोटी नाणी? ती किती? बदल्यात त्याला वेगळीच नाणी मिळाली, षटकोणी, तांब्याची.

तो बसमध्ये बसल्याला दशक उलटलं होतं. त्याच्या पदाच्या माणसांना तशी आवश्यकताच नसते. तो खूप कंटाळला होता. खरंतर चीनमध्ये ही पहाटेची वेळ होती. घरी एखाद्या पोरीला कवेत घेऊन साखरझोपेचा आनंद घेण्याची. त्याला वाटलं, आपली तब्येत तर बिघडली नाही ना? कदाचित तो इथल्या वातावरणाला सरावला नसल्यामुळे असं असेल. त्यानं सिगारेट पेटवली.

त्याची लेक बहकण्याचं कारण त्याला उमजत नव्हतं. ज्या कार अपघतात त्याची बायको वारली होती, त्यासाठी कदाचित त्याची मुलगी त्यालाच जबाबदार समजत असावी. तो टोयोटा चालवत होता. पिऊन अत्यंत वेगात गाडी चालवत होता; पण लॉरीच्या ड्रायव्हरनं सिग्नल दिला नव्हता आणि तो त्याच्यापेक्षाही जास्त प्यायलेला होता. त्या घटनेकडे कोणत्याही बाजूनं पाहा, आणि त्यानं सर्व बाजूंनी पाहिलेलं होतं, तो त्याचा दोष नव्हता.

लॉरीच्या ड्रायव्हरला सक्त सजा होईल, याची त्यानं तजवीज केली होती; पण आता मात्र त्याला त्या ड्रायव्हरविषयी असूया वाटत होती. त्याची शिक्षा पुरी झाली होती आणि त्यानं दंडही पुरा भरला होता; पण जिआन स्वत:ची भरपाई कशी करणार होता?

खसाखसा चेहरा पुसून तो विचार मनातून झटकून टाकायचा त्यानं प्रयत्न केला.

दोन बायका त्याच्याकडे पाहून काहीतरी पुटपुटत होत्या. मनातल्या मनात त्यानं त्यांना विचारलं, 'काय? मी प्राणिसंग्रहालयात आहे? तुम्ही यापूर्वी कधी चिनी मनुष्य पाहिला नाहीत?' बस ज्या मार्गावरून चालली होती, तो शहरी भागातला वाटत नव्हता. पुढल्या स्टॉपवर तो बसमधून उतरला.

हे निराश करणारं होतं. तो जर कोठे फिरूही शकत नसेल किंवा कोणाशी संभाषण करू शकत नसेल, तर तो चौकशी कशी करेल? जेटलॅग, थकवा, अनोळखीपणाचा आणि अगतिकतेचा पहिलाच; अस्वस्थ करणारा अनुभव – या सगळ्याचा परिणाम त्याच्या विचारप्रक्रियेवर होत होता. तो आता स्वत:ला यशस्वी, धनवान आणि उच्चपदस्थ पोलीस अधिकारी समजत नव्हता. त्यानं आपला हात नजरेसमोर आणला. तो केवळ चरबीयुक्त कातडीचा मनुष्य होता, बाकी काही नाही. मध्यमवयीन, उत्तरोत्तर स्थूल होत चाललेला आणि मनावर मणाचा बोजा धारण केलेला सामान्य पुरुष.

तो रस्त्यावर आला आणि समोरून येणाऱ्या गाडीनं जोरजोरात हॉर्न वाजवला. घाईघाईनं तो बाजूला झाला. इथल्या रहदारीचे नियम अगदी उलटे होते. सुरुवातीला त्याच्या लक्षात होतं की, इथे वाहनं उलट्या दिशेनं चालतात; पण आता तो तितकासा सजग राहिला नव्हता.

त्यानं पुन्हा त्याच मार्गावरची बस पकडली, पण उलट्या दिशेला जाणारी.

त्यानं तीनशेसाठ पाउंडस मोजले. त्याला प्रश्न पडला की, नोटांवरच्या व्यक्ती कोण असाव्यात. त्यांच्या मागच्या बाजूवरची स्त्री बहुधा राणी किंवा मॅडम थॅचर असाव्यात. ते चलन सुंदर होतं, पण अत्यंत वेगानं त्याच्या हातून निसटत होतं.

तो पुन्हा सॉंगच्या घरासमोर उतरला आणि त्यानं डोअरबेल वाजवली. सॉंगनं दार उघडलं.

"ही सरकारी चौकशी नाहीये, मी वेई वेईचा बाप आहे."

सॉंगच्या चेहऱ्यावर प्रथम संकोचाचे, मग गोंधळाचे भाव तरळून गेले.

"हे तिचं बाकी घरभाडं."

त्यानं तिला पैसे दिले. अन्य कोणी ते सरळ स्वत:च्या खिशात घालेल, पण ही पोरगी प्रामाणिक असणार, असा त्याचा विश्वास होता आणि ते पैसे योग्य ठिकाणी रवाना होतील, याची खातरी.

"एक अट आहे," तो तिला म्हणाला.

"ती कोणती?"

'फ्लोटिंग लोटस'चं फ्लायर तिला दाखवत तो म्हणाला, "तुला माझ्याबरोबर ड्रिंक्स घ्यायला यावं लागेल."

८

“माझ्या लेकीनं मला फोन केला आणि मदत मगितली; पण ती कुठे आहे, ते मला माहीत नाही.”

“बाप रे!” असं म्हणून ती नखं खाऊ लागली. तिला त्याच्याविषयी करुणा वाटली.

आता साँग त्याला घेऊन जात असल्यामुळे त्यानं आपलं विचारचक्र बंद ठेवलं होतं. बसच्या खिडकीतून दिसणाऱ्या होर्डिंग्सवर एकच संदेश त्याला दिसत होता – ‘तुला काहीही कळत नाहीये.’

“कोर्स अर्धवट सोडल्यामुळे तिला कदाचित लाज वाटत असेल आणि तुम्हाला वाईट वाटू नये, म्हणून तिनं ते तुम्हाला कळवलं नसेल आणि आता ती कदाचित कुठल्यातरी अडचणीत सापडली असेल. प्रेमप्रकरण वगैरे,” साँग म्हणाली. “पुरुषांच्या बाबतीत बायका कधीकधी खुळेपणा करतात. ती या रेस्तराँमध्ये असेल, तर मी लगेच सटकेन. तुम्हाला एकांताची गरज आहे.”

खरंच की, अशीही शक्यता आहे, की ती अजून त्याच रेस्तराँमध्ये काम करत असेल. तिचं ठीक चाललं असेल, तिला काहीतरी बरं गवसलं असेल. त्याच्या मन:पटलावर कल्पनाचित्र साकारलं – ती रेस्तराँमध्ये वेटिंग करत असलेली, नटी किंवा मॉडेल होण्याचं स्वप्न उरी बाळगलेली, कोणा मित्राबरोबर राहत असलेली. छोटी अडचण उद्‌भवली असेल; कदाचित – तुरुंगवास, दिवस जाणं, अपयशाची भावना – त्यातून तिनं एका कमजोर क्षणी त्याला फोन लावला असेल आणि मग तिनं फोन किंवा धैर्य गमावलं असेल. आपण फोन केल्याचंही ती कदाचित एव्हाना विसरलेली असेल. त्याला पुढ्यात पाहून तिला आश्चर्याचा एवढा धक्का बसेल की, तिच्या हातातली प्लेट गळून पडेल.

तो तिचा जेवढा जास्त विचार करू लागला, तेवढी त्याला ती गुंगारा देऊ लागली. त्याच्या मनात तिचं रूप साकारत होतं, पण त्याच्यावर भाव उमटत नव्हते. त्याला तिचा स्वभाव आठवत होता – लहरीपणा, मायाळू, बेफिकीर, स्वप्नाळू – पण सगळे अस्पष्ट, त्याच्याशी निगडित प्रसंगांविना. बिनमहत्त्वाच्या गोष्टी करताना ती त्याला दिसत होती, कपडे धुताना, गुणगुणताना, हेडफोन लावून पायांनी ताल धरताना. फालतू तपशील आठवत होते – हसरं सूर्यफूल, बनावट बॅग, तिच्या फोनला लटकत असलेला हिरवा गोंडा; पण तो तिला इथल्या

वातावरणात पाहू शकत नव्हता. या रस्त्यांवरून चालत असलेली, इथल्या लोकांशी इंग्लिशमध्ये बोलत असलेली.

"तुला सिगारेट हवी आहे का? इंग्लिश ब्रांड आहे."

"ती इंग्लिश नाहीये."

"पण पाकिटावर तर तसंच छापलंय."

"ती फसवणूक आहे. त्या चायनीज आहेत आणि इथे सिगारेट ओढायला परवानगी नाहीये."

ती दोघं बसमधून उतरली. जिआनला कपड्यांवर आणि जाहिरातींवर ओळखीचे लोगो दिसू लागले – मॅकडोनाल्ड्स, केएफसी, नाईकी – अनभिज्ञतेच्या सागरात छोटे-छोटे दिलासे. त्याच्या खिशात नाणी खुळखुळत होती. चिनी चलन बहुतांशी नोटांचं असल्यामुळे तो कधी पाकीट बाळगत नसे; पण इथे त्याला ते विकत घ्यावं लागेल, असं दिसत होतं.

बुटांचं दुकान आणि वर्तमानपत्रांचं दुकान यांच्या मधोमध 'फ्लोटिंग लोटस' होतं. बाह्य सजावट छान होती. निऑनचे लोगो आणि लोंबते दिवे, यांमुळे ते शोभून दिसत होतं.

ते लोटसमध्ये शिरले आणि दार बंद होताना त्याला लावलेली छोटी घंटा किणकिणली.

चीनमधल्या कोणत्याही रेस्तराँपेक्षा हे रेस्तराँ आपल्या चिनीपणाची जहिरात अधिक करत होतं. चिनी ढंगाच्या 'लिम्पेट हॅट्स' आणि निसर्गचित्रं बांबूच्या भिंतीवर लटकत होती. समोरच्या भिंतीवरून कोसळणारा धबधबा रेस्तराँची शान वाढवत होता. एवढं असून या वस्तू चीनमधल्या कोणत्या भागातल्या होत्या, त्याचा थांग लागत नव्हता. रेस्तराँमध्ये शांतता होती, संगीताच्या सुरांचाही अभाव होता. तिथे एवढा कोळाख होता की, जिआनला शंका आली की तिथली वीज गेलेली होती की काय. रेस्तराँमधल्या सर्वसाधारण लगबगीचा तिथे मागमूसही नव्हता. तिथे दहा बारा टेबलं होती, पण पैकी तीनच व्यापलेली होती. सर्व ग्राहक गोरे होते.

एकही वेट्रेस त्याच्या लेकीच्या उंचीची नव्हती. नाही, ती इथे नव्हती. त्याच्या आशा पुन्हा लोप पावल्या.

एक वेट्रेस त्याच्याजवळ येऊन त्याच्याशी इंग्लिशमध्ये बोलली. त्यानं तिला मॅन्डरिन भाषा येते का, ते विचारलं. ती मख्खासारखी त्याच्याकडे पाहत राहिली. तिला ती येत नव्हती.

"त्या कॅन्टॉनीज आहेत," सॉंगनं त्याला सांगितलं. "इकडे बहुसंख्य लोक हॉंग कॉंगमधले असतात. त्यांना मॅन्डरिन येत नाही. इथे तुम्हाला मॅन्डरिन बोलणाऱ्या फार कमी व्यक्ती भेटतील."

तिनं तिला त्याच्या लेकीबद्दल चौकशी करायला सांगितली आणि तिचा अल्बम उघडला. वेई वेईचा त्यातल्या त्यात दाखवण्याजोगा फोटो त्यानं वेट्रेसला दाखवला. फोटो पाहून तिचा चेहरा एकदम कोरा झाला आणि तोंड बंद.

''ती म्हणतेय की तिला ती ओळखत नाही,'' साँग म्हणाली.

त्यांच्यामागे एक वृद्ध उभा होता, जो त्यांच्याकडे पाहत नसल्याचं भासवत होता. त्याच्या चेहऱ्याची ठेवण पुष्कळशी त्या वेट्रेससारखी होती. तो तिचा पिता असावा, असा जिआननं अंदाज बांधला. तसंच तो रेस्तराँचा मालकही असावा. जिआन म्हणाला, ''चल, आपण त्याला विचारू.''

जिआननं अल्बम त्याला दाखवला. तो म्हाताऱ्याला लबाड समजला होता; पण आता तसं वाटत नव्हतं. डोकं खाजवत तो फोटो पाहत होता, मध्येच विचार करत असल्यासारखं आढ्याकडे पाहत होता. मग त्यानं आणखी एक फोटो पाहिला आणि डोकं नकारार्थी हलवलं.

तसंच तो जिआनची मदत करू शकत नसल्याची खिन्नताही त्याच्या चर्येवर दृग्गोचर झाली. त्यानं अल्बम परत केला.

''ती कोण आहे, ते त्याला हवंय,'' साँग जिआनला म्हणाली.

''त्याला सांग की तिच्या काही मैत्रिणींना तिच्याशी बोलायचंय, पण ती सापडत नाहीये. मी तिचा बाप असल्याचं त्याला सांगू नकोस.''

''पण हे प्रकरण काय आहे, ते त्याला जाणून घ्यायचंय.''

''प्रेमप्रकरण आहे असं सांग. तिचा प्रियकर तिचा शोध घेतोय; पण त्याच्या आई-वडिलांना ते पसंत नाहीये. त्याला सांग की, प्रियकर आत्ता शहराच्या दुसऱ्या बाजूकडची चिनी रेस्तराँ शोधतोय. दुसरं कुणीतरी तिचा शोध इतर रेस्तराँमधून घेत फिरतंय, याची त्याला योग्य जाणीव करून दे.''

''आपण कोण आहोत, असं तो विचारतोय.''

''त्या दोघांच्या लग्नासाठी प्रयत्न करणारे त्यांचे मित्र आहोत, असं सांग आणि आपल्या दोघांसाठी एक टेबल हवंय असंही सांग.''

त्यांना कोपऱ्यातलं एक टेबल दिलं गेलं.

दिव्यांची व्यवस्था अशी होती की, टेबलाभोवतालच्या लोकांना टेबलवरचं व्यवस्थित दिसेल; मात्र आजूबाजूचं काहीही स्पष्ट दिसणार नाही. ते म्हणजे जेवण्यासाठी गुहेत जाण्यासारखं होतं. मेन्यू इंग्लिश आणि चिनी भाषेमध्ये होता. जिआननं सर्व मेन्यू वाचून काढले, केवळ ओळखीची भाषा, शब्द वाचायला मिळाले म्हणून. ते पदार्थ चीनच्या दक्षिण भागातले होते.

''तुम्ही मला त्यांच्याशी खोटं बोलायला का लावलंत? मला ते आवडलं नाही. ते अजोबा सज्जन वाटतात.''

"मला त्याच्या प्रतिक्रिया पाहायच्या होत्या."

"ते खोटं बोलत होते, असं तुम्हाला वाटतंय?"

"पोलीसवाला विचार करत नाही, केवळ पुरावे सिद्ध करतो." त्याचं हे विधान तद्दन फालतू होतं; पण लोकांचं त्यामुळे समाधान होतं.

नेहमीपेक्षा दहापट महाग का होईना, पण तिथे त्सिंगताओ बिअर मिळेल, हे कळल्यावर तो आनंदला; पण समोर आलेली छोटी बाटली पाहून तो हडबडलाच. त्यानं स्वत:साठी मेन्यू ऑर्डर केला आणि सॉंगनं केवळ ज्यूसची ऑर्डर दिली.

"आता तुम्ही काय करणार आहात?" तिनं विचारलं.

"चौकशीचे अन्य मार्ग चोखाळणार."

"तुम्ही स्थानिक पोलिसांना सांगायला हवं."

जिआनला त्याचा भरवसा नव्हता. हरवलेल्या व्यक्तींचं काय होतं, याची त्याला कल्पना होती. फाइल उघडली जाते, चौकशीसाठी एक पोलीस पाठवला जातो आणि उरलेला दिवस सुटी घेतली जाते. प्रत्येक पोलिसाला कल्पना असते की, हरवलेल्या व्यक्तींबाबत कुठलीच आशा नसते. त्या परत येतात किंवा येत नाहीत, बस्स!

त्यानं टॉयलेटसाठी टेबल सोडलं. टॉयलेट्स तळघरात होती. टॉयलेट्सच्या पलीकडेही एक दार होतं, पण ते कडीनं बंद केलं होतं. 'बॅंक ऑफ चायना ग्रेट वॉल'च्या डेबिट कार्डनं ती कडी उघडण्याची त्यानं खटपट केली; पण व्यर्थ. चीनमध्येदेखील अशा प्रकारचे लॅचेस् होते, जे अगदी सहज उघडायचे. त्यांच्याकडून सुरक्षेची फारशी अपेक्षा ठेवण्यात अर्थ नव्हता; मात्र इथे परिस्थिती वेगळी होती. त्यानं डेबिट कार्डच्या साहाय्यानं कितीही खटपट केली, तरी ते लॅच उघडायला तयार नव्हतं. त्याच्या या खटपटीमुळे कार्डवर ओरखडे उमटू लागले. त्या बंद दारापलीकडे गजबजलेली स्टाफरूम असणार आणि तिथे काहीनाकाही धागेदोरे आपल्याला सापडतील, अशी कल्पना त्यानं केली. कदाचित असं काहीच नसेलही; पण त्याला प्रयत्न करून पाहायचाच होता. प्रयत्नात शेवटी कार्डाचे दोन तुकडे झाले. तो निराश झाला. चीनमध्ये सगळंच केवढं सोपं असतं.

कोणीतरी जिना उतरत असल्याची त्याला चाहूल लागली. बहुधा म्हातारा तपासणीसाठी येत असावा. शेवटच्या पायरीवरून कार्पेटवर हलकं पाऊल पडल्याचं जिआननं ऐकलं. कार्डाचा तुटलेला दुसरा तुकडा शोधण्यासाठी आता वेळ नव्हता. तो त्वरित जवळच्या टॉयलेटमध्ये घुसला आणि चाहूल त्याच्या दिशेला आली.

टॉयलेटच्या फ्लश टॅंकवर नकली फुलांची एक फुलदाणी होती आणि हॉंग कॉंग चित्रपटसृष्टीतल्या एका हिरोचं पोस्टर. निष्कारण वेळ घालवणं, तेही टॉयलेटमध्ये आणि विशेषत: स्त्रियांच्या, त्याला अजिबात पसंत नव्हतं. अर्थात तिथे काय

सापडणं त्याला अपेक्षित होतं? वेई वेईचं नाव असलेली तिच्या कामांची यादी, हुकवर लटकवलेली तिची बॅग, कर्मचाऱ्यांच्या सहलीच्या फोटो अल्बममधला तिचा फोटो? त्याला पुराव्याची आवश्यकता नव्हती, त्याला पुरेपूर कल्पना होती की, थेरडा खोटं बोलत होता.

बाहेर अजूनही कोणीतरी घुटमळत होतं, त्यामुळे त्यानं सिंकच्या काठावर डेबिट कार्डचा तुकडा ठेवला; फ्लश आणि नळ सोडला. कार्ड काठावरून सटकलं आणि कोपऱ्यात गेलं. तुटकं कार्ड, ही वाईट बातमी होती, कारण आता त्याला एटीएम वापरता येणार नव्हतं. त्याच्याजवळचे तुटपुंजे पैसे संपल्यावर त्याचे वांधे होणार होते. कार्ड उचलण्यासाठी तो वाकला आणि थबकला. टाइल्सच्या मधल्या सिमेंटवर चिनी लिपीत काहीतरी लिहिलेलं त्याला दिसलं. त्यानं ते नीट वाचलं. 'रटाळ, रटाळ, रटाळ' त्याच्या खाली हसऱ्या सूर्यफुलाची आकृती!

दुसऱ्या एके ठिकाणी लिहिलं होतं, "माझा बॉस रंगेल लांडगा आहे आणि घाणेरडा." आणखीही कुठेकुठे काहीबाही लिहिलेलं होतं, पण ते वाचण्याची त्याला आवश्यकता नव्हती. हे त्याच्याच पोरीचं कर्म. वैतागलेली वेट्रेस, टॉयलेटमध्ये ज्यादा वेळ काढणारी, आपल्या भावना टॉयलेटच्या भिंतीवर व्यक्त करणारी.

जिआन टॉयलेटबाहेर आला. म्हातारा तिथेच उभा होता, जणू आपल्यालाही टॉयलेटमध्ये जायचं असल्याच्या आविर्भावात. त्याच्याकडे पाहून जिआननं मान झुकवली आणि तो जिना चढू लागला.

१

“कदाचित असं झालं असेल,” साँग म्हणाली. “तिनं मॉडेलिंग सुरू केलं असेल. ती दिसायला छान आहे; पण तुम्हाला ते पसंत नसल्यामुळे तिनं ते तुम्हाला सांगितलं नसेल. मग ती शूटिंगसाठी एखाद्या निर्जन ठिकाणी गेली असेल आणि तिथे कुठल्याशा अडचणीत सापडल्यामुळे तिनं तुम्हाला फोन केला असेल... त्या वेळी तिचा फोन तिच्या हातातून पडला असेल... बहुधा नदीत किंवा समुद्रात. ती त्या वेळी एखाद्या यॉटवर असेल.” तिनं दिलासादायक कथा रंगवली होती आणि स्वत:च्या कल्पनाशक्तीवर ती खूश झाली होती. “माझ्याबाबतीत एकदा तसं झालं होतं, म्हणजे माझा फोन हरवला होता; मला त्यामुळे खूप त्रास झाला होता.”

ती एवढी आनंदी आणि सडेतोड होती. जिआनला तिच्यासारख्यांची कल्पना होती. आधुनिक शहरी चिनी मुलगी, लाडाची एकुलती एक, उच्चशिक्षित, स्वत:च्या मर्जीप्रमाणे सगळं मिळवणारी, सुखकर विश्वात वाढवली गेलेली, जिथे कशाची वानवा नव्हती. उलट हवं ते उपलब्ध होतं, मिळत होतं.

ऐंशीच्या दशकात अशा तऱ्हेच्या सुखवस्तू पिढीचं अस्तित्व होतं? त्यांचं सर्व जीवन प्रगतीच्या लाटेवर स्वार होण्यात गेलं होतं. सायकल आणि घड्याळ मिळवण्याचं स्वप्न पाहण्याची त्यांना शिकवण मिळत होती, मग टेलिव्हिजन आणि रेफ्रिजरेटर्स आले, मग कार्स आणि कम्प्यूटर्स. जग फक्त त्यांना देण्यासाठी जणू सज्ज असल्याचा त्यांच्या मनात विश्वास होता. त्यांना घेण्याव्यतिरिक्त काही ठाऊक नव्हतं, त्यामुळे ती पिढी कोवळी, अननुभवी होती. परदेशी लोकांप्रमाणेच पोरकी होती.

त्याच्या स्वत:च्या पिढीनं सांस्कृतिक क्रांतीच्या झळा सोसल्या होत्या. सत्तरच्या दशकात जिआन स्वत: ‘रेड गार्ड’ होता. साम्यवादाच्या उभारणीसाठी त्यानंही कंबर कसली होती आणि इतर रेड गार्ड्सबरोबरच्या लठ्ठालठ्ठीत त्याच्या अंगी धटिंगणपणा माजला होता. बुद्धिवाद्यांचा अवमान करणं, पुरातन स्मृतिस्थळं उद्ध्वस्त करणं आणि पुस्तकं, ग्रंथ जाळून टाकणं, यासाठीही त्यानं आपला बहुमोल वेळ दिला होता. त्यानं शिक्षकांच्या तोंडावर काळं फासलं होतं आणि त्यांच्या गळ्यांमध्ये अवमानकारक मजकुराच्या पाट्या लटकावून त्यांची धिंड काढली होती.

मिळालेल्या आदेशांप्रमाणे त्यानं समर्थन अथवा विरोध केला होता आणि मनापासून माओची भक्ती केली होती. त्याच्या जीवनात गाणी, उत्कटता आणि

ध्येय होतं. मग काळानं कूस बदलली आणि ज्या दिव्याच्या उजेडात त्यांनी मार्गक्रमण केलं होतं, त्या दिव्याच्या उजेडासमोर केवळ एक पोकळी होती. भूतकाळातला संघर्ष, म्हणजे वेळेचा अपव्यय होता, हे उघडकीस येत होतं आणि त्याचा आदर्श असलेला माओ हरामखोर थेरडा आणि लफंगा होता, हे त्यांच्यासमोर आलेलं वास्तव होतं. असो, आता पुनश्च त्याची फसवणूक होणार नव्हती. आता त्याचा कशावरही विश्वास नव्हता – नशीब आणि पैसा हेच सत्य होतं आणि या दोहोपैंकी एक तुमच्याकडे असायलाच हवं.

त्यानं सिगारेट काढली. ती बनावट होती, हे खेदजनक होतं; पण मग रोल्स रॉइस, क्लार्क्स शूज आणि जंटलमन कल्चरचं काय?

"इथे तुम्हाला सिगारेट ओढता येणार नाही."

"का? हे रेस्तराँ आहे ना?"

"होय आणि रेस्तराँमध्ये सिगारेट ओढता येत नाही."

"हा असला कसला देश आहे? बसमध्ये ओढायची नाही, हे मी समजू शकतो; पण रेस्तराँ?" सिगारेट पाकिटात ठेवताना त्यानं ती एकदा अभिलाषेनं पाहून घेतली. "खाणं झाल्यावर सिगारेट ओढणं चांगलं असतं, त्यानं पचनाला मदत होते."

त्यानं सभोवती नजर फिरवली. वेट्रेसचा चेहरा ठरवून कोरा होता, पण ती काउंटरवर बोटांनी टकटक करत होती. मालक फोनवर बोलत होता. त्याची आणि जिआनची नजरानजर झाली. त्यानं नजर फिरवली. त्यांच्यावर दबाव आणणं सुखकर होतं; पण या वातावरणात ही मुलगी बरोबर असणं अडचणीचं होतं. "आता तू घरी जाऊ शकतेस, प्लीज."

"ठीक आहे. मी तुमची आणखी काही मदत करू शकते का?"

"तुझा नंबर देऊन ठेव. रात्री उशिरा कदाचित मी फोन करेन. फोन जवळ ठेव."

ती गेल्यावर त्याला लगेच चुकल्यासारखं वाटू लागलं. चलाख, सुज्ञ, सज्जन मुलगी – त्याच्या मनात येऊन गेलं की, त्याची लेकही तशीच असती, तर किती बरं झालं असतं.

खाणं यथातथाच होतं. मटण सुकं आणि बेचव, भाज्या चामट आणि सॉस चिकट. जिभेला चव आणण्यासाठी त्यानं आणखी एक त्सिंगताओ बिअर मागवली.

शेजारच्या टेबलावरचं युगूल निघून गेलं आणि आता तो एकटा उरला होता. त्यानं वाचण्यासाठी वर्तमानपत्र काढलं आणि जर्मन फुटबॉलबद्दलची माहिती वाचण्याचा तो बहाणा करू लागला.

तेवढ्यात एका चिनी युवकानं रेस्तराँमध्ये प्रवेश केला. लेदर जॅकेट, जीन्स आणि आभूषणं – तो गुंड प्रवृत्तीचा भासत होता. चिनी पोरांपेक्षा बरे कपडे घातलेला,

कदाचित शिष्टाचारही अंगी असलेला, पण रोख तसाच. वेट्रेस दारामागे गेली आणि स्मित करत, हात चोळत मालक काउंटरवर आला.

तिरप्या नजरेनं जिआनचं निरीक्षण चालू होतं. ते दोघं गप्पा मारू लागले; पण म्हाताऱ्याचं स्मित कृत्रिम होतं, त्याच्या चेहऱ्यावर भीतीचं सावट होतं. चिनी युवक रेस्तराँमधून नजर फिरवू लागला. त्याची आणि जिआनची नजरानजर झाली.

त्याच्या तोंडात माचिसची काडी होती. जिआनच्या दिशेनं येत त्यानं विचारलं, ''तुम्ही एका मुलीचा शोध घेताय असं कळलं.''

१०

तो उंच आणि सडपातळ होता. त्याच्या चेहऱ्याची ठेवण नाजूक होती, जवळजवळ बायकी म्हणता येण्यासारखी. त्याच्या डोळ्यांच्या खोबण्या खोल होत्या आणि पापण्या लवण्याचं त्याचं प्रमाण सामान्यांपेक्षा कमी होतं. त्याच्या गालांची हाडं उठावदार, त्वचा फिकी आणि केसांचं वळण फॅशनेबल होतं. तो मॉडेल म्हणून शोभला असता; पण त्याच्या चेहऱ्यात एक वैगुण्य होतं, खालच्या ओठाखालची एक जन्मखूण. लोकांची नजर तिच्यावरून हटवण्यासाठीच कदाचित तो माचिसची काडी तोंडात धरत असेल.

"कोण ती पाहू," म्हणत त्यानं अल्बमवरून नजर फिरवली; पण त्याच्या नजरेनं ओळख दर्शवली नाही.

"अहं, ओळखत नाही, पण ओळख करून घ्यायला आवडेल छकडी दिसतेय."

"तू मॅन्डरिन कसं बोलतोस? हाँग काँगचा आहेस ना?"

"सर्व चिनी लोकांना मातृभूमीची भाषा यायलाच हवी," म्हणून अल्बमकडे निर्देश करत त्यानं विचारलं, "या मुलीची भानगड काय आहे?"

आता जिआन उत्तरं देणारा झाला होता, म्हणजेच तरुणाला त्याच्या कामाची जाण होती. त्यानं आपला स्वरही उंचावला होता; पण आपण साधे आणि निरुपद्रवी असल्याचं भासवण्यासाठी त्यात थोडा कंप ठेवला होता.

"एक पोरगा तिचा शोध घेतोय. तिकडे घरी त्यांचं लफडं होतं. आमच्याकडे तिची एवढीच माहिती आहे की, ती इथे एका चिनी रेस्तराँमध्ये काम करते. मी तशा बऱ्याच रेस्तराँमधून फिरलो, पण सगळी एकसारखीच दिसतात आणि त्यांचे पदार्थही एकसारखेच भयंकर असतात. असं का असेल, असं तुला वाटतं?"

"गोरे लोक कशालाही नावं ठेवतात. त्या डुकरांना चांगलं खायला घालण्यात अर्थ नाही, त्यांना ते कळायचंही नाही. तुम्ही इथे बरेच दिवस राहणार आहात?"

"अजून दोन-तीन दिवस. अजून पुष्कळ ठिकाणं तपासायची बाकी आहेत. पैसे कसे पुरतात, त्यावर अवलंबून आहे."

"तुमचं नाव काय?"

फ्लाइटमध्ये त्यानं काही सहप्रवाशांची कार्ड्स घेऊन ठेवली होती, त्यातलं एक त्यानं तरुणाला दिलं आणि ते अदबीनं देताना त्यावरलं नाव त्यानं पाहून घेतलं.

''रिफायनरीचे सब-मॅनेजर? तसे वाटत नाही तुम्ही.''

या सामान्य गप्पा नव्हत्या. ओघात एवढी चौकशी होत होती. फोनवर बोलणारा म्हातारा जिआनला आठवला आणि त्याच्या मनात आलं की, म्हाताऱ्यानंच तरुणाला बोलावून घेतलं असणार.

''आणि तू?''

''मॅन्डरिनमध्ये तुम्ही म्हणाल 'ब्लॅक फोर्ट.'''

हेई लेई – ते कॅन्टॉनीजपेक्षा चांगले वाटणारे होते. पोराकडे निदान कल्पकतातरी होती, नपेक्षा ते सामान्यत: केवळ 'ड्रॅगन' हेच नाव वापरतात.

मालक आला आणि हातवारे करत कसनुसं हसत बोलू लागला. रेस्तराँ बंद करण्याची वेळ झाल्याचं तो सांगत होता, हे स्पष्टच होतं. आपल्याला ते कळत नसल्याचं जिआननं भासवलं. भोळेपणाचा आव आणणं नेहमीच फायद्याचं असतं. लोक तुम्हाला कमी लेखतात.

तरुण म्हणाला, ''तो म्हणतोय, रेस्तराँ बंद करण्याची वेळ झालीय.''

आता, दोघांना एकत्र पाहता अस्वस्थपणे उभा असलेला मालक आणि आरामात खुर्चीत बसलेला तरुण, यांपैकी कोण वरिष्ठ आहे, ते स्पष्ट झालं होतं.

ब्लॅक फोर्टनं डेबिट कार्डचा अर्धा तुकडा टेबलावर टाकला. जिआननं आपला हात त्यावर ठेवला, तरुणानं त्याचा हात जिआनच्या हातावर ठेवला. त्याची बोटं लांबसडक आणि स्वच्छ होती; आणि नखं व्यवस्थित कापलेली होती. हातांचे तळवे उबदार आणि मऊ होते; पण कडांवर कठीण. मार्शल आर्ट्सची देणगी.

दोघं एकमेकांकडे रोखून पाहू लागले. तरुणाच्या बुबुळांभोवती पिवळं कडं होतं. जिआनला उमजलं की, तरुण खोटं बोलत होता आणि आपण खोटं बोलत असल्याचंही त्याला उमजलं होतं. तरुणाची पापणी लवत नव्हती.

''तू ताओवादी आहेस,'' जिआन म्हणाला.

''मी वास्तववादी आहे,'' तरुण म्हणाला, ''मला काय वाटतंय ते सांगू? मला वाटतंय तिला स्वत:ला सापडू द्यायचं नाहीये.''

जिआननं बिअर संपवली.

''तुझ्या मताबद्दल धन्यवाद.''

बिल देताना नोटांच्या पातळ बंडलाच्या दर्शनानं जिआन अस्वस्थ झाला. घरून निघताना त्यानं नऊ हजार युआन बरोबर घेतले होते आणि इथे ते सगळेच्या सगळे बदलून घेतले होते. त्याची अपेक्षा होती की, तेवढ्या पैशांतून त्याचा राहण्याचा, खाण्याचा, प्रवासाचा, तसंच द्यावी लागल्यास लाचेचा आणि पोरगी सापडल्याप्रीत्यर्थ पार्टीचाही खर्च भागेल; पण आताच ते जवळजवळ संपुष्टात आले होते.

मालकानं त्याला रेस्तराँबाहेर सोडलं. रात्र होती, तरी दिव्यांचा उजेड पुष्कळ

होता. सर्व जहिराती दिव्यांनी झळकत होत्या. सिगारेट पेटवताना दुकानाच्या काचेतल्या प्रतिबिंबात जिआननं रस्त्याचं निरीक्षण करून घेतलं. दोन ठिकाणी दोन व्यक्ती उभ्या होत्या. त्यानं झपझप चालायला सुरुवात केली आणि तो अचानक उलटा फिरला. मग हरवल्याच्या बहाण्यानं तो डोकं खाजवू लागला आणि इकडेतिकडे पाहू लागला. मग पुन्हा तो आल्या मार्गानं जाऊ लागला. दोन्ही व्यक्तींनी जागा सोडल्या होत्या. त्याचा पाठलाग होत होता.

११

रस्त्याच्या कडेला पार्क केलेल्या असंख्य कार्स आणि दुकानांच्या खिडक्या, म्हणजे प्रतिबिंबांचा अखंड चित्रपटच होता जणू. रस्त्याच्या पलीकडच्या बाजूनं एक मनुष्य, अंगावरल्या लाँग कोटच्या खिशात हात घालून जिआनच्याच गतीनं चालत होता. तो बरा वाटत होता – निदान स्वाभाविक वाटत होता आणि रस्त्याच्या या बाजूनं एक सडपातळ तरुण मध्येच एखाद्या कारचा आडोसा घेत जिआनच्या मागावर होता, तो अर्थातच अननुभवी होता.

थोड्या वेळातच जिआनची खातरी पटली की, ते दोघंच काय ते त्याच्या पाठीवर होते. पाठलागासाठी दोन व्यक्ती अपुऱ्या होत्या, किमान चार असणं आवश्यक असतं, पुढे दोन आणि मागे दोन. जिआनला विश्वास वाटत होता की, तो त्यांना गुंगारा देऊ शकेल. तो अचानकपणे दोन वळणं घेऊन उलटा फिरेल आणि एखाद्या बारचा किंवा रेस्तराँचा आसरा घेत त्याच्या मागच्या दारातून निसटेल किंवा सरळ टॅक्सी पकडेल.

पुढल्या एका गल्लीत त्याला बार दिसला. तिथे बाहेरच्या बाजूला एक तरुण पोट धरून ओणवा झाला होता. त्याला बहुधा उलट्या होत होत्या. त्याच्या खिडकीतून त्याला दिसलं की, तो चांगलाच भरलेला होता. तिथे तो त्याच्या मागावरच्यांना सहज गुंगारा देऊ शकेल; पण त्यांना नुसता गुंगारा देणं भागणारं नव्हतं, तर त्यांच्यावर डाव उलटवणं महत्त्वाचं होतं.

तो एखाद्या गाणाऱ्या मुलीबरोबर कराओके बूथमध्ये जाईल आणि त्यांच्यापैकी एकाची नजर बूथवर असताना तो बूथमधून निसटून त्यांच्या हातावर तुरी देईल. मग त्यांची जेव्हा खातरी पटेल की, त्यांनी त्याला गमावलं आहे, तेव्हा तो त्यांच्या पाठीवर जाईल.

त्याच्यात उत्साह संचारला. पुष्कळ काळ त्यानं टेबलामागे काम करण्यात घालवला होता. आता त्याला मोहिमेवर जाणाऱ्या, गुंडांवर कुरघोडी करणाऱ्या उत्साही पोलिसासारखं वाटू लागलं होतं. बुद्धी शाबूत ठेवून घाणेरड्या गल्ल्यांमधून फिरणाऱ्याला किमान एक ज्ञान असतं की, तो जिवंत आहे.

त्यानं स्वत:ला सावध केलं. तो चुकीचा प्रतिसाद होता, थकवा आणि आवेश यांच्या संयोगातून निर्माण झालेला बेशिस्त विचार. ही मोहीम नव्हती, तर त्याच्या मुलीला धोका होता. या विचारांनी तो पुन्हा गंभीर झाला.

तो रस्त्यावर उतरला आणि एका कारला जाऊ देण्यासाठी थबकला. कारचा वेग

वाढला आणि ती त्याच्या अंगावर आली. ती बसक्या ठेवणीची, पिवळ्या रंगाची, गडद काचांची कार होती. तिच्या काचेत त्याला स्वत:चं भांबावलेलं प्रतिबिंब आणि प्रकाशमान स्ट्रीट लाइट्स दिसले. ड्रायव्हर शेजारचं दार उघडत होतं. त्यानं मागे झेप घेतली. कारचं बॉनेट त्याच्या सूटकेसवर आपटलं आणि नंतर तुटताना बॅगवरची त्याची पकड ढिली पडली. कारचं उघडं दार त्याच्या पोटावर आपटलं.

तो कोसळला आणि त्याचं डोकं फुटपाथच्या कडेवर आपटलं. टायर्सची रस्त्यावरली करकर आणि पळणाऱ्या पावलांचे आवाज त्याचे कान टिपत होते, पण ते आवाज जणू फार दूरवरून ऐकायला येत होते. त्याच्या डोळ्यांपुढे केवळ दिव्यांचे उजेड दिसत होते.

त्याचं जॅकेट डोक्यावर ओढलं जाऊन त्याचे हात अडकवले गेले आणि चेहरा झाकला गेला. त्याच्या मानेवर भार टाकला गेला आणि त्याचे खिसे तपासले जाऊ लागले. प्रचंड क्रोधानं त्याला शक्ती बहाल केली. तो झटक्यात वळला आणि त्यानं हात झटकला. त्याचं कोपर कशावरतरी आपटलं आणि खांद्यात झिणझिण्या आल्या.

त्याच्या पोटात कळ उठली आणि तो खाली वाकला. तो मुठी आवळू लागला आणि आणखी एका प्रहारासाठी त्यानं स्वत:ला सज्ज केलं.

कोणीतरी आरडाओरड केली. पुढचा प्रहार झालाच नाही. पावलं पळत दूर गेल्याचं आणि कारचं इंजीन सुरू होऊन ती दूर गेल्याचं त्यानं ऐकलं.

तो शिथिल झाला आणि त्यानं फुटपाथचा आधार घेतला. त्याचं जॅकेट डोक्यावरून दूर झालं आणि तो उठला. त्याच्या घशातून घरघर येत होती. त्याच्या गालांवर खडी बोचत होती. नजरेची धूसरता दूर झाली आणि त्याला स्वत:चा अवतार स्पष्ट होऊ लागला, घामेजलेला, फिका पडलेला. उलटी झाल्यामुळे त्याचं तोंड आणि हनुवटी घाण झाली होती.

बारमधले संगीताचे ठोके जणू त्याच्या मस्तकशूळाच्या ठेक्यावर चालू होते. त्याच्या सूटकेसबरोबर त्याच्या खिशांमधल्या वस्तूही नाहीशा झाल्या होत्या. त्याला लुटलं गेलं होतं. त्याच्या लुटारूंचं किंचितमात्र दर्शन त्याला झालेलं नव्हतं; पण याहून वाईट घडण्याची शक्यता होती. मघाच्या त्या उलट्या करणाऱ्या माणसाच्या आरडाओरडीनं ते घाईघाईत निघून गेले होते आणि त्यानं त्यांच्यापैकी एकाला कोपराचा प्रसादही दिला होता.

तो बारबाहेरचा माणूस अजूनही गुंडांना शिव्या घालत होता. आता त्यानं जिआनच्या खांद्यावर सहानुभूतीनं हात ठेवला होता. जिआनला सहानुभूती नको होती. त्याला वाटत होतं, की रस्त्यात तसंच पडून राहावं आणि जरा वेळ दम खावा. त्याहून उत्तम होतं, इथून हजारो मैलांवर आपल्या बिछान्यात पडून राहावं.

पण त्याची लेक इथे बेपत्ता होती. तो ओणवा झाला आणि तो पडला होता

तिथे निरीक्षण करू लागला. तिथे त्याला माचिसच्या काडीचा एक तुकडा सापडला. जो एका बाजूला ओला होता. तो तोच होता, ब्लॅक फोर्ट. त्यात आश्चर्य वाटण्यासारखं काही नव्हतं. त्याचा जिआनच्या सांगण्यावर विश्वास बसलेला नव्हता. जिआन कोण आहे, त्याचा छाडा लावणं, त्याला सक्त ताकीद देणं आणि त्याला निष्क्रिय करणं, असा त्याचा मानस होता.

तो धडपडत एका हातानं पोट धरून दुसऱ्या हातानं भिंतीचा आधार घेत मार्गक्रमण करत राहिला.

तो आल्या मार्गानं परत जाऊ लागला. त्याच्या शेजारून झोकलेल्यांची एक जोडगोळी गेली. आज जणू कसलासा उत्सव असावा. जो तो झिंगलेताच दिसतोय. तो त्या वातावरणात चपखल बसत होता. त्यालाही धड चालता येत नव्हतं.

तो 'फ्लोटिंग लोटस'पाशी पोहोचला. त्याला दिसलं की, रेस्तराँ बंद होतं, पण दरवाजांच्या फटींमधून पाहिल्यावर त्याला दिसलं की, आतमधले दिवे चालू होते आणि माणसांच्या काही आकृत्या आतमध्ये हालचाल करत होत्या.

तो रस्त्यापलीकडल्या इमारतीपाशी गेला आणि तिच्या गडद सावलीत त्यानं आडोसा घेतला. तो फारसा सुरक्षित नव्हता, पण त्याला त्यावरच भागवावं लागणार होतं; मात्र तिथून त्याला रेस्तराँवर चांगली नजर ठेवता येत होती.

त्याच्या मनात येऊन गेलं की, त्याची अवस्था आणखीही गंभीर होऊ शकली असती. तसं थोडक्यातच निभावलं होतं. त्याचे सर्व अवयव शाबूत होते. त्याचबरोबर त्याच्या पट्ट्यात सुरक्षित असलेला पासपोर्ट आणि फ्लाइटचं तिकीट त्यांना मिळालं नव्हतं. त्याच्या बॅगमध्ये त्यांना केवळ अंतर्वस्त्रं आणि प्रसाधनं सापडतील, या कल्पनेनं त्याला त्याही परिस्थितीत हसायला आलं. त्याची बॅग गेली, हे एकापरीनं उत्तमच झालं होतं, कारण त्याला बॅगचं लोढणंच झालं होतं. त्याच्या पाकिटातही फारसे पैसे नव्हते आणि डेबिट कार्डतर निरुपयोगीच झालं होतं. त्याच्या व्हिजिटिंग कार्डवरूनही त्यांना त्याच्या नावाव्यतिरिक्त फारसं कसलं आकलन होणार नव्हतं. त्यानं हसणं थांबवलं, कारण त्यामुळे त्याच्या डोक्यात कळ जात होती.

त्यानं सिगारेट पेटवली आणि तिच्या पेटत्या बाजूला हाताचा आडोसा धरला. सिगारेटनं त्याला बरं वाटलं, शारीरिक वेदनांवरून त्याचं मन आता सिगारेटवर गेलं; परंतु झुरका घेतल्याबरोबर त्याच्या कुशीत दुखू लागलं. म्हणून मग तो हलकेच झुरका घेऊ लागला. त्याच्या कोपराचा प्रहार गुंडाच्या नाकावर बसला असावा, असं त्याला वाटलं.

हा प्रदेश कठोर होता, कुणा साध्या मुलीच्या रहिवासास अयोग्य. तिच्या खोटं बोलण्यावर अथवा तिच्या अपयशांवर तिला बोल लावण्याऐवजी त्यानं स्वत:ला दोष दिला. त्यानं तिला जाऊ द्यायला नको होतं. खरं म्हणजे जाण्यासाठी तिला

भरीस घालायला नको होतं. तिला जाऊ देणं त्याच्यासाठी केवढं सोईस्कर होतं. त्यानं स्वत:ची समजूत घालून घेतली होती की, ते तिच्याच भल्यासाठी होतं; पण खरंतर त्यात त्याचाच लाभ होता. तिची जबाबदारीही त्याच्या खांद्यावरून उतरणार होती, तसेच त्यांच्या एकत्र सहवासातले अवघड प्रसंगही टळणार होते. या विचारांच्या बोचणीपेक्षा त्याला माराचं दु:ख सुसह्य वाटलं.

तो वाट पाहत थांबला. त्याच्याकडे पैसे नव्हते तर काय झालं? झोपण्यासाठी तो कार चोरेल आणि पोट भरण्यासाठी हात पसरेल. काहीही करण्यास तो आता मागे-पुढे पाहणार नव्हता. आता कुठलाही अडसर त्याचा मार्ग रोखणार नव्हता. तो त्याच्या लेकीला शोधून काढणारच होता.

सुवर्ण पर्वत

१२

कंटनेर ट्रकच्या हौद्यात ठेवलेल्या, आतून कार्बन पेपरचं आच्छादन असलेल्या एका खोक्यात डिंग मिंग पोटाशी पाय घेऊन आडवा पडलेला होता. त्याची पाठ आणि कंबर दुखायला लागली होती; पाय बधिर झाले होते. खोक्यातली हवा अशुद्ध झाल्यामुळे त्याच्या फुप्फुसांवर अतिरिक्त ताण पडत होता. घामामुळे त्याचे कपडे अंगाला चिकटलेले होते. घामाच्या धारा त्याच्या पापण्यांवरून, नाकावरून वाहत होत्या.

त्याला लघुशंका करायची होती. ती तो त्यांच्याजवळच्या पाण्याच्या बाटलीतही करू शकत होता; पण तेवढ्यात त्याच्या लक्षात आलं की, तिचं बूच गायब होतं. शोधाशोध करून ते त्याला दिसलं; पण तोही आणि ते बूचही अडनिड्या ठिकाणी असल्यामुळे त्याला ते घेता येत नव्हतं. त्या प्रयत्नांमध्ये त्याच्या पायाच्या अंगठ्यानं खोक्याचा कार्बन पेपर फाटला. त्याचं महत्त्व त्याला कळलं नाही, कारण मुळातच तो आतून का लावला होता, याची त्याला कल्पना नव्हती. त्याचा अंदाज होता की, दुष्ट संमंधांपासून त्याचं रक्षण व्हावं, यासाठी किंवा कस्टम्सच्या यंत्रांना गुंगारा देण्यासाठी तो लावला असावा; पण आता तो फाटणं फारच धोकादायक ठरण्याची शक्यता निर्माण झाली होती. एवढी, की त्यामुळे कदाचित पुऱ्या साहसावर पाणी फेरलं जाण्याचाही धोका होता. या विचारांनी तो भांबावला. काळ्या युनिफॉर्म्समधले सैनिक, अलार्मचा गोंगाट, संमंधांच्या घिरट्या इ. दृश्यं त्याच्या मनोपटलावर साकारू लागली.

त्यातच लघुशंकेची गरज अधिक तीव्र झाली. त्याला नव्यानं घाम फुटला आणि ती घाणेरडी, गरम हवा फुप्फुसांत ओढून घेणं जणू तप्त वाळू गिळण्यासारखं त्याला वाटू लागलं. या सर्व छळवादानं तो सरळ विचार करू शकत नव्हता.

ट्रक थांबला आणि इंजीन बंद झालं. त्या शांततेनंतरदेखील ट्रकच्या चालण्यामुळे होणारा खडखडाट त्याच्या डोक्यात जाणवत राहिला.

दबक्या आवाजात कोणीतरी खोकल्याचं आणि त्या व्यक्तीला दुसऱ्या कोणीतरी शांत राहण्याचा इशारा केल्याचं त्याला ऐकू आलं. बाहेरून कसलेसे आवाज ऐकू येत होते. ते टिपण्यासाठी डिंग मिंगनं कान एकवटले. कस्टम्सच्या तपासणीच्या किंवा पोलिसांच्या धाडीच्या शंकेनं त्याच्या पोटात गोळा आला.

मागे एकदा लाकडी घरांचा आणि चंदेरी खोडांच्या झाडांचा तो देश सोडताना,

रात्रीच्या वेळी घोडागाडीनं जात असताना तो पोलिसांकडून पकडला गेला होता. त्याला आणि त्याच्या साथीदारांना लाथा घालून पोलिसांनी तलावालगतच्या एका नगरात परत पाठवलं होतं.

त्याला वाटू लागलं की, तो जोरानं श्वासोच्छ्वास घेत होता आणि तो असलेल्या खोक्याजवळ झुकलेल्या पोलिसांना तो ऐकू येत होता.

ट्रकवर दोन थापा पडल्या आणि डिंग मिंग ताठरला. धातूवर धातूच्या घर्षणाचा आवाज कानांवर आला आणि पाठोपाठ आरोळी, ''चिन्यामिन्यांनो, खाली उतरा.''

१३

डिंग मिंग त्याच्या खोक्यातून 'बर्थ डे सरप्राइज'सारखा बाहेर पडला! इतरही आपापल्या खोक्यातून बाहेर पडत होते आणि वातावरणात खोक्यांच्या उघडझापीचा आवाज भरत होता.

त्यानं त्याच्या बायकोचा शोध घेतला. छोट्या 'ये'चे केस तिच्या गालांना चिकटले होते. तिचे डोळे तांबरले होते; पण उभं राहून आळोखे देणारा तिचा चेहरा हसरा होता. तिचा घामेजलेला टी-शर्ट तिच्या अंगाला चिकटला होता. टी-शर्टच्या खांद्यावरचे छोटे लाल बो अजूनही छान दिसत होते. त्यानं तिचा हात धरला आणि दोघंही एकदम कंटेनरमधून खाली उतरले.

कंटेनर एका शेतातल्या गलिच्छ शेडमध्ये उभा होता. शेडमधली गंजलेली यंत्रं, जुन्या टायर्सचा ढीग आणि भिंतींच्या भेगांमध्ये उगवलेली झुडपं चंद्रप्रकाशात दिसत होती. तिथून दिसणारं क्षितिज घरच्या तुलनेनं उंच-सखल होतं आणि झाडं अधिक घनदाट. ट्रकच्या अखंड घरघराटानंतर आताची शांतता सुखकर वाटत होती. शांतपणे अचल राहून स्वच्छ हवेचे श्वास घेणं जणू कोल्ड्रिंक पिण्याएवढंच उत्तेजक वाटत होतं. डिंग मिंगचा आशावाद परतला. अनुपयुक्ततेची स्वत:विषयीची त्याची भावना दूर होत होती.

डिंग मिंग आणि ये, दोघांनीही लघुशंकेची निकड एकमेकांना सांगितली.

त्याचं स्वत:चं कोठेही जमू शकेल, पण येचा प्रश्न होता. त्यानं शेडमध्ये नजर फिरवली. तो उकिरडाच होता. शेडचा एक कोपरा कोसळला होता आणि त्याच्या भिंतीला आणि छताला पडलेल्या भोकांमधून चंद्रप्रकाश आतमध्ये झिरपत होता. आतमध्ये त्यांच्या कंटेनरसारखाच एक कंटेनर उभा होता. त्याच्या मागे ये आपलं काम उरकू शकेल. त्यानं मागे पाहिलं. बाकीचे 'खोकेधारक' आळोखे देत गप्पा मारत होते. मुक्कामी पोहोचल्याच्या आनंदानं त्यांचीही पीडा हलकी झाल्याचं दिसत होतं. एक गोरा मनुष्य त्यांच्यामध्ये फिरून सिगारेट्स वाटत होता. त्यांच्यापैकी कोणाचंही त्याच्याकडे अथवा येकडे लक्ष नव्हतं.

''या कंटेनरमागे जा.''

''इथे आतमध्ये करणं मला पटत नाही.''

''अगं काही हरकत नाही, ही शेड वापरातली नाहीये, काय उकिरडा आहे बघ.''

निरुपायानं ती त्याच्यामागून गेली. कंटेनरमागे बसली आणि तोही तिच्याकडे पाठ करून तिला आडोसा देत आपलं काम उरकू लागला.

"इथे खूपच दुर्गंधी आहे," ये म्हणाली.

तेवढ्यात कसल्याशा सळसळीनं डिंग मिंगचं लक्ष छताकडे गेलं. तिथे काळे पक्षी होते आणि ते दोघांकडे पाहत होते. डिंग मिंगनं जमिनीवर पाय आपटला आणि त्यांना घालवत तो ओरडला, "झ्रू... काई... जा." जराही घाई न करता छतातल्या भोकांमधून पक्षी उडून गेले.

पण त्याच्या हाकाऱ्यानं त्या गोऱ्या माणसाचं त्यांच्याकडे लक्ष गेलं. शेडच्या दिशेनं येत तो गोरा डिंग मिंगकडे पाहत ओरडत काहीतरी सांगत होता, जे त्याला कळत नव्हतं; पण त्याच्या स्वराची धार कोणालाही कळण्यासारखी होती.

"काय म्हणालात?" डिंग मिंगनं त्याला इंग्लिशमध्ये विचारलं.

"बाहेर ये."

"सॉरी, माझी पत्नी आतमध्ये लघुशंका करतेय."

इंग्लंडमध्ये इंग्लिश माणसाबरोबर इंग्लिशमधून बोलण्याचं स्वप्न डिंग मिंग उरी बाळगून होता आणि आता ते घडत होतं. दुर्दैव एवढंच, ही वेळ त्यासाठी योग्य नव्हती.

"ती पोरं जन्माला घालत असली, तरी मला त्याची पर्वा नाही, चला बाहेर."

बाजूला सरकत डिंग मिंगनं आडोसा अधिक पक्का केला आणि वेळ घालवण्याच्या इराद्यानं मनात आलं ते तो बोलून गेला "तुमचं नाव काय?" पहिल्यांदा तो इंग्लिशमधलं हे वाक्य शिकला होता.

गोऱ्याला हे अनपेक्षित होतं. "काय? केव्हिन."

यापूर्वी त्यानं गोरी माणसं फारशी पाहिलेली नव्हती आणि एवढ्या जवळून तर मुळीच नाही. केव्हिन उंच आणि ढेरपोट्या होता. त्याचा बेल्ट त्याच्या ढेरीमुळे झाकला गेला होता. त्याचे हातही जाडजूड होते, जणू तो मातीच्या गोळ्यांनीच बनला होता. तो केसाळ होता आणि डुकराच्या कातडीसारखी त्याची त्वचाही गुलबट होती. त्याच्या हनुवटीवर दाढीचे खुंट होते आणि नाकपुड्यांमधूनही केस डोकावत होते. त्याच्या व्यक्तिमत्त्वावर एवढं लक्ष केंद्रित करण्यानं त्याच्या बोलण्याकडे दुर्लक्ष होत होतं.

डिंग मिंगच्या कसनुशा हसण्यानं गोरा आणखीनच भडकला.

"हसतोस काय? बाहेर हो," म्हणत गोऱ्यानं अंगठ्यानं स्वत:मागे निर्देश केला.

पण डिंग मिंग हलला असता, तर त्याची पत्नी गोऱ्याच्या दृष्टीस पडली असती. त्याच्या अवघडलेपणाबरोबर त्याच्या कसनुशा स्मिताची रुंदीही वाढत होती. अवघडलेपणात त्याच्याकडून हे प्रतिक्षिप्तपणे घडत असे. त्याला बोलायला काही सुचत नव्हतं. तो गांगरून गेला.

"हसण्यासारखं काय आहे इथे?" असं ओरडत गोरा बाजूला सरकला आणि येकडे पाहत म्हणाला. "ए, तूही बाहेर हो, चल."

येनं घाईघाईनं पॅन्ट वर ओढली. काय हा दैवदुर्विलास. तिला तेवढीही सवलत मिळू नये? तिला आता फार लाजिरवाणं वाटेल.

डिंग मिंगनं तिचा हात हातात घेतला आणि दोघंही शेडबाहेर आले. शेडमध्ये पोहोचेपर्यंत तो गोरा त्यांच्याकडे रागारागानं बघत होता.

"हे बरं नाही झालं." मातृभाषेत, फुजियानी उच्चारात बोलताना त्याला बरं वाटलं.

"नाही, माझंच चुकलं. मी तिथे जायला नको होतं."

केव्हिन शेडच्या प्रवेशद्वारावर पत्रा लावून तो बंद करताना ती दोघं पाहत होती. त्या दोघांसाठी आता त्याच्याकडे वेळ नव्हता.

डिंग मिंगला वाईट वाटलं. त्यानं आपल्या पत्नीला अवघड स्थितीत टाकलं होतं, तसंच आपल्या यजमानांचे नियमही त्यानं मोडले होते आणि त्यांची नाराजी ओढवली होती. त्याला शेड दिसलीच नसती, तर किती बरं झालं असतं?

१४

"असो, काही हरकत नाही," डिंग मिंग येला म्हणाला, "त्या घटनेला फारसं महत्त्व देण्यात अर्थ नाही."

"कशावरून?" खालचा ओठ दातांनी दाबत येनं विचारलं. तोही विचारात पडला. ते एका नव्या देशात होते, जिथले नियमही नवे होते आणि सत्ताधारीही नवे होते. त्यांची आपली माणसं इथून खूप दूर होती. ज्यांचा त्यांच्या मदतीसाठी काही एक उपयोग नव्हता आणि त्यांच्या जवळपास एकही दिलासादायक चेहरा नव्हता.

सर्व चिनी चीनच्या फुजियान प्रांतातले होते. अन्य पाच पुरुष एकाच गावातले होते, समुद्रकिनाऱ्यावरचे. कणखर आणि अबोल. त्यांनाही आपल्या बापदादांप्रमाणे मच्छीमार व्हायचं होतं.

डिंग मिंगला जाणीव होती की, ते त्याला आपल्यापैकी एक समजत नव्हते. तो स्वत: शेताच्या छोट्या तुकड्यावर कशीबशी शेती करणाऱ्या गरीब शेतकऱ्याचा मुलगा होता तरीदेखील. त्याचं शिक्षण झालं होतं. तो मॅन्डरिन भाषेबरोबर इंग्लिशही बोलू शकत होता. तो धूम्रपान करत नव्हता आणि त्यानं आपल्याबरोबर आपली पत्नीही आणली होती. ते मात्र आपल्या बायकामुलांना घरीच सोडून आले होते. आणि त्यांना कल्पना होती की, पुढली काही वर्षं त्यांना परस्परांचं दर्शनही घडणार नव्हतं आणि अजूनही ते त्यांची मनं खंबीर करण्याच्या प्रयत्नात होते. त्यामुळेच की काय, हे प्रेमळ जोडपं पाहणं त्यांना सहन होत नसावं.

दोन जुळ्या मुली तिघी बहिणींपैकी होत्या. त्यांचे दुर्दैवी पालक मुलाची अपेक्षा धरून होते आणि त्यासाठी मोजाव्या लागणाऱ्या किमतीचा विचार न करता प्रयत्न करत होते. बुटक्या, सावळ्या आणि टपोऱ्या डोळ्यांच्या त्या मुली एकमेकींचे हात हातात धरून अंगठे चोखत होत्या.

दोन पुरुष शेडच्या भिंतीवर लघुशंका उरकत होते. मुली एका खड्ड्यात जात होत्या आणि बाकीचे सर्व जण तिकडे पाठ करून होते.

केव्हिन आणि त्याचे साथीदार सिगारेटी फुंकत गप्पा मारत होते. त्यांच्याकडे पाहत ये म्हणाली, "मला ते भीतिदायक वाटतात."

डिंग मिंग उमजला. केव्हिन आणि ड्रायव्हरच्या महाकाय शरीरयष्टीकडे आणि त्यांच्या अतिमांसल प्रकृतीमुळे कोणालाही दडपण येणं स्वाभाविक होतं; पण

त्यांच्याहून किरकोळ असलेल्या त्यांच्या साथीदारांचे खोल स्वर आणि उर्मट वर्तन यांमुळे तेही भयाचीच भावना पसरवत होते. येबरोबर स्वत:लाही दिलासा देण्याच्या उद्देशानं डिंग मिंग म्हणाला, ''तुझ्या आणि माझ्याहून ते मुळीच वेगळे नाहीत.''

बोटांनी टिचक्या वाजवत आणि एका पांढऱ्या व्हॅनकडे निर्देश करत केव्हिन पुरुषांना तिकडे जाण्यास सांगत होता, तर त्याचे साथीदार स्त्रियांना एका कारजवळ एकत्र करत होते.

''सर्व पुरुषांनी माझ्या इथे या आणि बायकांनी तिथे जा.''

तसं काही करण्याची डिंग मिंगची बिलकूल इच्छा नव्हती. त्यानं आपल्या पत्नीचा हातही सोडला नाही.

केव्हिनचे आविर्भाव आक्रमक झाले. तेवढ्यात एक चिनी पुरुष दडपणामुळे खुळ्यासारखा हसला. केव्हिननं त्याच्या नाकावर ठोसा लगावला. चिनी जमिनीवर पडला.

''माझ्याकडे पाहून हसल्याचा परिणाम,'' मूठ चोळत केव्हिन म्हणाला.

वातावरणात अस्वस्थ शांतता पसरली. पडलेला चिनी तोंडावरचं रक्त पुसत उठला. आपल्या मित्रांची मदत नाकारत, ट्रकच्या आधारानं तो उभा राहिला.

''पुरुषांनी व्हॅनकडे जा आणि बायका कारकडे.''

येनं डिंग मिंगच्या हातातून आपला हात सोडवून घेतला.

''थांब.''

''त्याला पर्याय नाही.''

''मी विचारून पाहतो.''

शब्दरचना योजताना जाणाऱ्या वेळात केव्हिन विचलित होऊ नये, म्हणून त्याच्या नजरेला नजर न देता डिंग मिंगनं त्याला सांगितलं, ''मी आणि माझी पत्नी एकत्रच आलो आहोत.''

मिस्टर केव्हिन आपल्या साथीदारांकडे पाहत म्हणाला, ''अरे! याचं इंग्लिश फारसं वाईट नाहीये.''

डिंग मिंगनं हनुवटीनं आपल्या बायकोकडे निर्देश केला. आपल्या नवऱ्यानं बोलण्याचं असं धाडस केल्यामुळे ती भेदरली होती. ''ती, माझी बायको.''

''खेदाची गोष्ट आहे, पण नाइलाज आहे. एक-दोन महिन्यांत तुम्ही पुन्हा एकत्र याल. आम्हाला आज्ञा पाळाव्या लागतात. आम्हाला ठरवून दिलेला कोटा असतो. यात मी काही करू शकत नाही.''

केव्हिननं डिंग मिंगच्या खांद्यावर हात टाकला. त्याच्या ओझ्याखाली डिंग मिंग दबला. केव्हिनच्या बोटात भलीमोठी सोन्याची अंगठी होती आणि आता तीवर रक्ताचा डाग पडला होता.

''तर आता तुम्ही एकमेकांचा निरोप घ्या. तू व्हॅनमध्ये बस आणि ती कारमध्ये जाईल.''

डिंग मिंगला केव्हिनच्या बोलण्याचा अर्थ समजला. ''आम्ही एकत्र राहतो,'' तो म्हणाला आणि विनवणीच्या स्वरात त्यानं ''प्लीज''ची पुष्टी जोडली.

''थोड्या दिवसांचा तर प्रश्न आहे. तुम्ही एकमेकांचा निरोप घ्या.''

''मी तिच्याबरोबर जातो.''

''आपण तिथे पोहोचल्याबरोबर तुला एक फोन नंबर मिळेल. मग तुला वाटेल, तेव्हा तू फोन करू शकतोस. तुझ्यापेक्षा तिचं काम कमी कष्टाचं असेल – ती फुलं वेचायचं काम करेल. एकदम सोपं काम.''

केव्हिनच्या साथीदारांनी त्यांच्यांभोवती कोंडाळं केलं. ते सर्व जण त्याच्याहून खूप उंच असल्यामुळे तो त्यांच्या सावलीत झाकोळला.

''तुझी कामं तात्पुरती असतील. जिथे काम असेल, तिथे तू फिरत राहशील. पुढच्या कामात तुम्ही दोघं एकत्र असाल, हे मी पाहतो. ठीक आहे? आता निरोप घ्या.''

''तुम्ही फोन नंबर द्याल?''

''होय.''

त्यात आता आणखी हुज्जत घालण्यासारखं काही उरलं नव्हतं, हे स्पष्ट झालं होतं. आजूबाजूला इतर लोक असल्यामुळे डिंग मिंगनं येला अवघडलेपणी मिठी मारली आणि तो व्हॅनमध्ये जाऊन बसला. व्हॅनच्या सीट्स एकदम खराब होत्या आणि त्यांच्या पायाशी कुदळी, फावडी, घमेली पडलेली होती. व्हॅनच्या मागच्या दरवाजाला तेवढी एकच खिडकी होती. तो खिडकीपाशी जाऊन बसला. बसताना एकाच्या पायावर त्याचा पाय पडला, त्याची त्यानं माफी मगितली. शर्टच्या बाहीनं त्यानं खिडकीची काच पुसली आणि ये कारमध्ये चढत असलेली त्याला दिसली. व्हॅन निघाल्याबरोबर त्यानं तिच्यासाठी हात हलवला; पण ते तिला दिसलं होतं की नाही, याविषयी त्याच्या मनात शंका होती.

१५

सर्व प्रवाशांना झोप लागली. प्रवासात बायकोचं डोकं खांद्यावर टेकलेलं अथवा मांडीवर ठेवलेल्या स्थितीची डिंग मिंगला सवय होती आणि त्या उबदार भाराच्या उणिवेमुळे त्याला झोप लागत नव्हती. तो सरळ उठला आणि गाडीबाहेर पाहण्याच्या उद्देशानं पुढे जाऊन बसला.

गाडी चालवताना केव्हिन सिगारेट ओढत होता आणि च्युइंगगम चावत होता. त्याची मान जाड आणि केसाळ होती. त्याच्या गळ्यातली सोन्याची चेन मानेच्या एका वळीत अर्धी झाकली जात होती. बाहेर विस्तीर्ण शेतांमध्ये गाई चरत होत्या. ती सगळी सुपीक जमीन गुरांच्या पायदळी तुडवली जात होती. जमिनीचा केवढा मोठा भाग पेरणीखाली आणलेला नव्हता. तिथे केवळ झाडं उगवलेली होती. तो सगळा प्रदेश निर्मनुष्य भासत होता आणि ज्या तऱ्हेनं त्याचा वापर होत होता, ते त्याच्या नीतीत बसणारं नव्हतं. त्याची तुलना त्यानं फुजियानच्या ग्रामीण भागाशी केली, जो अतिशय बंदिस्त आणि कार्यक्षम होता. शक्य तिथे जमीन शेतीसाठी वापरण्यात आली होती आणि त्यांच्यामध्ये जेमतेम चालत जाण्याइतकं अंतर ठेवण्यात आलं होतं; मात्र इथले रस्ते त्याला भावले. मध्यभागी योग्य उंचवटा, सपाट पृष्ठभाग आणि स्पष्ट सूचनाफलक सर्वत्र असलेले.

त्याला तुरळक इमारती दिसत होत्या आणि त्याही महाकाय होत्या. कदाचित इथले लोक हाक्का जमातीच्या लोकांप्रमाणे एकत्र राहत असावेत किंवा इथली शेती सहकार तत्त्वावर होत असावी. त्याला उमगलं की, इमारतींची वानवा आणि परिसराचा रितेपणा यांचा एकमेकांशी संबंध होता – या देशातली लोकसंख्या अत्यल्प होती.

त्यांनी शहरात प्रवेश केला. त्यानं पाहिलेल्या दुसऱ्या शहरांपेक्षा फुजियानची राजधानी फुझू – ते फार वेगळं नव्हतं, रुंद रस्ते, काँक्रीट, काच आणि विटांचं वैपुल्य, सगळं काही काटकोनात आणि कोठेही एका प्राण्याचं दर्शन नाही; परंतु इथल्या जाहिरातींमधला फरक मात्र चटकन जाणवण्यासारखा होता. त्या संदर्भहीन वाटत होत्या. 'गो बियाँड.' म्हणजे? विषय माहीत नसताना ते निरर्थक वाटतं. 'जस्ट डू इट?' म्हणजे काय करून मोकळं व्हायचं?

गाडी थांबली. रस्त्यावर भयावह शांतता होती. जणूकाही कोणतंतरी मोठं

संकट येऊन गेलं असावं. असंख्य स्ट्रीट लाइट्स विनाकारण जळत होते. डिंग मिंगची नजर बुटांच्या एका दुकानावर आणि शेजारच्या रेस्तराँवर गेली. रेस्तराँवरचं इंग्रजी नावही तो वाचू शकला. 'द फ्लोटिंग लोटस.'

एक चिनी मनुष्य रेस्तराँमधून येऊन केव्हिनशेजारी बसला आणि त्यानं केव्हिनला एक खोका दिला. गरमागरम अन्नाच्या वासानं डिंग मिंगच्या तोंडाला पाणी सुटलं. मच्छीमारांना जाग आली. त्यांनी आळोखेपिळोखे दिले आणि अन्नाचा गंध साठवून घेतला.

चिनी माणसानं स्वत:ची ओळख 'ब्लॅक फोर्ट' अशी करून देत गाडीतल्यांना सिगारेट्स वाटल्या. तो देखणा होता, परंतु त्याच्या खालच्या ओठाखाली घाणेरडी जन्मखूण होती. त्यानं सर्वांना मोबाइल फोन दाखवला आणि म्हणाला, "हे कसं असतं, ते तुम्हाला माहीतच असेल. प्रत्येकानं एक कॉल करायचा, थोडका आणि त्याचे पैसे तुमच्या पगारातून कापून घेतले जातील."

त्याची मॅन्डरिन ठीक नव्हती, याचा अर्थ ती त्याची मातृभाषा नव्हती. "या कॉलचा अर्थ असा की, आम्ही आमचं काम पूर्ण केलंय आणि तुमच्या कुटुंबांनी आता कराराच्या त्यांच्या बाजूची पूर्तता करायला सुरुवात करायची."

भावनावशतेमुळे फोन लावताना डिंग मिंगचा हात कापत होता. याच क्षणासाठी, निघण्यापूर्वी त्यानं आपल्या आईला आपला फोन देऊन ठेवला होता.

"मामा? मामा? डाओ ले! डाओ ले!... मी पोहोचलो! मी पोहोचलो."

"तिकडे कसं आहे? खूप थंडी आहे?"

ऐकायला उत्तम येत होतं, जणू तो रस्त्यापलीकडल्या फोनवरून ऐकत होता.

"नाही, फार थंडी नाहीये आणि सगळं ठीक आहे. आता सगळ्यांना सांग की, तुझा पोरगा परदेशात नोकरी करतोय आणि मी तुला उठवलं असेन, तर सॉरी."

"नाही, मी आता बाजारात जायला निघाले होते, सकाळचे सात वाजलेत." वेळेतल्या फरकाचं त्याला विस्मरण झालं होतं.

"या खुशीत आज मटण घेऊन ये, मामा."

ब्लॅक फोर्ट म्हणाला, "आता पुरे."

"मामा, अच्छा."

डिंग मिंगला आपले डोळे पाणावत असल्याचं जाणवून त्यानं पापण्या फडफडवल्या. त्यानं मनातल्या मनात ठरवून टाकलं की, पुढच्या वेळी जेव्हा ती दोघं फोनवर भेटतील, तेव्हा तिच्याकडे उत्तम फोन असेल, त्यानं घरी पाठवलेल्या पैशांतून तिनं घेतलेला. तसंच तो घरी गेल्यावर तिच्यासाठी सुंदर घर बांधेल. गावातलं सर्वांत मोठं. ते पाहून तिच्या चेहऱ्यावर जो आनंद प्रकटेल, तो त्याला दिसत होता.

केव्हिन प्लॅस्टिकच्या काट्यानं भात आणि पोर्क खात होता. ब्लॅक फोर्ट

त्याच्याशी इंग्लिशमध्ये सहज बोलत होता. बोलताना तो माचिसची काडी जिवणीत इकडूनतिकडे फिरवत होता.

केव्हिनच्या बोलण्यावर तो म्हणला, "याह... याह," ज्याचा अर्थ होकार असल्याचं डिंग मिंग अमेरिकन चित्रपटांमधून शिकला होता. त्याचा जन्मच मुळात इथे झाला असावा. नपेक्षा असूया वाटण्याएवढं सफाईदार इंग्लिश त्याला कसं येतंय? तो केवढा बिनधास्त होता. उत्तम केशरचना करून घेतलेला. कानात सोन्याची रिंग घातलेला, गळ्यात पाचूचा नेकलेस घातलेला आणि अंगावर बॉम्बर जॅकेट आणि काळी जीन्स घातलेला. डिंग मिंग जेव्हा पैसेवाला होईल, तेव्हा अगदी तस्साच पेहराव करेल. तो अधिक उंच किंवा उजळ होऊ शकणार नाही, तसंच त्याच्याएवढा आत्मविश्वासही तो आत्मसात करू शकेल की नाही, याची त्याच्या मनात शंका होती; पण पैसे मोजून तो किमान त्याच्यासारखा दिसू शकेल. त्याच्या पायांतले बूट कसे आहेत, ते पाहण्यासाठी डिंग मिंग वाकून पाहू लागला. त्यामुळे त्याचं लक्ष वेधलं गेलं.

"नी कान शेनमे?... तू काय पाहतोयस?"

"तुमचे बूट."

ब्लॅक फोर्टनं गाडीच्या डॅशबोर्डवर पाय टेकवला.

"बास्केटबॉलचे आहेत. त्यांच्या सोलमध्ये हवा भरलेली आहे. ढगांवरून चालल्यासारखं वाटतं. मला वाटतं तुला इंग्लिश बोलता येतं ना?"

"इंग्लिश टीचर होण्यासाठीचं थोडंसं शिक्षण झालंय माझं."

"तू तुझं इंग्लिश इथे वापरू शकणार नाहीस."

"ते का?"

"ते सगळ्या चिन्यांना कस्पटासमान समजतात, ते तुमच्याशी बोलत नाहीत आणि त्यातून तुला प्रयत्न करायचा असल्यास तो तुझा प्रश्न असेल. आपल्यापैकी एकानं एका गोऱ्या पोरीकडं जरा जास्त वेळ रोखून पाहिलं, तर त्याला त्यांनी तुरुंगात टाकला."

"तुरुंगात?"

"कोठडीत टाकून त्याला बदडून काढलं. का, तर त्यानं एका पोरीकडं फक्त पाहिलं म्हणून. एकच गोष्ट लक्षात ठेव, ते आपल्याला उंदीर समजतात."

"आम्ही उंदीर आहोत!" गाडीतल्या एकानं पुकारा केला, ज्याला संभाषणातला तेवढाच भाग कळला होता. "आम्ही फुजियन उंदीर आहोत." त्याची नजर केव्हिनच्या खाण्यावर होती. डिंग मिंगच्या मनात आलं की, गाडीतले सर्वच जण विचार करत असतील की, त्यांना कधी खायला दिलं जाईल.

सर्वांनी एकमुखानं पुकारा केला.

“आम्ही फुजियन उंदीर आहोत!”

ब्लॅक फोर्टनं डिंग मिंगला जवळ बोलावलं आणि तो त्याच्या कानात म्हणाला, “तो चिनी नशीबवान म्हणायचा.”

“नशीबवान?”

“दुसरा एक जण वेळ विचारण्यासाठी पोलीस ठाण्यात गेला, तो परतलाच नाही. पहिला नियम काय, तर तुम्ही कोणत्याही सरकारी व्यवस्थेशी संबंध ठेवायचा नाही. आपल्या जिवाला आपण स्वत:च जबाबदार. ते हरामजादे आहेत – चीनमधल्यांपेक्षा वाईट. ते तुमच्या डोक्यावर प्रहार करतील आणि तुमचं हृदय, यकृत आणि डोकं काढून विकतील. तुम्ही कधी पोलीस ठाण्यात गेलात, तर कधीच परतणार नाही, याची मनाशी खूणगाठ बांधा. हे तू इतरांनाही सांग.”

डिंग मिंगनं ते इतरांना सांगितलं. एकानं लाजतच वेश्यांच्या उपलब्धतेची चौकशी केली. त्याचं मॅन्डरिन चांगलं होतं, जे उपयुक्त ठरू शकेल.

“इथल्या पोरी महागाड्या आणि एड्सबाधित असतात. आम्ही तुम्हाला मासिकं आणि ब्लू फिल्म्स पुरवतो.” ब्लॅक फोर्ट म्हणाला. त्याच्या तोंडातली काडी जिवणीच्या दुसऱ्या टोकात गेली. “मी तुम्हाला खोटं सांगणार नाही. तुम्हाला खूप कष्टाचं काम करायचंय. रोज थकूनभागून तुम्ही झोपी जाल; पण तुम्ही तुमची डोकी खाली ठेवा, काम करा. पोरींपासून दूर राहा आणि तुम्ही बघालच की, थोड्या वर्षांच्या कालावधीतच तुम्ही श्रीमंत व्हाल. मग तुम्ही घरी जाऊ शकाल आणि आपल्या मनात येईल ते करू शकाल. तिकडे तुम्हाला हव्या तेवढ्या पोरी मिळतील. तुम्हाला कशाचीच कमतरता भासणार नाही, आयुष्यभर.”

काही वर्षांचं कष्टाचं काम, म्हणजे काहीच नाही. ती वर्षं झटकन निघून जातील. डिंग मिंगला कष्टांची भीती नव्हती. भुणभुण वाटू नये, आशा बेतानं त्यानं ब्लॅक फोर्टला विचारलं, “माझी बायको कुठे गेलीय त्याविषयी तुम्ही मला अधिक काही सांगू शकाल का?”

“तिची काळजी करू नकोस. ती फुलं वेचायचं काम करणार आहे, एकदम सोपं काम.”

“मला आपली थोडी काळजी वाटते एवढंच.”

“दोन-एक दिवसांत तू तिच्याशी बोलू शकशील.”

तूर्त तिचा विचार डोक्यातून काढून टाकण्याचं त्यानं ठरवलं. आईशी बोलण्यात त्याला बिलकूल अडचण आली नव्हती आणि ती तर खूपच दूर आहे. ब्लॅक फोर्टनं त्याच्या दंडावर थाप मारली.

अपयशी इंग्लिश टीचर सगळ्यांचा कसा लाडका होता, अशा स्वरूपाची कुत्सित प्रतिक्रिया एका चिन्यानं दुसऱ्याकडे व्यक्त केली. ते ऐकू न आल्याचं डिंग

मिंगनं भासवलं. त्या क्षणी त्याला वाटून गेलं की, त्यानं इंग्लिश शिकायला नको होतं, तसंच शाळेत घालवलेला वेळ त्यानं काम करण्यात घालवायला हवा होता. त्याच्या स्तरातल्या लोकांमध्ये त्याचा स्वीकार होण्याच्या दृष्टीनं त्याचं शिक्षण अति होतं, तसंच उच्चशिक्षित लोकांमध्ये स्वीकार होण्याच्या दृष्टीनं त्याचा स्तर अति निम्न होता, याची त्याला कल्पना आली. तो कोणातच बसणारा नव्हता आणि त्याच्या मनात आलं की, परदेशी कामाला जाण्यामागचं तेही एक कारण तर नव्हतं ना? हा विचार त्याच्यासाठी नवा होता. घरच्या प्रश्नांवर बाहेरून, तटस्थतेनं विचार करण्याचा लाभ तो अनुभवत होता.

ब्लॅक फोर्ट रेस्तराँकडे परतला. डिंग मिंगची नजर त्याची पाठ सोडत नव्हती. तो केवढा बिनधास्त होता, त्याच्या प्रत्येक पावलागणिक त्याच्यातला आत्मविश्वास प्रकट होत होता.

केव्हिननं ढेकर दिली आणि गाडी चालू केली. गाडी निघाल्यावर तिच्या हेड लॅम्प्सच्या उजेडात एका इमारतीलगत एक चिनी मनुष्य त्याच्या दृष्टीस पडला. त्यानं जॅकेट घातलेलं होतं आणि कॉलर त्यानं मानेवर उलगडलेली होती. तो तिथे ज्या तऱ्हेनं बसला होता, त्यावरून तो बराच वेळापासून तिथेच असावा, असं वाटत होतं. तो भिकारी वगैरे वाटत नव्हता, कदाचित त्याची किल्ली हरवलेली असावी आणि कोणचीतरी वाट पाहत तो तिथे बसला असावा. ते विचित्र, पण हवंसं वाटत होतं. या अथांग अज्ञातात चिनी माणसाचं दर्शन निर्विवादपणे दिलासादायकच होतं.

पण ते दृश्य निमिषमात्रच होतं, त्यामुळे त्याच्या वास्तवाविषयी डिंग मिंगला खातरी देता येत नव्हती. त्याचा थकवा कदाचित सावल्यांना आकार देत असेल. तो प्रसंग त्यानं डोक्यातून उडवून लावला. अन्नाचा गंध अजून हवेत तरंगत होता. आपल्याला खाणं कधी दिलं जाईल, असा त्याला प्रश्न पडला.

१६

अल्पसा का होईना, पण घरच्यांशी संपर्क झाल्यामुळे चिनी प्रवाशांच्या चित्तवृत्ती खुलल्या होत्या आणि गाडीतलं वातावरणही उत्साहजनक झालं होतं – जसं ऑफिसच्या पिकनिकमध्ये असतं. कृष्णधवल रंगाचा एक पक्षी आणि कुठलासा प्राणी रस्त्याकडेला मरून पडलेला दिसल्यावर डिंग मिंगच्या मनात विचार येऊन गेला की, या देशानं अनेक क्षेत्रांमध्ये प्रगती केली होती, तरी त्यांच्या प्राण्यांनी मात्र अजून रंगांच्या युगात प्रवेश केलेला दिसत नव्हता; परंतु असे विचार व्यक्त करण्यापेक्षा ते डोक्यात ठेवण्यातच खरी गंमत होती. त्यानं जेव्हा सहप्रवाशांना समजावलं की, त्यानं प्राण्यांसाठी टीव्हीचं रूपक वापरलं होतं, तेव्हा ते गोंधळले आणि त्याची विनोदबुद्धी फुकट गेली.

त्यानं पाय पोटात घेतले आणि आपली पत्नी आपल्या कुशीत असायला हवी होती, असं त्याच्या मनात आलं. त्याला तिच्या केसांचा गंध आणि त्याच्या चेहऱ्यावर त्यांचा स्पर्श आठवला. ती त्याच्या शेजारी असती, तर तिचे ओठ इथे असते – त्या ठिकाणी त्यानं आपलं बोट टेकवलं आणि ते त्यानं स्मृतीतल्या तिच्या हनुवटीपर्यंत फिरवलं. ते त्यानं तसंच खाली नेलं, तिच्या गळ्यावरून तिच्या छातीच्या उभारावर आणि ते तिच्या स्तनाग्राभोवती फेर धरू लागलं. त्याचा दुसरा काल्पनिक हात तिचे स्तन कुरवाळू लागला आणि आता त्याला तिचे सुखाचे हुंकार ऐकू येऊ लागले. त्याच्या स्पर्शाला तिच्या कांतीकडून मिळणारा प्रतिसाद त्याला जाणवू लागला, मग तिची बोटं त्याच्या केसांमधून फिरू लागली आणि —

अचानक व्हॅन थांबली आणि केव्हिननं चुटकीनं खूण करत सर्वांना खाली उतरण्यास सांगितलं. त्यांच्या समोर एक दुमजली इमारत होती. केव्हिननं घाईघाईनं इमारतीचं दार उघडलं आणि सर्वांना भराभर इमारतीत पाठवलं.

डिंग मिंगला वाटून गेलं की, ते तिथे पोहोचल्याबरोबर मि. केव्हिन त्याला त्याच्या बायकोच्या सुपरवायझरचा फोन नंबर देणार असल्याचं तो विसरला होता. त्याला त्याची आठवण करून देणं, ही तशी हलकी बाब नव्हती, कारण तो लहान पोरासारखा लहरी होता. तो आलटूनपालटून कधी सौम्य, तर कधी तिरसट असे. त्यानं मोक्याची वाट पाहण्यातच शहाणपण होतं. तो डोक्यात वाक्यरचना करू

लागला. जड जड इंग्लिश शब्दांची जुळणी करत, नम्रता आणि अचूकता चाचपडत. 'महाशय, तुम्ही मला माझ्या पत्नीशी बोलायला फोन नंबर द्याल?'

केव्हिन त्यांना घेऊन जात असताना डिंग मिंगनं निरीक्षण केलं की, त्यांच्या पायाखालचा गालिचा आता जुनाट वाटत असला आणि त्यावर आता सिगारेट विझवल्याचे डाग दिसत होते, तरी मुळात तो उंची होता, तसेच भिंतींना लावलेला वॉलपेपरही छान होता. त्यानं एका खोलीत डोकावून पाहिलं, तर तिच्या भिंतींलगत बंक बेड्स होते आणि जमिनीवर गाद्या. गाद्यांमधून तेवढीच जागा होती, जेवढी एकापुढे दुसरं पाऊल टाकत चालता येऊ शकेल. त्याचबरोबर ती खोली कपडे आणि बॅगेजेसनी भरलेली होती. खिडकीच्या तावदानांवर फळ्या ठोकलेल्या होत्या आणि खोलीमध्ये पुरुषी गंध भरलेला होता. त्याला प्रश्न पडले की, ते सर्व कोठे होते, स्वयंपाकपाणी आणि स्वच्छता कोण करतं, इथे काम करण्याच्या पाळ्या आणि जबाबदाऱ्या होत्या का? त्यानं विचार केला की, शिक्षकी पेशाच्या शिक्षणासारखंच पुन्हा इथे असावं?

दरवाजा नसलेल्या एका गलिच्छ स्वच्छतागृहापुढून त्यांना नेत केव्हिननं दुसऱ्या एका स्वच्छतागृहाकडे बोटानं निर्देश केला.

"इंग्लिश बोलणाऱ्या, तू त्यांना सांग की, हे स्वच्छतागृह आहे. केवळ मलमूत्र विसर्जनासाठी वापरायचं. धुणी-भांडी इथे करायची नाहीत, ती तिथे करायची."

मग त्यानं एका सिंककडे बोट नेलं. एका नळावर लाल ठिपका दिसल्यावर डिंग मिंगनं विचारलं, "इथे गरम पाणी येतं?"

"विनोद करू नकोस, पोरा. डोक्यावर छत मिळालंय हेच नशीब समज."

डिंग मिंग खजील झाला. याच्याशी कसं वागावं, तेच त्याला उमगत नव्हतं. आता तर फोनविषयी विचारणं आणखीनच बिकट झालं होतं.

त्यांनी भटारखान्यात प्रवेश केला. तिथे फ्रिज पाहून डिंग मिंग खुलला. घरी त्यांच्याकडे फ्रिज दिवाणखान्यात ठेवतात, दर्शनी भागात.

एका टेबलावर टीव्ही आणि व्हिडिओ रोकॉर्डर आणि चिनी लिपी छापलेल्या व्हिडिओ सीडीज् होत्या. पैकी एकीवर एका नग्न स्त्रीचं चित्र होतं आणि डिंग मिंग अपराधी भावनेनं तिच्या मोठ्या स्तनांकडे, लांब पायांकडे आणि तिच्या चेहऱ्यावरल्या मादक हावभावांकडे पाहत राहिला. त्याला जाणीव झाली की, स्त्री सहवासाविना पुरुष जनावरं होतात. त्यानं मनोमन आपल्या पत्नीला शब्द दिला की, तो तसलं काही पाहणार नाही आणि पाहिलेल्या चित्राचा ठसा मनावरून दूर करण्यासाठी तो तिची प्रतिमा डोळ्यांपुढे आणू लागला. तिचं नाक छोटंसं होतं, उंदरासारखं, तिचे डोळे एकमेकांपासून प्रमाणाबाहेर विलग होते, तसेच खारीसारखे मोठाले. त्याच्या मनात आलं की, तीही अशाच वातावरणात असेल आणि त्यानं आशा केली की, ती ते निभावून नेत असेल; तिला त्याची अवाजवी उणीव भासत नसेल.

केव्हिन म्हणाला, ''तिथे भात आहे आणि तिथे बाउल्स. भरून घ्या.''

''सर...''

पण त्याच्याकडे दुर्लक्ष करत केव्हिन बाहेर पडत होता.

डिंग मिंगनं त्याला गाठलं. बाहेरचं वातावरण त्याला भयावह वाटलं. त्यानं योजलेले शब्द बाजूला पडून तो बोलून गेला.

''माफ करा. मला तुम्हाला एक विचारायचंय. माझी पत्नी कुठल्या नंबरवर आहे?''

''काय? हां.''

केव्हिननं त्याला वरपासून खालपर्यंत न्याहाळलं आणि विचारलं, ''तुझं नाव काय?''

इंग्लिश बोलणाऱ्या मंडळींना चिनी नावं लक्षात राहत नाहीत किंवा व्यवस्थित उच्चारता येत नाहीत, याची जाणीव असल्यामुळे कॉलेजमध्येच त्यानं स्वत:साठी एका नावाची निवड केली होती.

''माझं इंग्लिश नाव विल्यम.''

''विल्यम, माझ्या ऑफिसमध्ये ये.''

केव्हिन त्याच्या व्हॅनमध्ये शिरला आणि त्यानं डिंग मिंगला त्याच्या शेजारच्या सीटवर बसण्यास खुणावलं.

जमिनीवर बसकण मारून केव्हिनला वरचा दर्जा देण्याचं डिंग मिंगच्या मनात येऊन गेलं; पण धीर एकवटून तो केव्हिनशेजारच्या सीटवर बसला. त्यामुळे तो केव्हिनच्या बरोबरीचा झाला आणि त्यामुळे त्याची भीड अधिकच चेपली.

''माझ्या पत्नीशी बोलता येण्याचा मार्ग तुमच्यापाशी आहे?''

त्याला जाणवलं की, त्याच्या वाक्यरचनेत खोट होती, तसेच तो जेवढा अधिक प्रयत्न करत होता, त्या प्रमाणात तो अचूक वाक्यरचनेपासून दुरावत होता. स्थानिकांशी इंग्रजी बोलणं खूपच कठीण होतं, कारण तो जेव्हा चुकत होता, तेव्हा त्याला बेअब्रूची भावना होत होती, तो गोंधळत होता आणि आणखीनच चुकत होता.

''विल्यम तुझं वय काय?''

''एकोणीस.''

साहेबाबरोबरीनं त्याच्या शेजारी बसण्याची भावना केवढी निराळी होती. त्याच्या एवढ्या निकट की, आपल्याला त्याच्या घामाचा गंधही जाणवत आहे. त्याला केव्हिनच्या कानांवरचे केसही दिसत होते. तो निरीक्षणात एवढा गढला होता की, त्याला केव्हिनचं पुढलं वाक्य नीट ऐकूही आलं नाही; पण त्यानं त्याला होकार देऊन टाकला, जो बहुधा समाधानकारक होता.

केव्हिन त्याला सिगारेट देऊ करत होता. त्याबद्दल त्याला धन्यता वाटायला हवी, याची त्याला कल्पना होती; पण तो सिगारेटच्या पाकिटाकडे नुसता बावळटासारखा पाहत राहिला. परंतु नकार देण्यानं नाराजी पत्करावी लागेल, ज्यामुळे कदाचित संवादाची संधी हातची जाईल. त्यामुळे स्वीकारण्यावाचून गत्यंतर नव्हतं; पण त्यातही धोका होता, कारण सिगारेट कशी ओढायची, याची त्याला जाण नव्हती. शक्य तेवढं निभावून नेणं, हाच पर्याय होता. तो धूर आतमध्ये ओढणार नाही.

त्यानं ती घेतली आणि केव्हिननं पुढे झुकत लायटर पेटवला. त्याच्या उजेडात केव्हिनचा चेहरा प्रकाशित झाला. त्याच्या हनुवटीवर दाढीचे खुंट होते, नव्हे, संपूर्ण चेहराभर. त्यामुळे त्याचा चेहरा वरच्या भागात निस्तेज, तर खालच्या भागात करड्या रंगाचा दिसत होता. चपट्या नाकांना सरावलेल्या डिंग मिंगच्या नजरेला केव्हिनचं नाक केवढंतरी प्रचंड वाटलं.

डिंग मिंगनं सिगारेटचा हलका झुरका घेतला आणि क्षणार्धात धूर सोडून दिला. त्याचा परिणाम त्याच्या कल्पनेपलीकडे भयंकर झाला. धुराचा स्वाद कडू होता. त्याच्यामुळे त्याचा घसा खवखवला. त्यानं तोंड घट्ट मिटलं आणि आपला चेहरा तांबरल्याची त्याला जाणीव झाली.

"तुला खरोखरच तुझ्या बायकोला भेटण्याची तीव्र इच्छा आहे का?"

घसा खवखवल्यामुळे डिंग मिंगला प्रतिसाद देता येत नव्हता.

"माझ्याकडे तिच्या मॅनेजरचा नंबर आहे, तिथे फोन लावून तू तिच्याशी बोलू शकतोस."

केव्हिननं खिशातून एक डायरी काढली, "आणि त्यासाठी मी तुला माझा फोन वापरायला देईन." डायरीतल्या पानांवरले फोन नंबर्स आणि पत्ते त्यानं डिंग मिंगला दाखवले.

डिंग मिंगचा चेहरा फुलला, त्याच्या मानेचे स्नायू ताठरले, त्याचे खांदे मागे गेले आणि त्याच्या डोक्यात घणांचे आघात सुरू झाले. त्याला खोकल्याची ढास लागली. केव्हिननं त्याच्या पाठीवर थोपटलं.

त्याला धाप लागली आणि डोळ्यांसमोरचा तारकापुंज नाहीसा होण्याची वाट तो पाहू लागला. तो शरमला. असो, आता तो आपल्या बायकोशी बोलू शकेल – तेवढं मात्र त्याला कळलं होतं. या साऱ्या भानगडीत सिगारेटमुळे त्यानं स्वत:चं हसं करून घेतलं असेल, पण काही हरकत नव्हती. त्याच्या जिवावरचा काळजीचा भार हलका होत होता.

तो स्वत:शीच हसला. प्रथमच अवघडलेपणावाचून मोकळेपणी. आपलं उघडं तोंड झाकण्यासाठी त्यानं तोंडावर हात घेतला, तर त्याला आपल्या बोटांमध्ये सिगारेट दिसली. आणखी एक झुरका घेऊन पाहायचं त्यानं ठरवलं.

"कोणता नंबर?" त्यानं विचारणा केली.

परंतु केव्हिननं त्याची डायरी पुन्हा खिशात कोंबली. त्यानं डिंग मिंगच्या खांद्यावर हात ठेवला आणि मिस्कीलपणे त्याच्याकडे पाहत त्याला विचारलं, "पण त्याच्या बदल्यात तू माझ्यासाठी काय करू शकतोस?"

केव्हिनच्या प्रश्नानं डिंग मिंग गांगरला.

तेवढ्यात केव्हिननं दुसरा धक्का दिला. त्यानं डिंग मिंगकडे समलिंगी सुखाची मागणी केली.

१७

डिंग मिंगला केव्हिनची भाषा समजली नाही, परंतु त्याच्या डोळ्यांमधली चमक, त्याचे हावभाव, यांनी ती कसर पुरेपूर भरून काढली.

डिंग मिंगचे मनश्चक्षू उघडले आणि कल्पनचित्रं दिसू लागली. त्याला अत्यंत घृणा वाटली. त्याला त्या गोष्टीचा अनुभव नव्हता, पण ठाऊक होतं की, घरी, एका विवक्षित स्वच्छतागृहात असले प्रकार राजरोस चालतात. एडस्च्या भीतीनं तो स्वत: कधी त्या वाटेला गेला नव्हता.

जळत गेलेल्या सिगारेटच्या चटक्यानं तो भानावर आला. त्या क्षणी त्यानं व्हॅनचं दार उघडलं आणि तो तीमधून बाहेर पडला; परंतु बाहेर पडल्याबरोबर विनवणीच्या स्वरात त्यानं केव्हिनकडे आपली असमर्थता व्यक्त केली.

त्यानं तडक भटारखाना गाठला. प्रवासी त्याच्याकडे बघत राहिले. पैकी एकानं त्याला सांगितलं की, त्यांनी त्याच्यासाठी भात राखून ठेवला होता; परंतु आता त्याची भूक मेली होती. तो बाकीच्यांना बाहेरची घटना सांगू इच्छित होता, त्यासाठी त्यानं तोंड उघडलं, पण परत मिटून घेतलं. त्याचा काहीएक उपयोग होणार नव्हता, ते त्याला मदत करणार नव्हते, तो एकाकी होता.

एका बाजूनं विचार करता केव्हिनची मागणी क्षुल्लक होती. तिची पूर्तता करण्याने त्याच्यात कुठलाही शारीरिक बदल घडणार नव्हता, ना त्याला इजा होणार होती. थोड्याशा वेळात कामगिरी पुरी होणार होती आणि ते कोणालाही कळणार नव्हतं; परंतु दुसऱ्या बाजूनं विचार करता ती फार मोठी बाब वाटत होती, आभाळाएवढी.

कोणाचीतरी चाहूल लागली. तो सावध झाला, ताठरला. त्याला धास्ती वाटली की, आता केव्हिन त्याला बाहेर बोलावेल आणि त्याच्याकडून जबरदस्तीनं सुख अनुभवेल. खालचा ओठ दातात धरत त्यानं चाहुलीच्या दिशेनं तोंड फिरवलं. केव्हिन दारात उभा होता. त्यानं डिंग मिंगकडे पाहिलंदेखील नाही आणि जणू काहीच घडलं नसल्याप्रमाणे सर्वांकडे पाहत, टाळ्या वाजवत पुकारा केला, "चला आता, तुम्हाला तुमचं काम दाखवतो."

द फ्लोटिंग लोटस

१८

जिआननं नववी सिगारेट ओढून संपवली आणि त्याच्या मागच्या दुकानाच्या शटरपुढ्यातल्या बाकीच्या आठ थोटकांच्या रांगेत नववं थोटूक मांडून ठेवलं. फूटपाथवर टाकलेल्या थोटकांमुळे तो उघडा पडू नये, यासाठी ही दक्षता.

गेल्या दोन तासांमध्ये काहीच विशेष घडलं नव्हतं. काही दारुडे, काही जोडपी आणि कुत्रं घेऊन जाणारी एक म्हातारी त्याच्यापुढून गेली होती. एकच लक्षणीय घटना घडली होती, ती म्हणजे एक जाड्या ड्रायव्हर चालवत असलेली एक पांढरी व्हॅन तिथे आली होती. त्यानंतर 'ब्लॅक फोर्ट' हे बिरुद मिरवणारा लफंगा 'फ्लोटिंग लोटस'मधून बाहेर पडून व्हॅनमध्ये ड्रायव्हरशेजारी जाऊन बसला होता. सुमारे वीस मिनिटांनंतर तो रेस्तराँमध्ये परतला होता आणि व्हॅन निघून गेली होती. व्हॅनच्या मागच्या भागात जिआनला मिचमिचे आशियाई चेहरे दिसले होते.

विचार करण्यासाठी जिआनकडे पुष्कळ वेळ होता, पण तसं करण्याचा त्याचा बिलकूल विचार नव्हता. आडाखे बांधण्यानं आणि चिंताग्रस्त होण्यानं त्याला त्याची लेक परत मिळणार नव्हती. पक्के अंदाज बांधण्यासाठी उपयुक्त सुगावे त्याला अजून मिळाले नव्हते. त्याला फक्त दोन-चार लोक माहीत होते. ते संशयास्पद होते आणि त्यांना बरीच माहिती होती, जी ते त्याला सांगत नव्हते. एवढंच काय ते त्याचं भांडवल होतं. पैकी एकाची मानगूट धरून त्याला बोलतं करण्यासाठी त्याचे हात शिवशिवत होते.

दुखरे गुडघे त्यानं चोळले. टेहळणीसाठी कार असायला हवी होती, असं त्याला वाटून गेलं. त्याचबरोबर बन्स आणि चहाचा थर्मास असता, तर सोन्याहून पिवळं! सोबत मूठभर वेदनाशामक गोळ्याही. त्यानं दहावी सिगारेट पेटवली आणि झुरका घेतल्याबरोबर त्याच्या कुशीत कळ गेली.

रेस्तराँचं दार उघडलं आणि जिआन सावध झाला. चार लफंगे बाहेर पडले. दोघांचे हात एकमेकांच्या खांद्यावर होते आणि आपल्या झोकांड्यांमध्ये त्यांना आनंद मिळत असल्याचं स्पष्ट दिसत होतं. त्याच्या मागावर असलेले तेच ते दोघं, त्याला खातरी वाटत होती. होय, तोच तो लेदर कोट. तिसरा रस्त्यावर आला आणि दारुड्याच्या अंहतेनं त्यानं रस्त्यावर आडवा हात धरला. त्यांना रस्ता ओलांडू देण्यासाठी एका कारनं आपली गती मंदावली.

खिशांमध्ये हात घातलेल्या ब्लॅक फोर्टनं पटकन रस्ता ओलांडला. तोच प्रमुख होता. अर्थातच, त्याचा आत्मविश्वास तेच दर्शवत होता. त्याच्या पित्त्यांप्रमाणे तो प्यायल्यासारखा वाटत नव्हता.

ते अस्मानात वावरत होते, हे चांगलं होतं, तसंच मालक आतमध्ये होता हेही; परंतु जिआनला जाणवलं की, ते चौघं त्याच्याच दिशेनं येत होते. तो जिथे उभा होता, तिथून तो त्यांच्या नजरेस पडण्याचीच शक्यता जास्त होती, आणि तसं होणं, म्हणजे संकटाला आगाऊ आमंत्रण ठरणार होतं. ते प्यायलेले असले, तरी त्याला भारी पडणार होते. त्याच्याकडे सुटकेचा मार्ग उपलब्ध नव्हता. तो दुकानाच्या शटरला बिलगला.

ते जसे त्याच्या जवळ येऊ लागले, तसं त्याला त्यांची चाहूल स्पष्ट ऐकायला येऊ लागली. तो स्तब्ध झाला, त्यानं डोळे बारीक केले आणि श्वास रोखून धरला. त्याला स्वत:चे ठोके ऐकू येऊ लागले. खिशात घातलेल्या हातांच्या बोटांमध्ये त्यानं घराची किल्ली सरकवली आणि मूठ आवळली.

सूत्र हे होतं की, आपण तिथे नसल्याचं भासवणं आणि नजरानजर टाळणं. पहिली जोडी त्याच्या दृष्टीस पडली. तिचा रोख त्याच्याच दिशेनं होता. कोटवाल्याच्या कोटचा रंग काळा होता, ज्यामुळे प्रसंगातली नाट्यमयता वाढली होती. त्याच्या लुकड्या साथीदारानं जीन्स आणि टी-शर्ट घातला होता. त्याच्या डोक्यावरल्या कॅपमधून त्याची पोनी-टेल डोकावत होती. त्यांचे चेहरे तांबरलेले होते, तोंडं उघडी होती आणि त्यांच्या डोळ्यांनी बटाट्यांचा आकार धारण केला होता.

त्यांचं एखादं पाऊल लडखडलं असतं, तरी ते त्याच्या पुढ्यात आले असते. ओव्हरकोटवाल्याच्या बोटांमधल्या अंगठ्या आणि त्याच्या मनगटावरलं ड्रॅगनच्या आकृतीचं गोंदण, जिआनला स्पष्ट दिसलं. ड्रॅगनचं धड बाहीत लपलेलं होतं. ड्रॅगनच्या चेहऱ्यावर क्रोधाचा भाव होता आणि त्याचे डोळे जणू त्याच्याकडेच रोखून पाहत होते.

जिआन तातरला आणि त्याच्या आवळलेल्या बोटांची नखं त्याच्या तळव्यात खुपू लागली; पण ती दुक्कल तशीच धडपडत त्याच्यापासून दूर गेली. लुकड्याच्या डोक्यावरली कॅप पडली, तशी ती त्यानं झेलून पुन्हा डोक्यावर घातली. त्याचे मित्र त्यावर हसले. आनंदात असलेलं, स्वत:मध्ये मश्गूल असलेलं ते टोळकं पुढे गेलं.

जिआननं रोखलेला श्वास सोडला आणि तो भिंतीपासून दूर झाला. थोड्याच अवधीत, अंगावर जॅकेट चढवत वेट्रेस रेस्तराँबाहेर आली. तिच्या बरोबर बाहेर येणाऱ्या दोघा पुरुषांशी ती बोलत होती, ज्यांना जिआननं आधी पाहिलेलं नव्हतं. बहुधा भटारखान्यातले कर्मचारी असावेत. ते दूर गेले आणि वेट्रेसच्या सॅन्डल्सची खटखट मंदावत गेली. जिआननं मान खाली घातली आणि लगबगीनं रस्ता ओलांडत तो रेस्तराँमध्ये शिरला.

आतले दिवे मालवलेले होते, परंतु रस्त्यांवरच्या दिव्यांचा पिवळा उजेड

खिडक्यांमधून आत येत होता. खुर्च्या-टेबल्सवर ठेवलेल्या होत्या आणि त्यांच्या पायांच्या सावल्या सभोवती पसरलेल्या होत्या. मॅनेजर पैसे मोजत होता. त्यानं वर पाहिलं आणि झटकन ड्रॉवर बंद करून टाकला.

त्याच्या दिशेनं जात जिआन म्हणाला, "मला तुझे पैसे नको आहेत, पण एखादी सिगारेट मिळेल का?" मॅनेजरच्या चेहऱ्यावर भीतीचं सावट आणि निराशेची छाया पसरल्याचं जिआनला दिसलं.

त्याच्यापाशी पोहोचताच जिआननं त्याच्या जबड्यावर एक तडाखा लगावला. किल्लीचं टोक जबड्यावर आपटून घासल्याचं जिआनला जाणवलं. तडाख्याच्या आघातानं त्याच्या हातात खांद्यापर्यंत कंपनं गेलेली त्याला जाणवली. मग जिआननं त्याचं बखोट धरून त्याला पुढे खेचलं. काउंटरवरचे ग्लासेस जमिनीवर पडून त्यांच्या ठिकऱ्या उडल्या. जिआननं मॅनेजरच्या नाकावर हलका ठोसा मारला, पण तेवढ्यानंही म्हाताऱ्याच्या डोळ्यांत पाणी तरारलं. त्याचा शर्ट फाटला आणि काही बटणांनी शर्टची साथ सोडली. म्हाताऱ्याच्या थरथरणाऱ्या हातानं मद्याच्या एका बाटलीचा शेवट केला.

पुरेसं झाल्याचं जाणवून जिआन थांबला. त्याला हेही जाणवलं की, असले उद्योग करण्याचं त्याचं वयही सरलं होतं. गेल्या अनेक वर्षांत त्याला स्वत:ला हाणामारीच्या अनुभवाची गरज भासली नव्हती. ते तो तरुणांवर सोपवत असे. पुढल्या क्षणीच त्याच्या सरावहीनतेची साक्ष मिळाली, म्हातारा लडखडत उठला आणि दार उघडून भटारखान्यात पळाला.

जिआन त्याच्या मागे गेला. दारातूनच काय तो अंधूक उजेड येत होता. ज्यात त्याला मॅनेजरची सावटलेली आकृती दिसली. म्हातारा वळला. त्याच्या हातात काहीतरी चमकल्याचं जिआनला दिसलं, अर्थातच तो चॉपर असल्याचं त्यानं ताडलं. मॅनेजरचा श्वास जडावला होता, तो कॅन्टॉनीज बोलत काहीतरी चिरकत होता आणि मागेमागे जात होता.

तेवढ्यात भटारखान्याचं दार बंद झालं आणि तिथे पुरतंच अंधारलं. मॅनेजर मागे जात असल्याची चाहूल मात्र जिआनचे कान टिपत होते. तिला गती होती, कारण ती त्याच्या सरावातली जागा होती; जिआनच्या मात्र नव्हती. जिआननं जवळचा फ्रिज उघडला. त्याच्या पिवळ्या उजेडात जिआनला दिसलं की, म्हातारा दारापाशी झुकलेला होता. थरथरत्या हातानं जुडग्यातली किल्ली शोधताना त्यांची किणकिण होत होती. दुसऱ्या हातानं त्यानं चॉपर उगारता ठेवला होता. जिआननं बाजूच्या एका डब्याचा फ्रिजच्या दाराला अडसर लावून ठेवला. मग त्यानं एक फ्राइंग पॅन आपल्या समोर धरला, तो कमरेत झुकला आणि त्यानं म्हाताऱ्याच्या दिशेनं चाल केली. चॉपरचा पहिला घाव त्याच्या ढालीवर आदळला.

जिआन तसाच पुढे सरकत राहिला, म्हाताऱ्यावर आपटला आणि म्हातारा दारावर

जाऊन आपटला आणि जमिनीवर पडला. जिआन त्याच्यावर ओणवला आणि त्यानं ढालीवर जोर दिला. चॉपरचं टोक म्हाताऱ्याच्या गळ्याजवळ पोहोचलं. जिआननं आणखी जोर दिला. चॉपरच्या दाबानं म्हाताऱ्याच्या गळ्याची त्वचा पांढरी पडली. म्हातारा किंचाळला; घुसमटला. जिआननं ढाल बाजूला ठेवली. त्याही गडबडीत जिआनला जाणवून गेलं की, म्हाताऱ्याचा भालप्रदेश त्याच्याशी मिळताजुळता होता.

११

जिआननं म्हाताऱ्याच्या खिशातून मोबाइल काढला आणि साँगला फोन लावला. रिंग होत राहिली – ती जागी असायला हवी – बराच वेळानं झोपाळलेल्या स्वरात प्रतिसाद मिळाला.

"झे शी झाँग गुओ जिंग चा... मी चिनी पोलीस बोलतोय. हा माणूस काय बोलतोय, ते मला सांग."

"झेनमें हुई शी ले... काय चाललंय?"

"तो इंग्लिशमध्ये बोलतोय, पण तो तणावाखाली आहे. तो काय बोलतोय, तेवढं मला सांग."

जिआननं म्हाताऱ्याच्या तोंडावर फोन लावला, मग आपल्या कानावर. पोरगी हुशार, तसंच सावध झाल्याचं जाणवत होतं.

"हा मनुष्य त्या रेस्तराँमधला आहे?"

"त्याला माझ्या मुलीविषयी माहीत आहे. तो काय बोलतोय, ते मला सांग."

"तुम्ही त्याला काय केलंय? काय चाललंय? मी पोलिसांना कळवायला हवं."

"तू फोन ठेवलास, तर मी त्याला पुन्हा हाणेन. मग मी दुसऱ्या कुणालातरी फोन करेन."

"तुम्ही त्याला मारलंत?"

"त्याला माझ्या मुलीविषयी माहिती आहे. ती माहिती मला कळेपर्यंत मी त्याला ठोकत राहीन. ते मी करू नये, असं जर तुला वाटत असेल, तर तो काय बोलतो आहे, ते मला सांग."

तिचा जड झालेला श्वास त्याला ऐकायला येत होता. तिची भेदरलेली मूर्ती त्याला डोळ्यांपुढे दिसू लागली. त्याला अपराधी वाटू लागलं.

"फोन त्याच्या तोंडावर न्या," ती म्हणाली.

त्यानं सांगितल्याप्रमाणे केलं आणि वीस सेकंदांच्या बडबडीनंतर फोन आपल्या कानाला लावला.

"हं?"

"तो म्हणतोय की, ती तिथे होती; पण तो त्याचा दोष नव्हता. तो म्हणतोय की, त्याला खूप वाईट वाटतंय, पण तो काही करू शकत नव्हता. तो सारखं तेच

सांगतोय, की तो काही करू शकत नव्हता. तो खूप घाबरलाय. म्हणतोय, त्याला तुझी मदत करायची आहे.''

''तो आता काय सांगतोय?''

''बाप रे, भयंकरच!''

''काय म्हणतोय?''

''तो म्हणतोय, ती त्याला खरंच आवडायची आणि त्याला तुम्हाला काहीतरी दाखवायचंय. आता पुन्हा कधी मला फोन करू नका.''

''थांब, फोन ठेवू नकोस.''

''त्याला तुम्हाला काहीतरी दाखवायचंय. मला तुम्ही पुन्हा कधी फोन करू नका.''

फोन बंद झाला.

म्हाताऱ्याचं बखोट धरून जिआननं त्याला उभं केलं. म्हातारा मान चोळत होता. जिआननं जवळून पाहिलं, त्याची मान जराशी लालसर झाली होती एवढंच.

म्हाताऱ्यानं खुणेनं जिआनला आतल्या भागात बोलावलं आणि भटारखान्यातल्या अन्नदेवतेच्या मूर्तीमागून एक ब्रीफकेस काढली.

जिआननं दोन खुर्च्या पुढे ओढल्या आणि ते दोघं एकमेकांसमोर बसले. म्हातारा ब्रीफकेसचं कॉम्बिनेशन लॉक उघडत होता, तेवढ्या वेळात जिआननं एक सिगारेट आणि मेणबत्ती पेटवली. मेणबत्तीच्या उजेडानं भोवतालच्या वस्तूंच्या सावल्यांचं नर्तन सुरू झालं.

म्हाताऱ्यानं ब्रीफकेसमधला एक गुलाबी हॅन्डसेट घेतला आणि जिआनला दिला. एक छोटुसा हिरवा गोंडा त्याला लटकलेला होता. जिआननं तो ओळखला आणि झटकन म्हाताऱ्याकडे पाहत तो म्हणाला, ''हा माझ्या लेकीचा आहे.'' गोंड्याची लोकर सुकलेल्या काळ्या द्रवात लडबडलेली होती आणि तेच द्रव हॅन्डसेटच्या कीजमधल्या फटींमध्ये दिसत होतं.

म्हाताऱ्यानं पुन्हा ब्रीफकेसमध्ये हात घातला आणि झटकन उठत तो खुर्चीपासून दूर झाला. खुर्ची पडली. त्याच्या हातात छोटं पिस्तूल होतं. जिआननं त्याच्यावर आपली थंड नजर रोखली. म्हाताऱ्याचे हात थरथरत होते, गोळी कशी झाडायची, ते बहुधा त्याला ठाऊक नव्हतं. कदाचित चाप ओढण्यापुरेशी ताकदही त्याच्यात नसेल. सेफ्टी कॅच अजून तसाच होता. दोन सेकंद गेले, तरी गोळीबार झाला नाही. जिआन पुन्हा हॅन्डसेट तपासू लागला.

जिआननं नखानं सुकं द्रव खरवडलं. त्याचे कण त्यानं बोटावर घेतले आणि मेणबत्तीच्या ज्वाळेपाशी नेले. ते लालसर आणि अर्धपारदर्शक होते. सुकलेलं रक्त भासत होतं. त्याच्या पोटात ढवळलं.

काय घडलंय? काय चाललंय?

म्हाताऱ्यानं हॅन्डसेट उचलला.

२०

पाच महिन्यांपूर्वी वेई वेई 'फ्लोटिंग लोटस'मध्ये गेली होती. तेव्हा तिने तिला तिथे काम मिळेल का, याची चौकशी केली होती.

रेस्तराँचा मॅनेजर मि. ली लगेच राजी झाला. ती कदाचित त्रासदायक ठरेल, पण पारखून घ्यायला हरकत नव्हती. ती उंच आणि सुंदर होती, तिचे केस सरळ आणि सुळसुळीत होते; कांती फिकी आणि मुलायम. तिची चाल छान होती आणि तिला कपड्यांची चांगली जाण होती. पांढरा ब्लाउज, घट्ट जीन्स आणि हाय हिल्स, असा तिचा पेहराव होता. कल्पनाविलासाला तिनं फार वाव ठेवला नव्हता, परंतु ती उच्छृंखलही वाटत नव्हती.

तिला कॅन्टॉनीज बोली येत नसल्यामुळे ते इंग्लिशमधून बोलले. ती स्पष्टवक्ती होती आणि बोलताना मान खाली न घालता ती मि. लीच्या डोळ्यांकडे बघून बोलत होती; परंतु तरीही उर्मट वाटत नव्हती. ती मुख्य भूमीवरली होती आणि नुकतीच या देशात आली होती, असा मि. लीला खुलासा झाला. त्याला त्याचं आश्चर्य वाटलं, कारण तो मुख्य भूमीवरल्यांना उर्मट आणि असंस्कारित समजत असे. अर्थात गेल्या काही वर्षांमध्ये तिथली तिरसट परिस्थिती बदलली होती : जुनी बळीराजाची मूल्यं काळाच्या ओघात जुनाट झाली होती आणि आता प्राप्त झालेल्या विकासाबरोबर शिष्टाचारही त्यांना परवडू लागले होते. त्यानं तिला सांगितलं की, तो तिला तासाला साडेचार पाउंड्स देईल आणि तिला मिळालेल्या टिप्सपैकी अर्धी रक्कम ती स्वत:साठी ठेवू शकेल, तसंच त्यानं तिला विचारलं की, ती त्या संध्याकाळापासूनच रुजू होऊ शकेल का?

ती चांगली होती. नव्या गोष्टी ती पटापट आत्मसात करत होती, ती आकर्षक आणि अगत्यशील होती. अनेक जण केवळ तिच्यासाठी रेस्तराँमध्ये येऊ लागले. ती काम करत नसे, तेव्हा तिचा गुलाबी मोबाइल सतत कानाला लावलेला असे. तो उंची होता, ज्याची बॉडी शिंपल्यात घडवलेली होती. त्यावर स्वत:चं शूटिंग करून घेणं तिला आवडत असे. तिच्या सर्व वस्तू दर्जेदार असत. आजकालचा चिनी तरुण वर्ग आपली कमाई व्यर्थ वस्तूंवर खर्च करतो. त्याच्या पिढीतल्या लोकांप्रमाणे बचत करत नाही.

एका संध्याकाळी एकट्या बसलेल्या एका चिनी तरुणानं तिच्या मांडीवरून

हात फिरवला. तिनं ताडकन त्याच्या कानफटीत वाजवली. त्यावर तो हसला आणि जाताना त्यानं तिच्यासाठी वीस पाउंड्सची नोट टीप म्हणून ठेवली. ती तिनं खिशात कोंबल्याचं लीनं पाहिलं. ते तिनं उत्तम रितीनं केलं, नोटेच्या जागी तिनं सफाईनं एक पाउंडची दोन नाणी सरकवली.

वेट्रेसेसच्या असल्या चलाख्यांचा त्याला पुष्कळ अनुभव असल्यामुळेच केवळ त्याला ते समजलं. त्यावर काय करावं, याचा विचार करून ते सोडून देण्याचा त्यानं विचार केला आणि त्याच वेळी त्याला जाणवलं की, त्याच्यावरही तिनं मोहिनी टाकली होती. ती काम करत असताना तिला निरखणं, तिला हसायला लावणं, तसंच ती आनंदी असलेली पाहणं त्याला आवडत होतं. तिच्या कामावर येण्याची तो वाट पाहत असे आणि ती कधी येणार आहे, हेही तो तपासून ठेवत असे. आजकाल त्याचा पेहरावही सुधारला होता. ती त्याच्या प्रीतीला प्रतिसाद देण्याच्या स्वप्नात तो रममाण राही. त्यात त्याला काही गैर वाटत नव्हतं, कारण शेवटी तो पैसेवाला होता; परंतु तूर्ततरी आपल्या भावना बासनात ठेवणंच त्याला उचित वाटत होतं, कारण त्याला व्यवसाय करायचा होता.

आठवडाभरानं भारी टीपवाला परतला आणि या वेळी त्यानं आपल्याबरोबर तीन जोडीदार आणले होते. ली अस्वस्थ झाला. ते रेस्तराँच्या मध्यभागातल्या टेबलावर बसले होते. आपण केवढ्या मोठमोठ्यानं बोलत-हसत आहोत आणि केवढी ढोसत आहोत, याची त्यांना पर्वा नव्हती. त्यांचा गोंधळ जसजसा वाढू लागला, तसतशी बाकीची गिऱ्हाइकं तिथून निघून जाऊ लागली.

वेई वेईनं त्यांच्या टेबलावर सूप ठेवलं. गटातल्या देखण्या तरुणानं तिला डोळा मारला. तिनं प्रतिक्रिया दिली नाही. तो तिच्यावर झेपावला, तशी ती मागे झाली. तो हसला आणि त्यानं सूपचा बाउल उलटला.

स्थानिक उच्चारांतल्या इंग्लिशमध्ये तो डाफरला, ''या फडतूस सूपचे पैसे मी देणार नाही. जा, मॅनेजरला बोलाव.''

२१

मि. ली सगळं काही पाहत होता आणि असलं काहीतरी घडणार, याची त्यानं अटकळ बांधून ठेवली होती. तो लगबगीनं टेबलपाशी गेला. आता ते चौघंही खुनशी आविर्भावात बसलेले होते. प्रमुखानं स्वत:ची ओळख 'ब्लॅक फोर्ट' अशी करून दिली. त्याच्यासारख्याला साजेसंच नाव होतं.

"तुमचे पदार्थ एकदम भंकस आहेत," ब्लॅक फोर्ट कॅन्टॉनीजमध्ये म्हणाला, "पण रेस्तराँ छान आहे." त्यानं एका टूथपिकचे दोन तुकडे केले आणि त्यातला एक तोंडात धरून दातांमध्ये इकडून तिकडे तो घोळवू लागला.

"तुमच्या डिशचे पैसे तुम्ही द्या," मि. ली म्हणाला आणि त्यावर त्यानं जे ऐकलं, तेही त्याला अपेक्षित होतं.

"आम्ही इन्शुरन्सची कामं करतो. आम्ही तुझा इन्शुरन्स आठवड्याला एकशेआठ पाउंड या दरानं तुला देऊ. ते तू दैवाचं देणं समज. पहिला हप्ता आत्ता दे."

"मला धमकी देऊ नकोस. तुझ्या खाण्याचे पैसे तू देणार नसशील, तर इथून चालू लाग."

"तू आम्हाला आत्ताच्या आत्ता पैसे दे."

"नाही."

ब्लॅक फोर्टनं टेबलवरून हात फिरवला आणि टेबलवरल्या सगळ्या प्लेट्स जमिनीवर पडून फुटल्या. एकानं चमच्यात सूप घेतलं आणि चमचा भिरकावून दिला. दुसऱ्यानं नूडल्स घेतल्या आणि त्या दुसऱ्या दिशेला भिरकावल्या. त्यावर तो असा काही हसला की, त्यानं जगातला सर्वोत्तम विनोदच जणू अनुभवला होता.

रेस्तराँमध्ये राहिलेल्या शेवटच्या एका तरुण जोडप्याकडे दिलगिरी व्यक्त करत मि. लीनं त्यांना जायला सांगितलं आणि अर्थातच तो त्यांच्याकडून पैसे घेणार नव्हता. मग त्यानं वेट्रेसला भटारखान्यात जायला सांगितलं. भिंतीवरल्या सजावटीच्या हॅट्स ते लफंगे डोक्यावर घालून पाहत असताना मि. ली केवळ संथपणे श्वास घेत पाहत होता. मग ते लफंगे जमिनीवरल्या प्लेट्सवर नाचले आणि त्यांनी टेबल्स उलथवायला सुरुवात केली. मि. ली अविचल राहण्याच्या प्रयत्नात होता. तो आशा करत होता की, ते भटारखान्यातल्या अन्नदेवतेचा उपमर्द करणार नाहीत आणि त्याचे सर्व कर्मचारी भटारखान्यातून बाहेर न येण्याचा सुज्ञपणा दाखवतील.

"तू पैसे दिलेस, तर ते थांबतील."

"नाही."

ब्लॅक फोर्टच्या अनाकलनीय इशाऱ्यानं बाकीचे एकत्र गोळा झाले. त्यांच्या छात्या श्रमांमुळे धपापत होत्या. ब्लॅक फोर्ट आणि मि. ली एकमेकांचा अंदाज घेऊ लागले. ली कचरला नाही. ब्लॅक फोर्टचे डोळे असामान्यपणे फिके असल्याचं त्याला जाणवलं. त्याची बुबुळं पिवळट होती, ज्यामुळे त्याच्या नाजूक अंगकाठीबरोबर त्यांचं वेगळेपण अस्वस्थ करणारं होतं आणि त्यालाही अर्थातच त्याची कल्पना होती.

दातांमधली टूथपिक इकडून तिकडे फिरतच होती. ब्लॅक फोर्ट स्वत:शीच हसला, जणू कुठल्या स्वप्नाळू विचारानंच; आणि म्हणाला, "आम्ही तुला नूतनीकरणाचेही पैसे लावणार आहोत. आठवड्याला एकशेवीस पाउंड्स." मग त्यानं आपल्या खिशातून कार्ड काढलं आणि मि. लीच्या खिशात कोंबलं.

लीनं चौकशी केली होती. भारतीय रेस्तराँचे मालक आणि गोरे दुकानदार खंडणी देत नव्हते; पण सगळे पूर्व आशियाई बळी ठरत होते. काही जणांनी पहिला हप्ता दिला होता, पण त्याच्यासारख्या काही जणांनी नकार दिला होता आणि अजूनपर्यंत काही झालेलं नव्हतं. समाज बळ एकवटत होता.

लीला जाणवलं की, जोवर शक्य आहे, तोवरच या किडीचा नायनाट लावायला हवा. त्यानं जर उशीर केला, तर सर्वांनाच भुर्दंड सोसावा लागेल, गुंडांचा धीर चेपेल आणि मग प्रतिकाराचा प्रश्नच निकालात निघेल. त्यांचं शहर मग लंडन किंवा मॅन्चेस्टरसारखंच होईल, जिथे प्रत्येक पूर्व आशियाई व्यापारी आपल्या दुकानात कोणत्या ना कोणत्या निरुपद्रवी, कल्याणकारी फंडाच्या नावाची पाटी लावतो आणि त्यायोगे कुठल्या ना कुठल्या गुंडाला शरण जातो.

अर्थात अशा नवशिक्यांना धडा शिकवण्याचा एक सोपा मार्ग होता, तो म्हणजे त्यांच्या बापांना पाचारण करणं. एकानं बु साँग बुबद्दल चौकशी केली होती, तर दुसऱ्याला लिट्ल हॉर्स ऐकून माहीत होता; परंतु लीला कल्पना होती की, ही दीर्घकालीन उपाययोजना ठरणार नाही. कारण एकदा धूळ खाली बसली की, त्यांना दुसऱ्या कुणालातरी तोंड द्यावं लागेल. त्यातून सुरुवातीला ते उपकारक वाटले, तरी तेही शेवटी त्याच वळणावर जाणार. हे लोक, म्हणजे नेक समाजाच्या रक्तावर जगणाऱ्या जळवा असतात.

२२

काळ्या कार्डवर एका कॉकटेल ग्लासचं चित्र होतं आणि त्याच्या बाजूला असलेल्या दोन अक्षरांशेजारी ओठांची एक द्वयी होती. दोन अक्षरांचा अर्थ होता : ब्लॅक फोर्ट. त्याशिवाय कार्डवर लिव्हरपूलमधला एक पत्ता होता, मात्र फोन नंबर नव्हता.

मि. ली त्या पत्त्यावर गेला, औद्योगिक वसाहतीमागच्या एका बकाल गल्लीत. दरवाजावर एक इंटरकॉम होता. त्यानं बटण दाबल्यावर एका मुलीचा कॅन्टॉनीजमधला आवाज ऐकायला मिळाला, त्यानुसार त्यानं ते कार्ड सीसीटीव्हीच्या कॅमेऱ्यासमोर धरलं. दरवाजा उघडला.

दरवाजातून आतमधल्या काळोख्या भागात गेल्यानंतर समोरच्या जिन्यानं तो वर गेला. वर एक बार होता. तो लाल उजेडात न्हालेला होता. प्लॅस्टिकच्या द्राक्षांचे घोस छतावरून लटकत होते. चिनी संगीताचे सूर उमटत होते. भिंतीवरल्या वॉलपेपरवर नग्न ललनांचे भलेमोठे फोटो होते. सोनेरी केसांची एक तरुणी त्याच्याकडे पाहून स्मित करत होती – नाही, ते कटआउट होतं.

बारमध्ये दोन पुरुष बसलेले होते. ब्लॅक फोर्ट आणि एक मध्यमवयीन ढोल्या गोरा. ब्लॅक फोर्टचे हात दोन आशियाई तरुणींच्या कमरेभोवती लपेटलेले होते. त्यानं खुणेनं त्यांना सोफ्यावर बसायला सांगितल्याबरोबर त्या यांत्रिकपणे तिकडे गेल्या.

तो कॅन्टॉनीजमध्ये म्हणाला, ''तुम्ही इथे आलात, हे बरं केलंत.'' मग स्टुलावर दृष्टिक्षेप टाकत त्यानं विचारलं, ''तुम्ही काय घेणार?'' आणखी एका तरुणीनं सिगारेट चुरडली आणि ती बारमध्ये गेली.

मि. ली न बसताच म्हणाला, ''असू दे, मला काहीही नको.'' त्याची दृष्टी तिथल्या उजेडाला अजून सरावत होती. त्या लाल धूसरतेमध्ये आणखी काही तपशील दृग्गोचर होत होते : बनावट फुलं, नकली फळं, चेहऱ्यांचे मुखवटे असलेल्या त्या तीन तरुणींच्या चेहऱ्यांवरचा सौंदर्य प्रसाधनांचा जाड थर.

''दुर्दैव तुमचं. माझ्याकडे उत्तमोत्तम मदिरा आहेत. इथलं सगळं काही उंची आहे.'' त्यानं बारमेडच्या गालाला चिमटा काढला. तिनं जराही तोंड वाकडं केलं नाही. अर्थातच, तो तिथला प्रमुख असल्याचं त्यानं दाखल्यानिशी दाखवलं होतं.

पुढल्या क्षणी तो इंग्लिशमध्ये बोलू लागला. ''माझ्या साथीदाराशी मी तुमची ओळख करून देतो. हा माझा मित्र केव्हिन. केव्हिन, हे मि. ली, फ्लोटिंग लोटस रेस्तराँचे मॅनेजर.''

दोघांनी हस्तांदोलन केलं. त्या वेळी दोघांनाही जाणीव होती की, तसं करताना दोघांनाही त्यात स्वारस्य नव्हतं. केव्हिनचा हात जड होता, पण आंदोलन सैल.

''तुम्हाला कधी कामगारांची गरज असेल, तर केव्हिनला कळवा. तो तेच काम करतो, माणसं पुरवण्याचं.''

ब्लॅक फोर्टनं मि. लीच्या हातातून कार्ड काढलं आणि केव्हिनला दिलं. त्याच्या मागच्या बाजूवर केव्हिननं आपलं नाव आणि फोन नंबर लिहून कार्ड मि. लीला परत केलं. तो म्हणाला, ''मी व्यवस्था करेन. एकदम स्वस्तात. कागदपत्रांचं मी पाहून घेईन. तुम्ही रोकडीचं बघा. ते येतील आणि विनातक्रार तुमची कामं करतील. त्यांच्याकडून तुम्हाला कोणत्याही प्रकारचा त्रास होणार नाही.''

मि.लीनं कार्ड खिशात ठेवलं आणि तो ताठ उभा राहिला.

''ठीक आहे,'' ब्लॅक फोर्ट पुन्हा कॅन्टॉनीजकडे वळला. ''मला कळवा. काय ते.''

''मी तुम्हाला बोलवायला आलोय, जेवणासाठी. मला विम्याचं महत्त्व ठाऊक आहे. जेवताना आपण तपशीलवार बोलू. तुम्ही बुधवारी रेस्तराँवर या.''

''संध्याकाळी सात वाजता.''

''हरकत नाही.''

''एकदम छान डिशेस तयार ठेवाल ना?''

''अर्थात.''

''आणि तुमची सर्वोत्तम डिश तिथे हजर असेल ना?''

''मी समजलो नाही.''

''ती वेट्रेस. चिनी.''

''तीच आपल्याला सर्व्ह करेल.''

एवढ्या बोलण्यावर मि. लीनं ब्लॅक फोर्टचा निरोप घेतला.

२३

वेई वईला सर्व्ह करायचं नव्हतं. मि. लीनं तिला दुप्पट पगाराचं प्रलोभन दाखवलं; परंतु ती म्हणाली की, प्रश्न पैशांचा नव्हता, तर तिला त्या प्राण्याचं दर्शनही पुन्हा नको होतं. लीनं प्रलोभन वाढवलं आणि त्या रात्रीसाठी पन्नास पाउंड्स कबूल केले. ती राजी झाली.

ब्लॅक फोर्ट आणि त्याचे बगलबच्चे सातपूर्वी काही मिनिटं अवतरले. मि. लीनं त्यांना टेबलावर बसवलं. ब्लॅक फोर्ट सावध वाटत होता. मि. ली त्याला अगत्यानं आग्रह करकरून खाऊ-पिऊ घालत होता.

टेबलावर पदार्थांची रेलचेल होती : फिश रोल्स, मटण, चिकन, सूप्स इ. मि. लीला आपल्या रेस्तराँमधल्या पदार्थांविषयी आणि हाँग काँगमध्ये प्रशिक्षण घेतलेल्या शेफविषयी रास्त अभिमान होता. बहुतेक सर्व पदार्थ त्याच्या भटारखान्यात तयार होत, इतरांप्रमाणे तो 'फ्रोझन फूड' वापरत नसे. तो नेहमी गमतीनं म्हणत असे, ते 'रेस्तराँतर्स नसून 'रीहीटर्स' होते.

त्यांच्या इकडच्यातिकडच्या हवा-पाण्याच्या गप्पा चालू होत्या. अवघड क्षण येतोसं दिसलं, की मि. ली शिताफीनं प्याले भरत होता. सर्व जण चायनीज व्हिस्की पीत होते. मि. ली स्वत: पिण्याचं नाटक करत होता, पिताना सांडत होता आणि मग नॅपकिननं पुसत होता.

ब्लॅक फोर्टनं त्याच्या बगलबच्च्यांची ओळख करून दिली. जाडगेला व्हिएतनामी, 'कॅटरपिलर.' तो संथ होता आणि बाकीचे बरेचदा त्याची खिल्ली उडवत होते. पोनी-टेलवाला 'सिक्स डेज'; सतत त्याच्या मोबाइलवर बोलत होता. तिसरा 'ब्लू' तसा अबोल होता. त्यानं स्पष्ट केलं होतं की, बोलण्यामुळे खाण्यात आणि सिगारेट ओढण्यात व्यत्यय येतो.

वेई वेईनं आणलेल्या सूपनं भोजनाचा शेवट झाला आणि पचनाला उपयुक्त म्हणून त्यावर चहा झाला. ''तुमच्याकडून मला एवढ्या सहकार्याची अपेक्षा नव्हती.'' ब्लॅक फोर्ट म्हणाला. त्यावर मि. ली आणि तोही हसला. आता सिगारेट्स शिलगावल्या गेल्या.

मि. लीनं वेई वेईला तिथून जायला सांगितलं.

ब्लॅक फोर्टनं लगेचच मुद्द्याला हात घातला. ''आठवड्याला एकशेवीस पाउंड्सचा हप्ता पडेल.''

"तेवढ्या रकमेनं माझं दिवाळं निघेल. हवं तर माझे हिशेब बघा. महिन्याला केवळ दोनशे पाउंड्स मी देऊ शकेन."

"हप्ता कमी करून चालणार नाही. मी तसं केलं, तर धंद्यात माझी पत राहील का? ते तुम्हीही समजू शकता."

"मी तर उलट म्हणतो की, रक्कम कमी केलीत, तर असं दिसेल, की तुम्हाला धंद्यातलं कळतं आणि त्यातली सर्वांत महत्त्वाची बाब म्हणजे तडजोड. जो तडजोड करतो, तोच खरा दोस्त. तडजोडीनं मित्र लाभतात आणि मित्राचं मोल सोन्याहून मोठं असतं."

ब्लॅक फोर्टनं सिक्स डेजच्या पाठीवर जोरदार थाप मारली. "ऐकलंस? प्रवचन? ज्ञान? सोन्याहून अधिक मोल? ठीक आहे, मी प्यायलेला आहे, तुमचं सूप छान होतं आणि तुमची वेट्रेस छकडी आहे. या कारणांवरून मी काटा थोडा खाली घेतो. एकशे आठ पाउंड्स."

"पण मला तेही शक्य नाहीये. भाडं, जिन्नस, पगार. मला खर्च किती आहेत!"

"मग तुमच्या डिशेसचे दर वाढवा."

"तसं केलं, तर माझं गिऱ्हाईक तुटेल."

"मग हलके जिन्नस वापरा. ते कुणाच्या लक्षात येणार नाही."

"ते कसं शक्य आहे?"

"हे पाहा, तुम्ही काही मागण्याच्या स्थितीत नाही आहात. विषय इथेच मिटलाय. पुन्हा तडजोडीचा विषय काढू नका, नाहीतर हप्ता वाढेल. एवढ्या छान संध्याकाळची वाट लावू नका. पैसे द्या, आम्ही निघतो."

ब्लॅक फोर्ट उठला. ते प्यायलेले होते, पण शुद्धीत होते आणि त्यांच्या चेहऱ्यावर कठोर भाव प्रकट होत होते.

मि. ली त्यांना घेऊन बाहेरच्या मोठ्या हॉलमध्ये आले. तिथली सर्व टेबल्स बाजूला सरकवून मध्ये रिकामी जागा ठेवली होती. त्या जागेत तीस-चाळीस जण, सर्व आशियाई स्त्री-पुरुष उभे होते. मि. ली त्यांना जाऊन मिळाला. मग त्यानं ब्लॅक फोर्टकडे तोंड केलं आणि छाती फुगवली, हनुवटी उंचावली.

त्याच्या मागच्या दोघांनी एक बॅनर उंचावले. पांढऱ्या कपड्यावर मोठ्या लाल अक्षरांत चिनी आणि इंग्लिशमध्ये लिहिलं होतं :

'गुंडगिरीविरोधात पूर्व आशियाई संघटित आहेत.'

२४

नव्या पाहुण्यांकडे आणि मग एकमेकांकडे पाहणारे गुंड आणि त्यांचा ढळलेला आत्मविश्वास पाहून लीला समाधान वाटलं.

अपवाद होता केवळ ब्लॅक फोर्टचा. त्याचा चेहरा निर्विकार होता. तो अशा नजरेनं पाहत होता, जणूकाही ते खेळ खेळत होते. त्याच्या प्रतिस्पर्ध्याचा डाव त्यानं ओळखला होता आणि पराभव स्वीकारल्याचं दर्शवण्यासाठी आता त्यानं चेहऱ्यावर कुत्सित भाव धारण करून हात उंचावले होते.

''आमच्यापैकी कोणीही तुम्हाला काहीही देणार नाही,'' लीनं घोषणा केली.

''मी तुला काहीही देणार नाही,'' त्यांच्यापैकी एक जण म्हणाला. मग दुसराही तेच म्हणाला. मग लीनं त्यांना सांगून ठेवल्याप्रमाणे सर्वांनी आपापले उजवे हात उंचावले आणि एकसुरात घोषणा केली, ''आमच्या समाजातल्या गुंडांच्या विरोधात आम्ही संघटितपणे उभे आहोत.''

सर्वांत उच्चरवानं ओरडल्या, त्या होत्या तीन स्त्रिया, आपल्या कचखाऊ नवऱ्यांना धीर देण्यासाठी आलेल्या. बहुतेक पुरुषांना मारूनमुटकून बोहल्यावर चढवलेलं होतं. ''आपण विरोध कशाला करायचा?'' बहुतेकांनी तक्रारीच्या सुरात विचारलं होतं. ''आम्हाला शांत जीवन जगायचंय. त्यांना पैसे घेऊ द्यात.'' पण या टोळीची हाव लीच्या उपयोगाला आली. कोणीतरी चौकशी केल्यावर समजलं होतं की, मोठे गुंड सहसा कमी हप्ता मागतात.

''आमचा समाज तुम्हाला पोसणार नाही,'' मि. ली उद्गारले. ''आमच्यापैकी कोणीही तुम्हाला काहीएक देणार नाही. ना रेस्तराँचे मालक, ना दुकानदार, ना अन्य कोणी व्यावसायिक. आम्ही सर्व जण संघटित आहोत.''

''चालते व्हा,'' एक स्त्री किंचाळली, ''गांडुळांनो इथून चालते व्हा.'' मि. लीनं ताकीद देऊन ठेवली होती की, कोणीही त्यांचा अपमान करू नये. त्या बाबतीत स्त्रियाच नेहमी जलद आणि उत्साही असतात. अशा बाबी हाताळण्याचे काही ढंग असतात आणि अशी बाचाबाची टाळल्यास ते सुलभ होतं.

''आता तुम्ही इथून जा आणि पुन्हा कधी परत येऊ नका.'' मि. लीनं ठणकावलं.

ब्लॅक फोर्ट त्यांच्यासमोर येरझारे घालू लागला आणि प्रत्येकाच्या नजरेला नजर देऊ लागला. ''मी तुम्हाला ओळखतो,'' तो म्हणाला, ''मी प्रत्येकाला ओळखतो.''

"आणि आम्ही तुम्हाला ओळखतो," एक स्त्री म्हणाली, "तुम्ही जळवा आहात."

"अशानं तुम्ही पस्तावाल," ब्लॅक फोर्टनं धमकावलं.

गुंडांना वाट करून देण्यासाठी मि. लीनं लोकांना बाजूला व्हायला सांगितलं. त्यांच्या हालचालीत बॅनरला झोल आला. मि. लीनं बॅनर पुन्हा ताठ करायला सांगितलं. ते ताठ झाल्याबरोबर ब्लॅक फोर्टनं ते जमिनीवर पाडले आणि पायदळी तुडवले आणि चौघंही गुंड निघून गेले.

आता मात्र खरा परीक्षेचा भाग सुरू झाला होता. तीस-पस्तीस जणांच्या जमावानं केवळ चौघांना सामोरं जाणं धाडसाचं कृत्य नव्हतं; पण ती टोळी एकेकट्याला गाठण्याची शक्यता होती. तशात काही जणांनी कच खाल्ली, तर मात्र परिस्थिती पुन्हा 'जैसे थे' होईल. नशिबानं त्याला साथ दिली, तर ती चौकडी ठरवेल की, हा समाज तेवढी तकलीफ घेण्याच्या लायकीचा नाहीये आणि मुद्दा तिथेच निकालात निघेल; पण तसं न झालं, तर ते त्याला ठार मारतील; त्याचं रेस्तराँ जाळून टाकतील. त्याला स्वत:ची पर्वा नव्हती, पण कुटुंबाची काळजी होती. त्या रात्री त्यानं आपल्या पत्नीला, लेकीला आणि आईला आपल्या आत्याकडे पाठवून दिलं.

त्यानं पिस्तूल खरेदी केलं होतं. ते एकदम सोपं होतं. एका मित्राच्या मित्रानं दोन दिवसांत सगळं जुळवून आणलं होतं. एका पबमधल्या टॉयलेटमध्ये व्यवहार झाला होता.

ते इटालियन पिस्तूल त्याला चारशे पाउंड्सना पडलं होतं आणि त्यापेक्षा जास्त त्याला सहा काडतुसांसाठी मोजावे लागले होते. ती काडतुसं लहान पिस्तुलाची होती आणि मोठीत बसवता येतील, असा बदल त्यात करण्यात आला होता. मित्र त्याला म्हणाला होता की, हत्यार मिळवणं मुश्कील नव्हतं; पण काडतुसं मिळवणं त्याला शक्य झालं नसतं. ना पैशाच्या जोरावर, ना अन्य कशाच्या.

मि. लीला संशय होता की, त्याला बेभरवशी वस्तू दिली गेली होती. त्याला त्या थंड, तेलकट हत्याराला हात लावावासा वाटत नव्हता, म्हणून त्यानं ते पिस्तूल ब्रीफकेसमधल्या टिश्यू पेपरच्या गठ्ठ्यावर ठेवलं. तो ती ब्रीफकेस रात्री स्वत:च्या पलंगाखाली ठेवत असे, तर दिवसा रेस्तराँच्या भटारखान्यात.

आता त्याचं चित्त ढळलं होतं आणि त्याचं मन भय आणि क्रोधाच्या भावनांमध्ये आंदोलत होतं. खोलीत येरझारे घालत असताना, कोणकोणत्या वस्तूंचा – ॲश-ट्रे, पेन, पुतळा, उपयोग शस्त्र म्हणून होऊ शकतो, याची तो नोंद घेऊ लागला. तसंच त्याला स्वत:मागची चाहूल टिपण्याचीही सवय लागली होती. येऊ द्याच त्यांना, तो मनातल्या मनातच त्यांना आव्हान देत असे. तो तयार होता, त्याच्याकडे प्रबळ इच्छाशक्ती होती, तो चिवट योद्धा होता. मि. लीला आव्हान देताना त्यांनी लहान तोंडी मोठा घास घेतला होता.

पार्टीनंतर नऊ दिवसांनी खालच्या मजल्यावरल्या आवाजानं त्याला जागं केलं होतं. त्यानं काय ते ओळखलं आणि शस्त्र हाती घेतलं. कपडे घालण्यासाठी कपाट उघडलं, तर शिकार सावध होईल, या जाणिवेनं त्यानं ठरवलं की, अंतर्वस्त्रांवरच खाली जायचं. त्या नीच, हलकट ब्लॅक फोर्टच्या मस्तकी गोळी घालण्याचं त्यानं ठरवून टाकलं; पण तरीही त्याच्या हातांचा कंप मात्र थांबत नव्हता.

तो सावकाश जिना उतरू लागला. वेळ सरता सरत नव्हती. जिना काही संपत नव्हता. पुन्हा आवाज झाला. भटारखान्यात कोणीतरी होतं.

त्याला अंधाराचा सराव झाला. तो शेवटल्या पायरीवर पोहोचला आणि त्याला प्रश्न पडला की, त्यानं त्याचा चश्मा घ्यायला परतावं का?

पण तो तसाच पुढे झाला. कदाचित एखादं मांजरच असावं. त्याला पिस्तूलवाल्याचे बोल आठवले आणि त्यानं सेफ्टी कॅच ऑफ केला; पण त्याच्या मनात पाल चुकचुकली – तो मुळातच ऑफ होता आणि आता त्यानं तो ऑन केला होता, अशी तर परिस्थिती नव्हती ना. तो स्वत:ला दिलासा देत होता; पण शंका मात्र फिटत नव्हती.

थोडा पुढे येऊन त्यानं रणगर्जना ठोकली, "थांबा हरामखोरांनो, एकेकाला आता उडवतोच." परंतु त्याच्या घशाला कोरड पडलेली असल्यामुळे सगळे शब्द अस्पष्टच उमटले.

त्यानं भटारखान्याच्या दारावर लाथ मारली; परंतु आतमध्ये कोणीच नव्हतं. तो डायनिंग रूममध्ये गेला, लाउँजमध्ये गेला, हातात पिस्तूल सावरलेलंच होतं, हाताचा कंप चालूच होता; परंतु कोठेच कोणीही नव्हतं. जे कोणी असतील, त्यांनी आतमध्ये प्रवेशतरी कसा मिळवला होता. तो भटारखान्यात गेला आणि त्यानं ग्लासभर पाणी ढोसलं.

तिथे काउंटरवर एक गुलाबी मोबाइल होता. तो त्याचा नव्हता. त्यावर काळसर लाल डाग होते. त्यानं तो फोन उचलला. ते डाग रक्ताचे वाटत होते. त्यानं एक बटण दाबलं. स्क्रीनवर एक भिंत दिसत होती. 'पॉज' केलेल्या अवस्थेतली ती व्हिडिओ क्लिप होती. त्यानं 'प्ले'चं बटण दाबलं.

२५

भिंत. कॅमेरा डावीकडे सरकतो. भिंतीचा कोपरा. चित्र हलत होतं, म्हणजेच चित्रीकरण हातात धरलेल्या कॅमेऱ्यानं केलेलं होतं आणि वरच्या बल्बचा उजेड असल्यामुळे दृश्य भगभगीत आणि विनाखोलीचं दिसत होतं.

कोपऱ्यात वेई वेई होती, अंग चोरून घेतलेली, पाय मुडपून जमिनीवर बसलेली. तिचे हात पाठीमागे बांधलेले होते आणि पायांचे घोटे इलेक्ट्रिक वायरनं एकत्र जखडून ठेवलेले दिसत होते. कॅमेरा तिच्या चेहऱ्याजवळ गेला. तिच्या फाटलेल्या ओठातून रक्त आलेलं दिसत होतं. डोळे पाणावलेले होते. ती बोलताना दिसत होती, पण दृश्यात तिचा आवाज ऐकू येत नव्हता. तिची जिवणी सारखी एका तऱ्हेनंच हलत होती. म्हणजे ती कशाचातरी वारंवार पुनरुच्चार करत होती.

ती मागे सरकली. पायानं जमिनीला दूर लोटत ती भिंतीला जाऊन टेकली. कॅमेरा तिच्याजवळ गेला. आता पडदाभर तिचा चेहराच काय तो दिसत होता, परंतु तोही अस्पष्ट. उजेडाच्या भगभगाटामुळे तिचे काळेभोर डोळे, तिच्या पुढल्या दोन दातांमधली फट आणि तिच्या तोंडाचा अंधारा अंतर्भाग तेवढा स्पष्ट दिसत होता.

ग्लोव्ह घातलेल्या एका हातानं तिच्या कपाळावर आलेला केसांचा झुपका धरला आणि वर खेचला. तिच्या नाकपुड्या थरथरल्या. तिची नजर एका बाजूला खिळलेली होती, कॅमेऱ्यापासून दूर.

हातानं झुपका सोडला आणि केस पूर्ववत कपाळावर उतरले. कॅमेरा पुन्हा तिच्यापासून दूर झाला.

अंगभर कपडे घातलेली, डोळ्यांवर प्लॅस्टिकचा गॉगल, चेहऱ्याभोवती स्कार्फ आणि डोक्यावर हॅट घातलेली एक व्यक्ती थरथरणाऱ्या वेई वेईजवळ आली. त्याच्या हातात एक सुरा चमकत होता. तो खाली वाकला आणि अचानक अत्यंत वेगात त्यानं तो सुरा वेई वेईच्या पोटात जवळजवळ डझनभर वेळा खुपसला.

वेई वेईचं तोंड उघडलं आणि मिटलं. तिनं एक आचका दिला आणि मग ती मलूल पडली. तिच्याखाली रक्ताचं थारोळं तयार झालं आणि सुरावाली व्यक्ती मागे सरली.

कॅमेरा हलला. मग स्थिरावला. जमीन, तीवरची मृत वेई वेई आणि रक्ताचं थारोळं दाखवत. कॅमेरा तिच्या चेहऱ्याजवळ गेला, जो आता अधिकच पांढरा फटफटीत आणि निस्तेज दिसत होता. चित्रीकरण अचानक बंद झालं.

जिआननं डोळे मिचमिचवले. त्याला जाणीव झाली की, त्याचा हात थरथरत होता. फोनचा स्क्रिन एकदम छोटा होता, त्याच्या मुठीत मावेल एवढा, पण त्यानंच जिआनला गिळंकृत केलं होतं. आपला चेहरा तप्त झाल्याची त्याला जाणीव झाली. त्यानं समोर पाहिलं. तो काळोख्या रेस्तराँमध्ये होता आणि एक म्हातारा आपल्या थरथरत्या हातांनी त्याच्यावर पिस्तूल रोखून उभा होता. ते पिस्तूलदेखील थरथरत होतं.

त्यानं फोन हातातून सोडला आणि म्हाताऱ्याला भिंतीवर चेपलं. मग दुसऱ्या हातानं म्हाताऱ्याच्या चेहऱ्यालगतच्या बांबूवर एकापाठोपाठ एक ठोसे लगावले. बांबू चिरफाळला आणि पडला.

त्यानं म्हाताऱ्याला त्या मोडक्या बांबूवर ढकललं. आपला क्रोध अनावर होत अंगभर पसरत असल्याची त्याला जाणीव झाली. त्यानं बाहेर पाहिलं; परंतु कशातच काही फरक पडला नव्हता. तो त्याच रेस्तराँमध्ये होता, तोच फोन, तोच ठेचकाळलेला हात. सारंकाही तेच होतं, मात्र त्या कशालाच आता अर्थ उरला नव्हता.

म्हातारा जमिनीवर रांगत होता. पिस्तूल तसंच रोखलेलं धरून तो फोन हाताळत होता. स्क्रिनवर वेई वेईच्या डोळ्याचा क्लोज अप दिसत होता. तो ती फ्रेम झूम इन करत होता. त्यानं तो फोन जिआनच्या हातावर ठेवला आणि दोघांच्यामध्ये पिस्तूल तसंच ठेवत तो कोपऱ्यात गेला.

जिआननं स्क्रिन पाहिला. त्यावर वेई वेईचं बुबूळ दिसत होतं आणि बुबुळाच्या कोपऱ्यात शूटिंग करणाऱ्या व्यक्तीच्या चेहऱ्याचा खालचा अर्धा भाग अस्पष्टपणे दिसत होता... प्रतिबिंब. काहीच स्पष्ट दिसत नव्हतं, मात्र अपवाद होता केवळ एका खुणेचा, ओठाखालचा डाग, त्या व्यक्तीची जन्मखूण.

जिआननं काउंटरचा आधार घेतला. त्याच्या हातात बांबूची शिळकं घुसली होती. ते एका अर्थी बरंच झालं, कारण त्या वेदनेमुळे त्याचं मानसिक दुःख थोडं कमी जाणवत होतं.

आता त्याला याबद्दल विचार करायचा होता. त्याला दिसलं होतं की, वेई वेई मेली होती, परंतु त्याच्या डोक्यात मात्र ती जिवंतच होती. पण ती मेली होती, ही वस्तुस्थिती होती आणि त्याबद्दल तो आता काही करू शकणार नव्हता. त्याला तिची आई आठवली, लॉरीच्या हेडलाइट्समध्ये दिसणारी, उघड्या डोळ्यांची, गालांवरून रक्त वाहत असलेली. जिवंत असताना त्या दोघींमध्ये एवढं साम्य जाणवलं नव्हतं; पण मेल्यावर मात्र हे विलक्षण साम्य जाणवत होतं. जिवंतपणी त्या दोघी जेवढ्या भिन्न होत्या, तेवढ्याच त्या मृत्यूनंतर सारख्या होत्या. आई आणि मुलगी – आता त्याच्यावर नजर ठेवणारे चार-चार निर्जीव डोळे होते.

म्हातारा लडखडत पुढे झाला आणि त्यानं त्याचं पिस्तूल मेणबत्तीपाशी ठेवलं.

मग त्यानं खिशातून एक काळं व्हिजिटिंग कार्ड काढलं. पिस्तुलाशेजारी ठेवलं आणि तो मागे हटला.

त्या कार्डवर ओठांच्या आणि ग्लासच्या प्रतिमेशेजारी 'ब्लॅक फोर्ट' छापलेलं होतं. म्हातारा पुढे झाला आणि त्यानं पिस्तूल जिआनच्या हाताजवळ सरकावलं.

''कळलं मला,'' जिआन खेकसला, ''त्यानं तिला मारलं आणि मी त्याला मारावं, यासाठी तू मला मदत करत आहेस.''

जिआननं पिस्तूल उचललं. म्हाताऱ्यानं कार्डवर बोट ठेवलं. तो पत्ता दाखवत होता.

२६

जिआननं हत्यार तपासलं. ते ठीक होतं; पण काडतुसं म्हणजे विनोद होता. त्या एकतर अडकून राहतील किंवा चक्क त्याच्या थोबाडावर उलटतील. त्यानं ट्रिगरवर बोट ठेवलं आणि म्हाताऱ्यावर ते रोखलं. म्हातारा हातवारे करत बडबडू लागला.

त्याला कथा कळली होती, एकदम सरळ होती, सांगण्यासारखं त्यात काहीही नव्हतं. एखादी व्यक्ती धाडस करते आणि परिणाम म्हणून दुसरंच कोणी निर्दोष व्यक्ती भोगते. त्यानं ते असंख्य वेळा ऐकलं होतं. म्हाताऱ्याची बडबड ऐकून तो वैतागला होता, ते म्हणजे जणुकाही कानाजवळ डास गुणगुणत असल्यासारखं होतं.

''तुला वाटतंय, मी तुझ्या सुडाचं माध्यम होईन?''

जिआनला म्हाताऱ्याला मारून टाकावंसं वाटत होतं. त्यानं पुन्हा पिस्तूल रोखलं. ''तू माझ्या लेकीचा खून केलास. त्याच्याएवढाच तूही त्याला जबाबदार आहेस. तूच तिला मारलंस.''

म्हातारा मागे मागे सरकत राहिला. जिआन त्याच्यामागोमाग सरकत राहिला. म्हातारा मागल्या दारापाशी पोहोचला.

जिआननं फ्रिजरवर गोळी झाडली. गोळीचा आवाज खोलीत घुमला, मग क्षणभरानं शांतता पसरली आणि दारूचा वास खोलीत भरला. जिआननं गोळीनं पडलेलं भोक तपासलं. गोळीनं बाहेरचा प्लॅस्टिकचा थर छेदला होता; पण ती अंतर्भागात घुसली नव्हती. म्हणजेच या गोळ्या फारशा शक्तिशाली नव्हत्या, पण पिस्तूल काम करत होतं.

''बडबड बंद कर. तू मला मदत करणार आहेस की नाही?''

म्हाताऱ्याची बडबड अधिकच वाढली. जिआननं सुरक्षिततेच्या हेतूनंच फ्रिजरवर गोळी झाडली होती, जेणेकरून ती त्याच्या पृष्ठभागावर आपटून उलटू नये; पण त्याचा म्हाताऱ्यावर झालेला परिणाम त्याला हवाच होता. म्हातारा धाकात राहणं आणि त्यानं जिआनला सर्किट समजणं तूर्तास गरजेचं होतं.

त्यानं फोन खिशात ठेवला, तसंच त्यानं पिस्तूल, चॉपर आणि सुरीही जॅकेटमध्ये ठेवली.

''चल तर मग, आपण निघू. चल.''

म्हाताऱ्यानं रेस्तराँ बंद केलं. जिआन त्याला म्हणाला, ''म्हाताऱ्या, तू खराच

नशीबवान निघालास. तुझ्या सुडाचं माध्यम होण्यासाठीच मी आलो आहे. तू स्वत:ला तेवढा धूर्त समजतोस, नाही का? मला तुझी घृणा वाटते.''

म्हातारा कसनुसा हसला आणि मान डोलावून त्यानं पाऊल उचललं.

''माझी लेक मेली, तसाच तूही मरायला हवास, डरपोक थेरड्या.''

सांस्कृतिक क्रांतीच्या अखेरीस जिआन सैन्यात भरती झाला होता आणि व्हिएतनामविरुद्ध विनाकारण, अप्रतिष्ठेचं आणि अनिर्णित युद्ध लढला होता. सुज्ञपणा राखून आणि वाईट सैनिक होऊन त्यानं स्वत:ला धोक्यापासून दूर ठेवलं होतं. रोगराईनं ग्रासलेल्या खंदकांपासून दूर राहणं आणि राजकीय जागरूकता वाढवणं, कारण ती कोरड्या खोलीत लाभत होती. हे तो वेळीच शिकला होता.

त्याच्याकडल्या छोट्या लाल पुस्तिकेतला मजकूर, 'अध्यक्ष माओ यांचे विचार' त्याला तोंडपाठ होते. त्याला पढवलं गेलं होतं की, तणावाच्या काळात सर्व सच्चे कम्युनिस्ट सैनिक त्या शब्दांच्या आधारानं स्वत:ला शांत ठेवतात. अर्थात त्यालाही उमजलं होतं की, गोळीबाराला तोंड देतानाही त्या शब्दांच्या मंत्रोच्चारानं तो कार्यरत राहिला होता.

आता कारच्या उबेत त्याची ती जुनी कला त्याला पुन्हा आठवली. ''लाभासाठी कामगार वर्गाचं शोषण, ही राष्ट्रीय बुर्झ्वा चरित्राची एक बाजू आहे,'' त्याच्या डोक्यात शब्द घुमू लागले. ''तसेच त्याची दुसरी बाजू म्हणजे, त्या वर्गाचं घटनेला समर्थन आणि समाजवादी परिवर्तन स्वीकारण्याची त्याची तयारी.'' आता त्याला पुन्हा सैनिकासारखं वाटू लागलं.

२७

जिआनच्या मनात येऊन गेलं की, तो सापळ्यात अडकण्याचीही शक्यता होती. त्याच्यासाठी सापळा रचणं, ही म्हाताऱ्यासाठी अत्यंत सोपी बाब होती; परंतु त्याचं मन त्याला सांगत होतं की, म्हाताऱ्याला त्या गुंडांची जेवढी दहशत वाटत होती, तितकाच तिरस्कारदेखील वाटत होता. त्यानं शांतपणे डोळे मिटून घेतले.

त्यानं ते उघडले, ते म्हाताऱ्याच्या त्याला हलवण्यानं, तो किती वेळ त्या स्थितीत होता, त्याची त्याला कल्पना नव्हती. ती गुंगी नसून जवळजवळ बेशुद्धावस्थाच होती. एका काळोख्या गल्लीत त्यांची कार उभी होती. म्हाताऱ्यानं एका दाराच्या दिशेनं निर्देश केला आणि तेथल्या सीसीटीव्हीसमोर आपलं कार्ड दाखवण्याची जिआनला खूण केली. जिआननं म्हाताऱ्याच्या हातातलं कार्ड घेतलं आणि तो कारमधून उतरला, परंतु कारचं दार बंद होण्यापूर्वीच कारनं गती पकडली होती.

जिआनचा श्वास जड झाला होता, लागलेल्या डुलकीमुळे त्याचे डोळे जडावले होते आणि शुद्धीच्या दुसऱ्या टोकापाशी त्याला खोल, काळीकभिन्न घळ दिसत होती; परंतु एवढ्याततरी तीत तो पडणार नव्हता. त्याच्या मनात येऊन गेलं की, केवळ एकाच बाबतीत माओचं म्हणणं ऐकण्याजोगं होतं आणि ते म्हणजे लढाई कशी जिंकावी ते. पूर्ण तयारीविना कोणतीही लढाई लढू नका, जिंकण्याची खातरी असल्याशिवाय कोणतीही लढाई लढू नका आणि शत्रूच्या कच्चा दुव्यांवर तुमची सर्वोत्तम शक्ती एकवटा; मात्र तो आत्ता माओच्या सिद्धान्तांच्या पूर्ण विरोधात पावलं टाकत होता. किमानपक्षी त्यानं योजना आखायला हवी, टेहळणी करावी आणि विश्रांती द्यावी; परंतु त्याची निराशा गाळासारखी होती : अविचल. ती एका जागी जमत होती, तो अस्वस्थ झाला होता, काहीही न करता स्वस्थ राहणं आता शक्य नव्हतं.

रंगाचे पोपडे उडालेल्या दरवाजापुढे उभे राहून डोअरबेलचं बटण शोधण्यात बराच वेळ गेला.

एक पिता म्हणून तो मुळीच चांगला नव्हता. आपल्या लेकीच्या आईवर त्याचं प्रेम नव्हतं आणि नंतर त्यानं तिला ठारही मारलं. लेकीच्या वाढत्या वयात तिला त्याची साथ मिळाली नाही, तिच्या पदरी रोज निराशाच पडत राहिली. तिला परदेशी पाठवण्यात तोच दोषी होता आणि आता या लोकांनी तिला त्याच्यापासून हिरावून नेलं होतं. त्यांना ठार मारण्यात काहीच पाप नव्हतं, शिवाय ते काही फार अवघड

नव्हतं; परंतु घडून गेलेलं सारं विसरून, सकाळी उठून, जीवन पूर्ववत जगत राहणं महाकठीण जाणार होतं, याची त्याला कल्पना होती.

तो एकटा होता आणि ते चौघं याची त्याला चिंता नव्हती. त्याला ना धोक्याची तमा होती ना स्वत:च्या जीवन-मरणाची. त्याला एवढंच वाटत होतं की, त्याच्या हातून त्यांच्यापैकी कोणी मरण्यापूर्वी त्याला कुणी रोखतंय की काय? स्वत:ला 'ब्लॅक फोर्ट' म्हणवून घेणाऱ्याच्या नरडीचा घोट घेण्यासाठी तो उतावीळ झाला होता. बाकीचे लोक बिनमहत्त्वाचे होते, ते समर्थक होते, हस्तक. जरी त्यांनीच तिला... त्याचं मन तो विचार काढायलाही कचरत होतं. त्यानं ते सगळे विचार दूर ढकलून दिले. ब्लॅक फोर्टला मारून टाकणं, एवढंच साध्य व्हायला हवं. त्यानंतर त्याचे परिणाम काहीही होवोत, त्याला पर्वा नव्हती.

स्पीकरवरून एका चिनी मुलीचा आवाज ऐकू आला. चौकशीसाठी त्यानं कार्ड दाखवलं आणि दरवाजाच्या कुलपाचा आवाज त्याच्या कानांवर पडला.

२८

दरवाजापलीकडे अरुंद, काळोखा हॉलवे होता आणि त्याच्या भिंतीवर, खांद्यावर फ्लॉवरपॉट धरलेल्या एका अर्धनग्न ललनेचं पोस्टर अडकवलेलं होतं. ते त्याच्या ओळखीचं होतं. चीनमध्ये ते प्रसिद्ध होतं. तिच्या टपोऱ्या डोळ्यांनी आणि उत्तान स्तनांनी असंख्य अंधाऱ्या खोल्या प्रकाशमान केल्या होत्या.

पुढे जिना लागला. त्याच्या हाताच्या तळव्यांना घामही फुटला नव्हता, एकप्रकारे आत्मघातकीपणानं त्याच्यावर ताबा मिळवला होता, त्याला जाणवलं. जे काही व्हायचं असेल, ते होवो. त्यानं खिशातलं पिस्तूल चाचपलं. चॉपर त्याच्या पट्ट्यात अडकवलेला होता आणि सुरी पायमोजात खुपसलेली.

युद्धात त्यानं एका स्ट्रेचर नेणाऱ्याला गोळी झाडून ठार मारलं होतं. त्यात नाट्यमय असं काही नव्हतं – प्रत्युत्तर आणि धुराच्या लोळातून डोकावणारी आकृती कोसळली – आणि आजूबाजूच्या रणकल्लोळातली ती एक क्षुल्लक घटना होती; पण कालांतरानं तिनं मोठं स्वरूप धारण केलं. त्याच्यात हिंसेचा अंश होता. हिंसा म्हणजे काय, याची त्याला कल्पना होती आणि माणसांवर तिचा होणारा परिणामही तो जाणून होता. त्याला पुरेपूर कल्पना होती की, आता त्याला यशस्वी व्हायचं असेल, तर त्यानं तिच्या घृणेपुढे गुडघे टेकता कामा नयेत. त्यानं दार उघडलं.

बारमागच्या एका चिनी पोरीनं त्याच्याकडे बघून नाजूक गोड स्मित केलं. तिचं रूपडं, नट्ट्यापट्ट्याचा परिणाम असल्याचं तिच्या सावळ्या मानेवरून कळत होतं. त्या खोलीतील मंद लाल उजेडामध्ये तिचा मेकअप तितकासा लक्षात येत नव्हता; मात्र दिवसा-उजेडी त्या मेकअपपायी ती नक्कीच एखाद्या भुतासारखी दिसली असती. कॅन्टॉनीजमध्ये काहीतरी बडबडत तिनं त्याच्यासाठी सोफ्याकडे निर्देश केला. त्यावर आधीच दोन चिनी पोरी बसलेल्या होत्या. त्यापैकी एक दुसरीच्या पायांना मसाज करत होती. मसाज करून घेणाऱ्या मुलीचा मांडीपर्यंतचा कट असलेला किपाओ अगदी तंग बसला होता. तिनं काळे स्टॉकिंग्ज घातले होते. त्यातूनही तिच्या घोट्याच्या मागच्या बाजूला आलेले फोड जिआनला दिसले. तिचे उंच टाचेचे बूट जमिनीवर पडले होते. मसाज करून देणारीनं घट्ट जीन्स आणि तसाच घट्ट टी-शर्ट घातला होता. तिची बोटं चांगलीच जाड होती. त्या दोघींच्या

नाटकांवरून त्यानं त्यांना ओळखलं. त्याच्या कामाच्या माध्यमातून तो अनेकदा अशा ठिकाणांवर जाऊन आलेला होता.

बारमेडकडे पाहत त्यानं आपलं अवघडलेपण, तसेच लालसा दर्शवली. दुसऱ्या रिकाम्या सोफ्यावर बसत त्यानं 555 पेटवली. त्याच्यासमोरच्या भिंतीवरली कार्डबोर्डची नटी त्याच्याकडे पाहून स्मित करत होती. वाऱ्यानं उडणाऱ्या स्कर्टचा फगारा आवरण्याच्या असफल प्रयत्नात ती होती. तिथल्या हवेला पर्फ्यूम, सिगारेटचा धूर आणि हॉस्पिटल्समध्ये जाणवणारा केमिकल्सचा गंध, असा संमिश्र दर्प होता. ॲशट्रेमध्ये आणि कार्पेटवर सिगारेटची थोटकं विखुरलेली होती.

बारमेड काहीतरी बडबडली. तो म्हणाला, ''डुई बु की वो टिंग बु डाँग... सॉरी, मला समजत नाहीये.''

''ओह,'' सोफ्यावरली एक छकडी म्हणाली, ''नी शी झाँग गुओ रेन... तुम्ही मुख्यभूमीवरले आहात.'' ती उठली.

दुसरीनं त्याला इंग्लिशमध्ये विचारलं, ''तुम्ही कुठले?''

''ईशान्येकडला.''

''व्वाह, तुमचा प्रदेश खूप छान आहे,'' मग ती एक परिचित, प्रसिद्ध गाणं गाऊ लागली आणि तालावर मान हलवू लागली. ''वो शी यिगे डाँगबेई रेन, वो शी यिगे हाओ पेंग यू... मी ईशान्येकडची आहे, मी मैत्रीसाठी योग्य आहे.'' तिचा आवाज सुरेल होता. बूट व्यवस्थित बसावेत, म्हणून तिनं घोट्यामागे खोटेजवळ टिश्यूपेपर खोचून ठेवल्याचं त्याच्या निदर्शनास आलं.

तिच्या उच्चारांवरून त्यानं ताडलं, की ती चीनच्या मध्यभागातली होती – बहुधा हेनान प्रांत. ती बुटकी होती आणि वर्ण तांबूस-गोरा होता. तिनंही हलका मेकअप केलेला होता. तिची नखं लांब होती, तरी बोटं जाडसर आणि घट्टे पडलेली होती. ती शेतकऱ्याची पोर होती – कुठल्याही छोट्याशा चिनी नगरात तुम्हाला ती दिसू शकते.

''मुख्यभूमीवरले फारसे लोक भेटत नाहीत आम्हाला. खरी चिनी भाषा पुन्हा बोलायला मिळाली. म्हणून बरं वाटतं. आम्हाला प्रयत्नपूर्वक इंग्लिश शिकावं लागतं.''

पहिलीनं त्याला विचारलं, ''तुम्हाला मसाज आवडेल?'' दुसरीनं तिचा पुनरुच्चार केला.

''का नाही,'' म्हणत त्यानं दुसऱ्या छकडीकडे निर्देश केला, कारण ती जरा अधिक सौम्य वाटली.

''किती पडतील?''

''तीस पाउंड्स.''

''त्यात सगळं येतं?''

''एकदाच. अर्धा तास. काही फालतूपणा नाही.''

“चल.”

दुसरी त्याचा हात धरून त्याला घेऊन गेली. इथला लाल प्रकाश आणखीनच फिका होता.

छकडीनं एका दारावर टकटक केलं आणि मग ते उघडलं. त्या छोट्याशा खोलीत एक पलंग होता. जिआननं धडपडण्याचं नाटक केलं आणि तो खोलीच्या भिंतीवर आदळला. ती मजबूत नव्हती, प्लॅस्टरबोर्डची होती, म्हणजेच वेळ पडल्यास लाथ मारून तोडून तिच्यातून निसटता येण्यासारखी होती.

“तुम्ही पीत होतात?” तिनं विचारलं.

त्यानं अलार्म बटणसाठी सभोवती पाहिलं; पण ते त्याला कुठं दिसलं नाही. तो दरवाजापुढ्यात उभा राहिला.

“या जागेविषयी मला सांग. इथे किती पोरी आहेत?”

“सुमारे आठ.”

“आत्ता किती आहेत?”

“अं? सगळ्या जणी.”

“आणि इथे पुरुष आहेत?”

“का तुम्हाला पुरुष आवडतात? त्याची व्यवस्था करता येईल; पण त्यासाठी तुम्हाला काउंटरवरच्या पोरीशी बोलावं लागेल.”

“आत्ता इथे किती पुरुष आहेत आणि ते कुठे आहेत, ते मला सांग.”

“ते मी तुम्हाला सांगू शकत नाही. तुम्ही रिलॅक्स का होत नाही?”

तिनं स्वत:चा टी-शर्ट उतरवला. त्याखाली आकर्षक ब्रा होती. तिचे हात सडपातळ होते आणि एका कोपराच्या आतल्या बाजूला मुक्या मारामुळे होते, तशी निळसर खूण होती. बहुधा इंजेक्शनची असावी. त्यानं तिच्या हातावर चोळलं. हातावरला मेकअप जाऊन सुयांच्या खुणा उघड्या पडल्या. म्हणजे ती गर्द घेणारी होती तर. याचा अर्थ सगळ्या जणीच तशा असणार, जेणेकरून त्यांच्यावर नियंत्रण ठेवणं सोपं असणार होतं.

“तुम्हाला दिसलं ते तुम्हाला आवडलं?”

“मला माहिती दिलीस, तर मी तुला पैसे देईन. बॉस कुठे आहे ते सांग.”

“मी पैशाचे व्यवहार करत नाही. तुम्ही मला अडचणीत आणाल. तसं करू नका. मला भोगावं लागेल. मी तुम्हाला काही मदत करू शकत नाही. मी फक्त मसाज करते. मला कशाचीही काहीही माहिती नाहीये.”

त्यानं अंदाज केला की, गुंड इमारतीच्या पुढच्या भागात, तर दादा मागच्या भागात असणार. इमारत चार मजली होती आणि ते आत्ता दुसऱ्यावर होते. जिना सापडणं आवश्यक होतं.

“तुमचं समाधान व्हावं, यातच मला आनंद वाटेल,” म्हणत तोंडात बोट घालून तिनं पापण्यांची उघडझाप केली.

“तू इथेच थांब.”

“आणि तुम्ही कुठे जाताय?”

“तू आहेस तिथेच थांब.”

पण ती त्याच्या मागोमाग खोलीबाहेर आली. तो योग्यप्रकारे हाताळत नव्हता. त्यानं तिला इथे थांबवलं नाही, तर ती तडक गुंडांकडे जाईल. त्यानं तिचा दंड पकडून आवळला आणि आपलं पिस्तूल दाखवलं.

“आपण वर जातोय,” तो तिला म्हणाला.

ती किंचाळली.

“तुला काहीही होणार नाहीये, थोबाड बंद कर.”

तिचा चेहरा भयव्याकूळ झाला, तिच्या अंगाला कंप सुटला आणि तिला पाऊल पुढे टाकणंही जमेना. त्यानं तिला सोडून दिलं. हे बिलकूल ठीक चाललं नव्हतं.

२९

एका छोट्याशा खोलीचं दार उघडलं आणि तीतून एका मुलीनं डोकावून पाहिलं. जिआनच्या मनात येऊन गेलं की, तिला पिस्तूल दिसत नसलं, तरी तिच्या सखीशी दुर्व्यवहार चालल्याचं दिसलं असणार आणि ते पुरेसं होतं. ती तिथून बारच्या दिशेनं पळत गेली.

पोरीला सोडून तो उलट दिशेला गेला, जिथे त्याला एक दार दिसलं. दारापलीकडे जिना होता, वर जाणारा. तो त्यावर धडाधड चढला. वरचं दार उघडून त्यानं पलीकडे पाहिलं, तर तिथेही खालच्याप्रमाणे छोट्या खोल्यांच्या दुतर्फा रांगा होत्या. त्यापैकी एक त्यानं उघडली. आतमध्ये एका जाड्याच्या मांडीवर एक सडपातळ पोरगी बसलेली होती. ती वळली आणि त्याच्या हातातलं पिस्तूल पाहून तिची गाळण उडाली.

"बॉस कुठाय?" जिआननं पोरीला विचारलं.

जाड्याच्या उठण्याच्या प्रयत्नात पोरगी जमिनीवर पडली.

"बॉस कुठाय?" जिआन पुन्हा किंचाळला; पण त्या पोरीला प्रश्न समजत नसावा किंवा घाबरल्यामुळे तिला बोलता येत नसावं.

जिआनला आपल्या मागे पळणाऱ्या पावलांचे आवाज ऐकायला आले. तो वळला आणि एका माणसाचं ओरडणं त्याला ऐकू आलं, कदाचित धमकी किंवा शिवी असावी. दंडावर ड्रॅगन कोरलेला आणि बोटांमध्ये चार अंगठ्या. आता लेदर कोटच्या जागी टी-शर्ट होता. हां, याला त्यानं आधी पाहिलेलं होतं, फ्लोटिंग लोटसच्या बाहेर.

त्यानं गोळी झाडली. त्यानं भिंतीचा आधार घेतला. जिआन त्याच्याजवळ गेला आणि आणखी एक गोळी झाडली. रक्ताची चिळकांडी त्याच्या चेहऱ्यावर उडली, ती त्यानं पुसली. त्यानं खाली पाहिलं. त्याचे कपडे आणि बूटही रक्तानं माखले होते. त्यालाही धक्क्यामुळे गरगरल्यासारखं झालं. क्रांतीमध्ये कधीकधी पोषक परिस्थितीपेक्षा अडचणी वरचढ ठरतात आणि त्यातच विरोधभासाच्या प्रमुख दृष्टिकोनाचा अंतर्भाव होतो.

एक दार उघडलं आणि त्यातून एक मुलगी डोकावली. तिचे डोळे विस्फारले होते. ती किंचाळत विवस्त्रावस्थेत पळत सुटली. जिआननं विचार केला, ब्लॅक

फोर्टला शोधून काढणं आवश्यक होतं. ती मुलगी ज्या दिशेला पळाली, तिकडे एक जिना असला पाहिजे.

त्याच्या अपेक्षेप्रमाणे तिथे जिना होता. त्याच्या छताच्या बाजूनं पिवळा, तर खालून लाल उजेड दिसत होता. पळणाऱ्या विवस्त्र मुलीचा पायरव त्याच्या कानांनी टिपला, तसेच आणखीही काही आवाजांची त्याला जाणीव झाली, पळणाऱ्या पावलांची आणि आरडाओरडीची. तेवढ्यात एक अलार्म बेल वाजायला लागली.

टॉवेल गुंडाळलेला एक जाड इसम समोरून आला. जिआननं त्याला पिस्तूल दाखवल्याबरोबर तो आल्यापावली उलटा फिरला. भीतीनं त्याच्या कंबरेचा टॉवेल सुटला. पुढे आणखी एक जिना होता; पण इथे रंगीत प्रकाशाऐवजी साधा प्रकाश होता.

इथली रचनाही खालच्याप्रमाणेच होती. फरक एवढाच होता की, इथे कोणत्याही प्रकारची सजावट नव्हती.

जिआननं एका छोट्याशा खोलीचं दार सरकवलं. आतमध्ये मुलींचे कपडे जागोजागी लटकावून ठेवलेले होते. जमिनीवर आणि पलंगावर टॉवेल्स आणि मेक-अपचं सामान अस्ताव्यस्त पसरलेलं होतं. त्यानं दार पुन्हा मिटलं आणि आणखी तसल्याच खोल्या पार केल्या. पुढला एक दरवाजा त्यानं उघडला, तो बाथरूमचा. त्याची अवस्थाही बकालच होती. त्याच्या खिडकीची झडप खिळे ठोकून बंद केलेली होती आणि काचांवर काळा रंग फासलेला होता. छतालगत कपडे वाळत घालण्यासाठी दोऱ्या बांधलेल्या होत्या.

हे योग्य नव्हतं. इथे पोरींच्या निवासाची सोय होती, म्हणजे बॉस दुसरीकडेच राहत असणार. तो पुढे गेलेला असणार, मागे नव्हे. जिआन तडक उलटा फिरला.

पळतापळता तो एके ठिकाणी धडपडला. पाहतो, तर ते त्याचंच कृत्य होतं. मळ्याचा चेहरा उतरलेला होता, तोंड उघडं होतं आणि त्यातून जीभ बाहेर लोंबत होती. त्याच्या रक्ताच्या थारोळ्यात कोणाचातरी पाय पडला होता, त्यामुळे गळ्यापासून पुढे पावलांच्या लाल खुणा उमटलेल्या होत्या. तो त्या खुणांमागून बारच्या दिशेनं जाऊ लागला.

३०

भिंतीवरल्या ललना अजूनही 'स्मितहास्यवदने' स्वरूपात होत्या; पण खऱ्या पोरी नाहीशा झालेल्या होत्या. टेबल आडवं पडलेलं होतं आणि नकली फळांचा घोस हेलकावे खात होता. रक्ताळलेल्या पावलांच्या ठशांवरून त्यानं ताडलं की, अनावणी मुलगी कार्डबोर्डच्या नटीभोवती घोटाळली होती. गंमत म्हणजे त्या नटीचं नाव त्याला अचानकपणे आठवलं – मन्रो. तिच्या मागे एक उघडा दरवाजा होता.

आता जिआनचा श्वास जडावला होता आणि त्याच्या डोळ्यांपुढे तारे चमकत होते. त्याची विचारशृंखला खिळखिळी झाली होती आणि तो एकाग्रता साधण्याच्या प्रयत्नात होता. भिंतीआड राहून त्यानं पायानं दरवाजा ढकलला.

स्फोटाच्या आवाजानं त्याचं डोकं भणभणलं. त्याच्या अंगाला जणू सहस्र इंगळ्या झोंबल्या. त्यानं हातांनी चेहरा झाकून घेतला. छताचा काही भाग कोसळला आणि नकली द्राक्षं जमिनीवर पडून इतस्ततः विखुरली.

कोणीतरी दारावर शॉटगन झाडली होती. दरवाजाच्या चिंधड्या उडाल्या होत्या. लॅम्पशेड आणि बल्ब फुटला होता.

मात्र दरवाजाच्या कपच्यांचा किरकोळ मारा आणि स्फोटाच्या आवाजामुळे कानांना आलेलं तात्पुरतं बहिरेपण, याव्यतिरिक्त जिआनला काही झालं नव्हतं. तो खाली वाकला आणि त्यानं बाजूची एक खुर्ची लोटून दिली. तिच्या पडण्याचा आवाज, हा मेलेलं माणूस पडण्यासारखा भासावा, अशी त्यानं आशा केली. तो उभा राहिला आणि हलकेच एक पाऊल मागे सरला.

खोलीत आता केवळ मंद लाल उजेड होता. दरवाजातून डोकावणारी शॉटगनची नळी त्याला जेमतेम दिसली. त्यानं ती एका हातानं धरून खेचली आणि तिच्याबरोबर ती धारण करणाराही खेचला गेला. नळीचा चटका त्याच्या हाताला चांगलाच जाणवला.

तो शॉटगनधारी होता ब्लॅक फोर्ट. आता ते दोघं एवढे जवळ होते की, जिआनला त्याचे पिवळसर डोळे स्पष्ट दिसत होते. आता केवळ जिआननं पिस्तूल उचलण्याचा अवकाश; की सारं संपणार होतं. जिआननं शॉटगनला हिसका दिल्याबरोबर ब्लॅक फोर्ट पुढे खेचला गेला आणि जिआनचं बोट ट्रिगरवर गेलं.

तेवढ्यात ब्लॅक फोर्टनं शॉटगनवरची आपली पकड सोडली आणि जमिनीवर लोळण घेतली, त्यामुळे जिआनचा तोल ढळला. त्याच वेळी ब्लॅक फोर्टच्या हाताचा फटका त्याच्या मनगटावर बसल्यानं बार छतावर उडला. बाराच्या दारूमुळे जिआनचे डोळे चुरचुरले. ब्लॅक फोर्ट कण्हला, कारण झटापटीत त्यालाही लागलं होतं.

जिआनची बारकडे पाठ होती. ब्लॅक फोर्टनं मुसंडी मारत आपला खांदा त्याच्या छातीत ढोसला आणि डोकं हनुवटीवर मारलं. जिआननं तेवढ्यात अंग चोरलं आणि ब्लॅक फोर्ट करत असलेला गुप्तांगावरचा गुडघ्याचा आघात त्यानं मांडीवर झेलला. त्याच वेळी त्यानं स्वत:च्या पिस्तुलाच्या दस्त्याचा आघात ब्लॅक फोर्टच्या डोक्यावर केला. तो एवढा जोरात होता की, त्याचं स्वत:चं कोपर झणझणलं.

ब्लॅक फोर्टनं दोन्ही हातांमध्ये जिआनचा चेहरा पकडला आणि त्याच्या डोळ्यांमध्ये तो अंगठे खुपसू लागला; वेध घेऊ लागला. जिआननं पुढचा आघात त्याच्या पाठीवर केला. ब्लॅक फोर्टनं जिआनच्या पिस्तूल धरलेल्या हातावर थप्पड मारून तो डेस्कवर दाबून ठेवला. त्याचा दुसरा हात जिआनचा डोळा दुखवत होता. जिआनच्या जिवाची घालमेल झाली. अंधत्व किंवा मृत्यू, हे दोनच मार्ग समोर होते; परंतु अंती निराशेनं तो जिवावर उदार झाला, त्याच्या अंगात प्रचंड बळ आलं आणि त्यानं स्वत:ला बारवर पाठीमागे झोकून दिलं. त्याच्याबरोबर ब्लॅक फोर्टही हवेत उचलला गेला. स्वत: जिआन बारपलीकडे जमिनीवर पडला.

तो जमिनीवर आडवा पडला होता आणि आपल्या पिस्तुलावरची त्याची पकड अजून तशीच होती. त्याचे डोळे दुखत होते, ते पाणावले होते आणि त्याला काही दिसत नव्हतं. तो उठून उभा राहिला.

भिंतीचा आधार घेत पिस्तूल स्थिर करण्याचा त्याचा प्रयत्न होता. त्याला समोर एक हलती अस्पष्ट आकृती दिसली. ती पुढल्याच क्षणी नाहीशी झाली.

धडपडत तो दरवाजापलीकडे गेला. स्टीरीओवरून एक गाणं ऐकू येत होतं. ते त्याच्या ओळखीचं होतं. "वो झेन्डे आय नी, नी शी वो सुपरस्टार... माझी तुझ्यावर प्रिती आहे, तू माझा सुपरस्टार."

डोळ्यांतून घळाघळा वाहणारं पाणी थांबणं आवश्यक होतं. लाल उजेडात पांढऱ्या उजेडाचा मोठा कवडसा त्याच्या पुढ्यात तरंगत आला. तो त्याच्या समीप पोहोचल्यावर त्याला उमजलं की, त्या खिडकीतून सगळे जण तिथून निघून गेले होते, त्याला एकट्याला मागे सोडून.

पिस्तूल स्वत:समोर धरून जिना उतरत तो मुख्य दरवाजाबाहेर आला. जादा

कुमक आणि शस्त्रं घेऊन ते परततील. तोपर्यंत तरी तो सुरक्षित होता, असा त्यानं विचार केला. एका गल्लीतल्या कचरापेट्यांच्या रांगेत त्यानं विसावा घेतला आणि तो पाय पसरून बसला. असंख्य वेदना त्याचं लक्ष वेधून घेण्यासाठी गर्दी करू लागल्या. त्यांच्याकडे दुर्लक्ष करत त्यानं सिगारेटसाठी खिशात हात घातला, पण छे! त्याचं पाकीट गायब झालं होतं, बहुधा हाणामारीत कुठंतरी पडलं असणार. त्याच्या खिशात केवळ लेकीचा मोबाइल फोन आणि ब्लॅक फोर्टचं व्हिजिटिंग कार्ड होतं. कार्डमागे फोन नंबर आहे, हे त्याला आठवलं. डोळ्यातलं पाणी कमी होण्याची तो वाट पाहू लागला, जेणेकरून त्याला तो नंबर वाचता येऊ शकेल.

वैराण

३१

केव्हिननं प्रवाशांना समुद्रकिनारी नेलं. डिंग मिंगच्या मनात आलं की, दिवस केवढा व्यस्त होता. थोडी विश्रांती मिळाली, तर किती बरं होईल! एखादा कोपरा जरी मिळाला, तरी तो एखाद्या बाळासारखा झोपी जाईल; पण ते शक्य नव्हतं. त्याच्या पुढ्यात वालुकायम सागरकिनारा होता आणि पलीकडे चंद्राचं प्रतिबिंब मिरवणारं सागराचं पाणी. हा कुठला समुद्र असेल, त्याला प्रश्न पडला.

एक चिनी इसम ट्रॅक्टरमधून उतरला आणि त्यानं स्वत:ची ओळख मुकादम म्हणून करून दिली. त्यानं सर्वांना बूट, दाताळी आणि प्लॅस्टिकच्या पिशव्या दिल्या आणि सांगितलं की, त्यांनी वाळूतल्या एकशिप्या गोळा करायच्या होत्या. काम एकदम सोपं होतं, काळोखातही अनुभवी कामगार त्यांना शिकवतील. भरती यायला अजून पाच-सहा तासांचा अवकाश होता, म्हणजेच अर्ध्या पाळीचा. तो फुजियानचा होता. म्हणाला की, बाकी बहुतेकसे कामगारही तिथलेच असल्यानं त्यांनी घाबरावं, असं काही नव्हतं.

त्यानं असंही सांगितलं की, त्यांनी मेहनत घेतली, तर त्यांना तासाला एक पाउंडापर्यंत मजुरी मिळवता येईल. डिंग मिंग खूश झाला. त्याचा अर्थ होता साडेचौदा युआन, म्हणजे बक्कळ रक्कम आणि तीही वाळू चिवडण्याच्या बदल्यात. 'सोनेरी पर्वत' हे नाव सार्थ होतं. एवढंच कशाला, त्याला आशा होती त्याप्रमाणे जर त्याला आठवड्याला दररोज दहा-बारा तास काम करायला मिळालं, तर तो आठवड्याला जवळजवळ ऐंशी पाउंड्स मिळवू शकेल, म्हणजेच एक हजार युआन. मासिक मिळकत चार हजार युआन – हे अविश्वसनीय होतं. तिकडे गावात एवढी मिळकत केवळ पैसेवाल्यांची किंवा मोठ्या हुद्द्यावरल्या सरकारी कर्मचाऱ्यांचीच असते.

मुकादमानं सर्वांना ट्रॅक्टरच्या ट्रेलरमध्ये बसायला सांगितलं आणि ट्रॅक्टर सुरू झाला. त्याच वेळी जवळच कुठेतरी एक कुत्रा भुंकला.

केव्हिननं डिंग मिंगला बोलावलं, "ए विल्यम, एक मिनिट इकडे ये."

ट्रॅक्टर तिथून हलला. डिंग मिंगला तासाला साडेचौदा युआन मिळवण्याची संधी हवी होती; परंतु त्याला धास्ती वाटली की, केव्हिन पुन्हा त्याच्याकडून लैंगिक सुखाची अपेक्षा करतो की काय.

पण तसं काही झालं नाही. त्याच्याकडे मोबाइल देत केव्हिन म्हणाला, ‘‘हा चिनी आहेसा वाटतोय. काय म्हणतोय ते सांग.’’

‘‘हॅलो?’’

‘‘हॅलो,’’ पलीकडून प्रतिसाद आला. ‘‘नी शी शेई?... तू कोण आहेस?’’

‘‘मी डिंग मिंग बोलतोय. तू कोण आहेस?’’

‘‘मी कुणाला फोन केलाय? हा फोन कुणाचा आहे?’’

‘‘कामगार कंत्राटदार. इंग्रज आहे.’’

‘‘कामगार कंत्राटदार... मग तू कामगार आहेस का?’’

‘‘हं.’’

‘‘ठीक आहे. त्याला सांग की, मी काम शोधतोय.’’

तेवढ्या संभाषणावरून डिंग मिंगनं ताडलं की, पलीकडच्या व्यक्तीला अधिकार वापरण्याची सवय असावी. उच्चार ईशान्येकडला होता, मॅन्डरिन. हा कुणीतरी शिकलेला इसम होता.

डिंग मिंगनं केव्हिनला सांगितलं की, पलीकडच्याला काम हवं होतं.

‘‘त्याला चालतं व्हायला सांग.’’

‘‘त्यानं नकार द्यायला सांगितलंय,’’ डिंग मिंगनं पलीकडच्याला सांगितलं.

पलीकडचा म्हणाला, ‘‘त्याला सांग की, ब्लॅक फोर्ट नावाच्या चिन्यानं मला हा नंबर दिलाय. ब्लॅक फोर्टनं मला सांगितलंय की, तो इंग्रज तुला काम देईल. हे सगळं त्याला सांग.’’

डिंग मिंगनं केव्हिनला सगळं सांगितलं.

केव्हिननं सुस्कारा सोडला आणि विचारलं, ‘‘तो मोबाइलवरून बोलतोय?’’

डिंग मिंगनं विचारणा करून होकारार्थी उत्तर दिलं.

‘‘ठीक आहे, त्याला सांग की, मी या ठिकाणाचा पत्ता एसएमएस करतो. त्याला म्हणावं उद्या पहाटे इथे ये. आता मला फोन दे.’’

‘‘तो तुला ठिकाणाचा पत्ता एसएमएस करेल.’’

केव्हिननं फोन घेतला आणि एसएमएस केला. ‘‘चल, तसंही त्याला हे ठिकाण सापडणार नाही.’’

डिंग मिंगची नजर जाणाऱ्या ट्रॅक्टरच्या दिशेनं गेली.

‘‘लवकरच तुला हे काम मिळेल,’’ केव्हिन म्हणाला. ‘‘त्यांना सोडून तो परत येईल.’’

‘‘तासाला एक पाउंड?’’ अजूनही ते अविश्वसनीय होतं.

‘‘होय, पण अर्थातच निवासाची सोय, अन्न-पाणी, परवाने, वाहतूक, अन्य काही खर्च, यासाठी त्यातली काही रक्कम आम्हाला कापून घ्यावी लागते. मग

उरलेल्या रकमेतून तुमच्या कर्जाची परतफेड होते. प्रत्यक्ष पैसा तसा तुम्हाला काही काळ दिसणारही नाही.''

केव्हिन त्याच्याकडे निरखत असल्याचं लक्षात येऊन डिंग मिंग अवघडला.

''अर्थात चांगल्या कामगारांना विशेष सवलती मिळू शकतात.''

''हं.''

''अरे हो, आपण तुझ्या बायकोविषयी बोलत होतो नाही का?''

''होय.''

''आणि तुला पुन्हा एकदा तिच्याशी बोलायला मिळालं तर?'' केव्हिनच्या नजरेत आशाळभूतपणा होता.

आता पुन्हा ते नको.

३२

पुन्हा कुत्रा भुंकला. एवढ्या जवळून की, डिंग मिंग दचकला. त्याला वाटलं की, तो कुत्रा आता त्याला चावणार.

पण तसं काही झालं नाही. ते भुंकणं हा एक रिंगटोन होता. केव्हिनला फोन आला होता.

"काय?" फोनवर ऐकत असताना त्याचे डोळे विस्फारले गेले आणि तोंड उघडं पडलं. "काय? हा कसला जोक? गोळीबार? शॉटगननं?" तो झपझप व्हॅनकडे जाऊ लागला. "कोणी? हां."

अचानक परिस्थिती अशा तऱ्हेनं बदलली होती की, डिंग मिंग जणू तिथे नव्हताच, जे एका दृष्टीनं त्याच्या फायद्याचंच होतं; पण केव्हिनची देहबोली एवढी आक्रमक झाली होती की, डिंग मिंग धास्तावला. त्यानं एवढीच आशा केली की, जी काही नाट्यमय घटना घडली होती, तिची धग त्याला जाणवू नये. तो अंग चोरून पावलं टाकू लागला. कोणत्याही धोक्यापासून सावध राहणंच इष्ट होतं.

"चल, गाडीत बस," केव्हिननं फर्मान सोडलं.

तो गाडीत नीट बसण्यापूर्वीच केव्हिननं गाडीला गती दिली. डिंग मिंग जागच्या जागी धडपडला. केव्हिन भयंकररीत्या गाडी चालवत होता, त्याला ना वळणांची पर्वा होती ना खड्ड्यांची फिकीर. काय भानगड होती, हे केव्हिनला विचारावं, असं डिंग मिंगच्या मनात आलं; परंतु सद्य:स्थितीत तोंड बंद ठेवणं आणि जे जे होईल ते ते पाहणंच इष्ट असल्याचं त्यानं ठरवलं

केव्हिन पुन्हा फोनवर बोलू लागला.

"च्यायला, मी तिथे असू शकलो असतो. नक्की मेलाय? त्याला तिथंच कुठंतरी गल्ली-बोळात टाकता येणार नाही? ठीक आहे, ठीक आहे, मी नुसतं सुचवत होतो."

असू शकलो असतो! अशा रचना असणारी भाषा केवढी भयंकर म्हणावी. ते काय होतं – परफेक्टिव्ह सबजंकटिव्ह? त्याच्या शिक्षकानं ते सांगितलं असतं; पण त्यालाही केव्हिनचं तोंडातल्या तोंडात भरभर बोललेलं कळलं नसतं. त्याची स्वत:ची अवस्था तशीच होती. केव्हिनच्या बोलण्यातले काही शब्द त्याला लागत, पण वाक्यांचा अर्थ लागणं जरा कठीणच होतं.

डिंग मिंगच्या आठवणीत तो सतत इतर सांगतील त्याप्रमाणेच काम करत होता.

स्वत:च्या मनाप्रमाणे तो वागला असेल, असे क्षण फारच कमी होते. दुसरा सांगेल ते आणि तसंच करायचं हेच कदाचित त्याचं प्राक्तन होतं आणि त्याच्याशी त्यानं जुळवून घ्यायला हवं होतं. धूर्त मनुष्य अशा संधीचं सोनं करून विश्रांती घेईल. या विचारासरशी त्यानं पुढच्या सीटवर हात आडवा ठेवून त्यावर डोकं टेकवलं; डोळे मिटून घेतले आणि आजच्या शब्दांचा तो विचार करू लागला.

'प्लीज', 'प्लेजर', 'प्लेबियन्स', आताशा त्याला डिक्शनरी चाळायला फारसा वेळ मिळत नव्हता; पण सद्य:स्थितीत ते समजून घेण्यासारखं होतं.

त्याच्या मनात आलं की, त्यानं त्याच्या बायकोला शिकवलेल्या इंग्लिशपैकी काय तिच्या लक्षात राहिलं असेल. ती ते मनापासून करत होती; पण ते तिला तेवढंसं जमत नव्हतं. अनेक शब्दांवर ती अडखळत होती. इंग्लिशवरच्या त्याच्या प्रभुत्वाचं तिला कौतुक वाटत होतं; किंबहुना त्याला असाही संशय वाटत होता की, ती स्वत: इंग्लिश शिकत होती, ते शिकण्याच्या इच्छेतून नव्हे, तर त्याच्या विद्वत्तेचा आनंद मिळावा या हेतूनं.

तिच्याविषयी विचार न करणं अशक्यच होतं आणि डिंग मिंग वास्तववादी असल्यामुळे तो तिच्याविषयी इंग्लिशमधून विचार करू लागला. 'डार्लिंग', 'स्वीटहार्ट', 'हनी', 'माय बिग लव्ह', 'माय लव्ह पर्सन', 'दॅट वन आय लाइक दी मोस्ट', 'माय फेव्हरीट पर्सन इन दी वर्ल्ड', 'दी बेटर-नो', 'दी मोस्ट बेस्ट-नो, दी बेस्ट'.

आता पुरे, त्यानं स्वत:ला समजावलं. अभ्यास त्याच्यावर उलटला होता. तो रडकुंडीला आला होता. त्यानं डोकं उचललं, सभोवतालचं निरीक्षण केलं. त्यांची व्हॅन समुद्रकिनाऱ्याला समांतर अशा रस्त्यानं चालली होती. उजव्या हाताला दिवे लुकलुकत होते आणि क्षितिजाजवळचं आकाश वातावरणातल्या प्रदूषणानं केशरी दिसत होतं आणि त्यापलीकडे काळंकभिन्न.

पुढल्या चढावानंतर ते वळले आणि झाडीत घुसले. आता त्याला जे दिसत होतं, ते केवळ त्यांच्या गाडीच्या दिव्यांच्या उजेडात दिसेल तेवढंच. झाडांच्या खोडांमधून धावणारी कच्च्या सडकेची पट्टी. केव्हिन वळला आणि आणखी घनदाट झाडीत घुसला. झुडपांनी गाडीवर फटकारे मारल्यानं डिंग मिंग दचकला.

केव्हिन थांबला आणि त्यानं गाडी बंद केली. अंधकार आणि भीषण शांततेनं त्यांना कवेत घेतलं. केव्हिन गाडीतून उतरला आणि त्यानं डिंग मिंगला आपल्या मागून येण्याची खूण केली. ते दोघं उतरंड उतरू लागले, पायांखाली पातेरा चुरचुरत होता. बाजूलाच एक ओहोळ खळखळत होता आणि निशाचरांची चाहूल आजूबाजूला जाणवत होती. डिंग मिंगचे डोळे अंधाराला सरावले आणि सभोवतीचं जंगली वातावरण स्पष्ट होऊ लागलं. ते त्याच्यासाठी परिचयाचं नव्हतं. त्यातून इथली झाडं विकराळ स्वरूपाची भीषण वाटत होती. केव्हिननं त्याला फावडं दिलं आणि फर्मावलं, "खण."

३३

सांगितलं गेल्याप्रमाणे करायला तो केवळ राजीच नव्हता, तर खूश होता. कारण, शेवटी ते काम होतं, ज्याकरता तो इथे आला होता.

सैलसर मऊ मातीवर बुरशीचं पांघरूण होतं. खणणं सोपं जात होतं; परंतु खड्डा खणायला हे ठिकाण योग्य नव्हतं. आणखी उंचीवर जायला हवं होतं, जिथं जमीन पाणथळ नसेल; पण तो हुकमाचा ताबेदार होता.

केव्हिन व्हॅनमध्ये बसून एका पाठोपाठ एक सिगारेट फुंकत बसला होता. त्याच्या सिगारेटीचं जळकं टोक, हाच एकमेव उजेड त्या अंधाऱ्या विश्वात मानवी जीवनाची साक्ष देत होता. डिंग मिंगला केव्हिनची भीती वाटत असली, तरी या ठिकाणी तो त्याच्याकडे सोबतीच्या नजरेनंच पाहत होता. त्याला त्याच्या लैंगिक अपेक्षा आठवल्या. त्यानं विचार केला की, या देशात हे कदाचित सर्वसामान्य असावं, एका सिगारेटच्या भेटीच्या बदल्यातही दिलं जाणारं. ते कदाचित मैत्रीचंही प्रतीकही असावं आणि ते नाकारून त्यानं केव्हिनला अपमानित केलं होतं; पण या विचारांनीही त्याला दिलासा लाभला नाही.

त्याला जेवढे जास्त कष्ट पडत, तेवढा तो कमी विचार करत असे, त्यामुळे त्यानं स्वत:ला कामात झोकून दिलं. त्यानं लय पकडली, फावडं आत, वर, वळवणं आणि फेकणं, आत, वर, वळवणं आणि फेकणं. थोड्याच वेळात मोठा खड्डा खणल्याबद्दल त्याला स्वत:चं कौतुक वाटलं. उद्या त्याचे खांदे दुखतील, पण श्रम करून धाप लागणं, हा चांगला अनुभव होता, सात्विक. त्यानं आशा केली की, त्याच्या पत्नीचं ठीक चाललं असेल. एव्हाना ती बहुधा झोपी गेली असेल. ती झोपलेली असताना तिच्या श्वासाच्या लयीवर लक्ष ठेवणं त्याला आवडत असे. फावड्याची लय तिच्या श्वासासारखीच लयबद्ध असल्याची त्यानं कल्पना केली.

त्यानं कपाळावरचा घाम पुसला. त्याच्या अपेक्षेप्रमाणे त्याच्या पावलांना ओल लागली. आता आणखी खोलवर खणणं शक्य होणार नव्हतं. चांगला मीटरभर खोलीचा खड्डा खणला गेला होता. एवढ्या मऊ मातीच्या मानानं काटकोनात भिंती असलेला, शिवाय त्यातल्या मातीचा बाजूला व्यवस्थित ढीग केलेला.

केव्हिननं गाडीचे हॅझार्ड वॉर्निंग लाइट्स चालू केले आणि तो खड्ड्याजवळ आला. सिगारेटचं उरलेलं थोटूक त्यानं खड्ड्यात टाकलं, जे त्वरित विझलं.

"खाली पाणी आहे," तो म्हणाला.

डिंग मिंगनं तोंड बंद ठेवलं. प्रतिक्रिया देण्याची त्याची पात्रता नव्हती. सांगितलं गेल्याप्रमाणे त्यानं केलं होतं.

डोक्यावरून हात फिरवत केव्हिन म्हणाला, "तू तर तळं बांधलंस."

तेवढ्यात एक कार तिथे येऊन पोहोचली, जिचे सगळे दिवे बंद होते. डिंग मिंगनं ताडलं की, ती व्हॅनच्या हॅझार्ड लाइट्सच्या रोखानं आली होती. गाडी थांबवल्यावर ब्लॅक फोर्ट तिच्यातून उतरला, ज्याच्या बुटांमध्ये हवा होती.

केव्हिन त्याला म्हणाला, "बहुधा अल्बानियन्स. ते एखाद्या बिनडोकाचं डोकं भरवतात, त्याला हत्यार देतात आणि लोकांना ठोकायला सांगतात. आणि तसं झालं नाही, तर त्याच्या घरच्यांना भोगावं लागतं."

"तो कोण आहे, ते मला माहीत आहे," सिगारेट शिलगावत ब्लॅक फोर्ट म्हणाला, "चिनी पोलीस, एकटाच."

"त्याला काय प्रॉब्लेम आहे?"

"थोडासा गैरसमज."

"तू जपून राहा."

"आता मी त्याला सापडणार नाही आणि तसं झालंच, तर मीच त्याला संपवीन. आता मी काही शॉटगन्स खरेदी करणार आहे. मी फार्मवर जाईन आणि ते सगळं निस्तरेन. पुढचा माल मी उचलेन. तुला ईटीए मिळाला?

"झाग्रेबमध्ये अडकलाय, आता म्हणतोय उद्या पहाटे पाच वाजता."

डिंग मिंगला त्यांच्या बोलण्यातलं फारसं समजत नव्हतं, कारण व्याकरण क्लिष्ट वाटत होतं. बोलणं भरभर आणि तोंडातल्या तोंडातलं होतं आणि शब्द अपरिचित. झाग्रेब? ईटीए? त्याला खातरीनं कळलेलं एकच वाक्य होतं. "मी फार्मवर जाईन." एवढं असूनही त्याला जाणीव झाली की, हे सगळं संभाषण असंच असणार, जे कानांवर न पडेल तरच उत्तम. जरा बाजूला जाणं त्यानं पसंत केलं असतं; पण तो कुठे जाणार होता? तो खड्ड्यात अडकला होता. बाहेर पडण्याचा प्रयत्न करणं, म्हणजे त्यांचं लक्ष वेधून घेणं. आता ब्लॅक फोर्ट त्याच्याकडेच निर्देश करत होता.

"त्याला तू इथे आणलंस, हे मला आवडलं नाही." डिंग मिंगनं त्यांच्याशी नजरानजर करण्याचं टाळलं.

"मग काय मी खणत बसू? माझ्या पाठीचं दुखणं तुला माहीतच आहे. त्यात कसला धोका? आपण कुठं आहोत, ते त्याला माहीत नाहीये – तो कुठंही कोणाशीही काहीही बडबडेना, त्यानं काहीच फरक पडणार नाही."

ब्लॅक फोर्टनं त्याच्या कारचं मागचं दार उघडलं.

केव्हिन म्हणाला, "विल्यम, त्याला मदत कर."

ब्लॅक फोर्ट उसळला, "इंग्लिश बोलू शकणाऱ्याला तू आणलंस? एवढ्या जणांमधून तू निवडलास तो इंग्लिश येणारा?"

"तोच तिथे होता."

"तू विचार का करत नाहीस?"

"ते ठीक आहे, तो ठीक आहे."

"मूर्खा, त्याला तुला तुझा एक पोरगा करायचंय तर ठीक, पण त्याला फारसं काही दिसणार नाही, याची खबरदारी घे. बदल म्हणून तरी जरा डोक्यानं विचार कर."

त्याच्या उपस्थितीमुळे ही खडाजंगी झाल्याचं डिंग मिंगला कळलं आणि तो अवघडला. त्याला आणखी काही तसलं ऐकायचं नव्हतं.

"मी हे निस्तरतोय ना? तो तुझा पोरगा होता, मला त्याचं काही नाही. मी तुझ्यावर उपकार करतोय आणि उलटं मलाच बोलतो आहेस."

"ठीक आहे, सोडून दे," म्हणत ब्लॅक फोर्ट खड्ड्याच्या काठाशी आला. "माझे मित्र मेले किंवा मला कुणी ठार मारण्याच्या प्रयत्नात असलं, तर माझं डोकं फिरतं."

"नी जिआओ शेनमे?... तुझं नाव काय म्हणालास?"

"डिंग मिंग."

"बाहेर ये आणि मला मदत कर. आपल्याला जरा सफाई करायची आहे."

आज्ञा पाळण्यात त्याला धन्यता वाटणार होती.

"एक दुर्घटना घडली," ब्लॅक फोर्ट गाडीतून काहीतरी ओढत होता, ब्लँकेटमध्ये गुंडाळलेलं, लांबड्या आकाराचं. डिंग मिंग त्याला हात द्यायला लगबगीनं पुढे झाला. त्याच्या झकपक गाडीच्या दर्शनानं डिंग मिंग प्रभावित झाला.

"मी तुला सांगितलं होतं ना की, इथले लोक तुमचा तिरस्कार करतात. आम्ही तुम्हाला कायमस्वरूपी संरक्षण देऊ शकत नाही."

ब्लँकेट उघडं पडलं आणि डिंग मिंगला चिनी मुडद्याचं दर्शन घडलं, जीभ तोंडातून बाहेर पडलेली आणि वटारलेले डोळे. धक्का बसून डिंग मिंग मागे सरला.

"तो चांगला मनुष्य होता, तुझ्यासारखाच; पण चुकीच्या वेळी चुकीच्या ठिकाणी होता. आता आपण त्याची वासलात लावायची आणि ही घटना विसरून जायची आणि तू हे कधीच कुणाला सांगू नकोस. कळलं?"

"हो."

"हे सगळं तुला पाहावं लागलं, याबद्दल मी दिलगीर आहे."

डिंग मिंगलाही पश्चात्ताप झाला होता. तो घाबरला होता. ऐकल्या गोष्टीवर

विश्वास ठेवावा, असं त्याला वाटत होतं; पण आपण वाईट संगतीत अडकलो आहोत, असा संशय त्याला येत होता.

त्यांनी मृतदेह खड्ड्यात आडवा केला आणि ब्लॅक फोर्टनं गाडीतली एक पांढरी पिशवी मृतदेहावर टाकली. मग तो केव्हिनला म्हणाला, ''त्याला थोडे पैसे दे.''

''माझी बायको कुठं आहे, ते तुम्हाला ठाऊक आहे?'' डिंग मिंगनं पटकन विचारून घेतलं.

''आं?'' कपड्यांवरची माती झटकत ब्लॅक फोर्टनं विचारलं.

''तिला फुलं वेचण्याच्या कामावर नेलंय आणि तिच्याशी बोलण्यासाठी मला फोन नंबर हवाय.''

''ती ठीक आहे. तिची काळजी करू नकोस.''

तो गाडीत बसला आणि निघून गेला. डिंग मिंग आता कामासक्त केव्हिन आणि एक प्रेत यांच्या संगतीत एकटा होता.

केव्हिननं प्रेताला लाथ घातली. ''मला हुकूम सोडतोय. धन्यवादही दिले नाहीत. तुला कशासाठी मरायला हवं होतं?''

तो डिंग मिंगकडे वळला.

''तू काय बघतोयस, आँ?''

''काही नाही.''

केव्हिननं त्याच्या कानफडात लगावली. ते त्याला झोंबलं; पण दुखलं नाही. त्यानं ते सोडून द्यायचं ठरवलं. अपमान गिळायचं ठरवलं. अशा परिस्थितीत स्वतःवर काबू ठेवणंच कसं इष्ट, हे त्यानं स्वतःला पटवलं. केव्हिनचं बहुधा तेवढ्यानंच भागणार होतं, असं त्याला वाटून गेलं. ''चल, याला पुरून टाकू,'' असं तो म्हणाला, तेव्हा तो शांत झाला होता.

३४

डिंग मिंगनं प्रेताचे पाय धरले आणि केव्हिननं हात. देह अजून थंडही पडला नव्हता. त्याच्या छातीतल्या जखमांमधून रक्त झिरपत होतं आणि त्यात त्याचा शर्ट भिजला होता. त्याचं तोंड उघडं पडलं होतं आणि डिंग मिंगची त्याच्याशी सतत नजरानजर होत होती. त्याला वाटून गेलं की, हा मनुष्य जन्मात कधी नव्हे एवढा, मेल्यावर जड झाला होता. बहुधा मृत्यूच्या क्रूर वास्तवाचं ओझंच त्याच्या मृतदेहात सामावलं असावं.

त्यानं गृहीत धरलं होतं की, त्याच्याहून दुपटीनं अंगापिंडानं असलेला केव्हिन त्याच्याहून दुपटीनं शक्तिशाली असणार; पण तसं अजिबात नव्हतं. गोरा धापा टाकत होता. डिंग मिंगनं नेकीनं ओझं पेललं होतं, पण केव्हिन ते ओझं उचलण्यापेक्षा जवळजवळ ओढतच असल्यामुळे पावलागणिक प्रेताचं डोकं जमिनीवर आपटत होतं, आणि जणू स्वत:लाच लागत असल्याप्रमाणे डिंग मिंग दरवेळी जीभ चावत होता. वैतागलेल्या भुतापुढे तो माफी मागत असल्याची त्यानं कल्पना केली – 'माफ कर, मी पुरेसा ताकदवान नाहीए.'

उतरंड उतरताना मृतदेहाला झोळ जाऊ नये, म्हणून डिंग मिंगनं त्याच्या मांड्या धरल्या आणि तो स्वत: त्याच्या पायांमध्ये शिरला. प्रेताचे पाय लटकत होते, पावलं झुलत होती आणि त्याची पॅन्ट वर खेचली गेली होती. त्याच्या पायांत लेदर शूज आणि पांढरे मोजे होते. त्याच्या जखमांमधून अजून रक्त झिरपत होतं.

डिंग मिंगनं आपल्या हातांवर नजर टाकली, ते रक्तानं माखले होते. मृतदेह अपशकून करतो, तुला त्याचा रोगासारखा संसर्ग होईल. मृतदेह त्यांनी खड्ड्यात लोटला. तो पालथा पडला, याचं डिंग मिंगला बरं वाटलं.

''एक सेकंद थांब,'' म्हणत केव्हिन व्हॅनकडे परतला.

मृत मनुष्याच्या दंडावर ड्रॅगन गोंदलेला होता. त्याचे तपशील स्पष्ट होते, रंग आणि त्याची नखंसुद्धा. ते चित्र नाहीसं होईल आणि त्याच्या पंजांवरचे डागही, शिवाय त्याच्या कोपरामागचा व्रणही.

त्याच्या बोटांमध्ये सोन्याच्या चार अंगठ्या होत्या. त्यांचं मूल्य हजारो युआन भरेल. त्या कुणी चोरल्या, तर कुणाला त्याचा पत्ताही लागणार नाही. अशा प्रकारे त्या अंगठ्या काढून घेणं कदाचित गैरही नसेल. त्या अंगठ्यांच्या मालकाला आता

त्यांचा उपयोग नव्हताच; पण डिंग मिंग तसा नव्हता. आपल्या विचारांची लाज वाटून त्यानं स्वत:ला आठवण करून दिली की, तो मढ्याच्या टाळूवरचं लोणी खाणार नव्हता; पण त्याबद्दल तो चुकचुकलाही.

त्याचा कामाचा पहिला दिवस आणि त्यानं हिंसेत मेलेल्या एका माणसासाठी गुप्त थडगं तयार केलं होतं. त्याच्या नव्या जीवनाची ती मंगलदायी सुरुवात नव्हती. त्याला प्रश्न पडला की, हे त्याला किती वेळ करावं लागेल. हे नेहमी घडतं? दर आठवड्याला?

केव्हिन पोतं घेऊन परतला आणि ते त्यानं मृतदेहावर टाकलं. त्यानं डिंग मिंगला फर्मावलं की, ते त्यानं फावड्यानं फाडावं. फाटलेल्या पोत्यातून पांढरी पूड बाहेर पडली. डिंग मिंगनं अंदाज केला की, तो चुना असावा. त्याला वाटलं, तो रूढीचा प्रकार असावा, मृतात्म्याला शांत ठेवण्यासाठी बहुधा; पण तेवढ्यात पाण्याच्या संपर्कात आल्यामुळे तो फसफसू लागला, आणि डिंग मिंगला जाणीव झाली की, कुजण्याच्या प्रक्रियेला गती देण्यासाठी चुना टाकला गेला होता. तो शहारला. चुन्याचं रूपांतर आम्लात होईल आणि ते मांस खाऊन टाकेल, काही दिवसांमध्येच त्या ठिकाणी केवळ हाडांचा सांगाडा उरेल.

“थांब, त्याच्या अंगठ्या काढून घे,” त्याच्या बोटांकडे निर्देश करत केव्हिन म्हणाला, “चल, उतर खड्ड्यात.”

डिंग मिंगनं खड्ड्यात उडी मारली आणि अळंबीसारखा निष्प्राण हात उचलला; पण मांसाला सूज आली होती आणि त्यात अंगठ्या रुतल्या होत्या. त्याच्या घोट्यांना चुन्याचे चटके जाणवू लागले.

तो अंगठ्यांशी झटला आणि कातडी सोलवटल्याचं त्याला जाणवलं. अखेरीस कातडीचे पापुद्रे आणि रक्ताचे डाग लागलेल्या चार अंगठ्या त्याच्या मुठीत आल्या. तो खड्ड्याबाहेर आला आणि घोटे जमिनीवर घासून त्यानं चुना घालवला.

केव्हिननं त्याच्याकडून अंगठ्या घेतल्या आणि त्याला माती लोटायला सांगितलं. मृतदेहावर चुन्याचा परिणाम व्हायला लागण्यापूर्वी तो गाडून टाकण्याची डिंग मिंगची इच्छा होती, त्याप्रमाणे तो लगबगीनं कामाला लागला. मृतदेह त्याच्या दृष्टिआड गेल्यावर त्याला त्याचा त्रास होणार नव्हता. दुखऱ्या खांद्याकडे दुर्लक्ष करून तो वाकला. प्रथम त्यानं चेहऱ्यावर माती लोटली.

“मी माझी मान त्यात अडकवली आणि बदल्यात मला थँक्यूही मिळालं नाही,” केव्हिननं स्वगत उच्चारलं.

काम पुरं झाल्यावर डिंग मिंगनं हातांवरचं रक्त घालवण्यासाठी हात झाडाच्या खोडावर घासले. आता खरंतर हात धुण्यासाठी आणि पिण्यासाठी त्याला पाणी हवं होतं; पण केव्हिननं आणखी एक काम सांगितलं, “ते ओंडके इकडे आण.”

कुजत चाललेले ओंडके स्पर्शाला बुळबुळीत लागत होते आणि ते ओढत आणताना, ते चिरफाळत, तुटत होते. ते ओंडके त्यानं खड्ड्यावरल्या मातीवर टाकले. केव्हिननं त्यावर पाचोळा पसरला.

आता कुणाला पत्ताही लागणार नाही की, त्या ओंडक्यांच्या आणि पातेऱ्याच्या खाली प्रेत होतं. ताज्या मातीच्या गंधाव्यतिरिक्त त्यांच्या कृत्याचं कोणतंही लक्षण तिथे उरलं नव्हतं आणि थोड्या अवधीनंतर तो गंधही नाहीसा होऊन जाईल. मानवी जीवनाच्या क्षणभंगुरतेचा विचार डिंग मिंगच्या मनाला चाटून गेला. सर्वांचा शेवट अखेरीस असाच नव्हता का व्हायचा? जीवन अखेरीस केवढं य:कश्चित होतं.

केव्हिननं डिंग मिंगच्या खांद्यावर हात टाकला आणि मग त्याची मान आवळली.

"विल्यम, तू जर कधी, कुणाजवळ याची वाच्यता केलीस, तर तुझी खैर नाही, ध्यानात ठेव. मी स्वत: तुझा समाचार घेईन. कळलं?" डिंग मिंग घशातल्या घशात उद्गारला, "हो." मग केव्हिननं त्याचा गालगुच्चा घेतला, व्रात्य पोराचा शिक्षिकेनं घ्यावा तसा, आणि तो जायला निघाला.

परतीच्या वाटेवर केव्हिन मजेत गुणगुणत होता.

डिंग मिंगची पावलं लालसर झाली होती आणि त्यांना खाज सुटली होती, त्याचे कपडे मातीनं आणि रक्तानं माखले होते आणि त्याला जणू स्वत:भोवती मृत्यूचा गंध जाणवत होता. त्याला आता स्वच्छ अंघोळीची गरज होती. त्याला नखांमधली मृतदेहाची कातडी काढून टाकायची होती.

केव्हिननं गाडी थांबवली. सूर्योदयाच्या लालीमुळे जमीन गुलाबीसर दिसत होती. पक्ष्यांचा किलबिलाट वातावरणात भरला होता. आता माणसंही कामाला लागत होती.

"तू पुढे येऊन बस ना," केव्हिन त्याला म्हणाला.

त्यानं बरोबर ऐकलं होतं का, याची डिंग मिंगला शंका आली.

"अरे, तुला मागंच बरं वाटतंय का? मी म्हणालो, पुढे येऊन बस."

डिंग मिंग पुढे जाऊन बसला.

बसल्या बसल्या केव्हिननं त्याला तीन नाणी देऊन सुखद धक्का दिला. ती नाणी छोटी होती, पण जाड आणि सोनेरी रंगानं लखलखणारी. त्यांच्या एका बाजूवर एका महिलेचं चित्र होतं आणि दुसरीवर एका फाटकाचं. तिन्ही नाणी जडशील होती. त्यानं कधी एवढं भक्कम चलन हाताळलं नव्हतं. त्यानं ऐकलं होतं की, स्टर्लिंगचं मोल युआनहून खूप जास्त होतं, पण त्याला जाणीव नव्हती की, ते प्रत्यक्ष दृष्टीलाही तसंच होतं.

"पाहिलंस, चांगल्या कामगाराला अशी बक्षिशी मिळते."

तो कृतकृत्य झाला. "थँक्यू." तीन अखंड पाऊंड्स. त्याची पहिली खरी मिळकत.

"विल्यम, तुझ्यासाठी हा मोठा दिवस ठरला, नाही का?"

"होय तर."

"तू चांगला आहेस, आमच्यात चपखल बसशील. कशात लाभ आहे, ते तुला चांगलं कळतं."

"काय?"

"म्हणजे, तुला कोण मोबदला देतं ते."

"हं."

"आता," म्हणत केव्हिननं त्याच्या गालावरून बोट फिरवलं आणि त्याच्या ओठापर्यंत नेलं. "आपल्याला आणखी एक काम करायचंय."

अरे देवा, पुन्हा नको. या जाड्याला दुसरं काही सुचत नाही का? मृत्यूच्या संगतीतही त्याला एवढा धक्का बसला नव्हता. डिंग मिंगला घराची आठवण झाली, तीव्रतेनं, भुकेनं व्याकूळल्यासारखी. आता तो हे कसं टाळणार होता?

३५

केव्हिननं अचानक गाडी थांबवली, तो पुढे झुकला आणि त्यानं तोंड वाकडं केलं. ''च्यायला,'' तो उद्गारला.

पिवळे पट्टे असलेली काळी आणि पांढरी कार रस्त्याच्या कडेला थांबली. काळा युनिफॉर्म घातलेला एक मनुष्य तिच्यातून उतरला.

''पोलीस.''

डिंग मिंग भेदरला. ते त्याच्याकडे कागदपत्रं मागतील आणि ती त्याच्याकडे नसल्यामुळे ते त्याला अटक करतील, कैदेत टाकतील, कदाचित त्याचे अवयवही काढून घेतील. कदाचित, त्यानं मघाशी पुरलेल्या माणसाप्रमाणे त्याला गोळीनं उडवतील.

तसाच प्रसंग आला, तर धूम ठोकायची, असं त्यानं ठरवलं. तयारीदाखल त्यानं दाराच्या हॅन्डलवर हात ठेवला.

''इथंच थांब,'' केव्हिननं तोंडातल्या तोंडात त्याला तंबी दिली. ''काही करू नकोस. तुझा अवतारच झालाय, ब्लँकेट गुंडाळून घे.''

पोलिसाच्या अंगावर एवढी साधनं होती की, खरंतर तो सेनेतला वाटत होता. तो संथपणे त्यांच्या दिशेनं येत होता. केव्हिननं त्याच्या बाजूची काच खाली केली.

''काय गडबड आहे, ऑफिसर?'' केव्हिननं विचारलं.

पोलिसानं दोघांकडेही रोखून पाहिलं. डिंग मिंगनं नजर झुकवली. हॅन्डलवरची त्याची पकड घट्ट झाली. त्यानं ब्लँकेट पूर्ण लपेटून घेतलं होतं, तरी त्याच्या हातांवरचे डाग झाकले गेले नव्हते आणि त्याचा ढबटा चेहरा त्याच्या वंशाची जाहिरात करत होता.

डिंग मिंगनं विचार केला की, एवढी ओझी अंगावर घेतलेला पोलीस पाठलागात त्याला गाठू शकणार नाही; पण कारमध्ये आणखी एक असणार आणि ते आणखीही कुमक मागवतील, जी हेलिकॉप्टरमधून येईल. बाकीचे कुत्री घेऊन येतील.

''तुम्ही काय करत होता?'' पोलिसानं विचारलं.

''रात्रभर तो माझ्याबरोबर होता.''

''अस्सं?''

''हं.''

पोलिसानं डिंग मिंगला विचारलं, ''तुम्ही ठीक आहात ना, सर?''

''हो.'' त्याच्या कपाळावर घाम जमा होत असल्याचं त्याला जाणवलं. त्याचं

तोंड कोरडं पडलं होतं आणि ओठांवरून जीभ फिरवत आवंढा गिळण्यापासून तो स्वत:ला आवरत होता.

"तुम्ही जरा त्रासलेले दिसत आहात. तुम्हाला काही होतंय का?"

"तो घाबरतो," केव्हिन म्हणाला.

"ते मला दिसतंय."

"त्यांना सांग, तू ठीक आहेस."

"हो," कसनुसं हसत तो म्हणाला.

"तुमचा उजवा हात उचला."

"काय?"

"तुमचा उजवा हात उचला."

डिंग मिंगनं हात वर केला. त्याला कंप सुटला होता. त्याच्या अंगठ्यावर रक्ताचा डाग स्पष्ट दिसत होता.

"ठीक आहे, खाली घ्या. तुम्ही जाऊ शकता."

"काय?" केव्हिननं विचारलं.

"एका चिन्यानं टॅक्सी ड्रायव्हरवर हल्ला केल्याच्या घटनेची आम्ही चौकशी करतोय; पण त्याला इंग्लिशचा शब्दही येत नाही, त्यामुळे तुमच्या दोस्ताचा प्रश्नच नाही."

"काय झालं?" केव्हिननं विचारलं.

"भाड्याचे पैसे बहुधा त्याच्याकडे नव्हते, त्यावरून हुज्जत सुरू झाली, त्यातूनच त्यानं हल्ला केला. त्यानं ड्रायव्हरचं नाक फोडलं आणि तिथून पोबारा केला."

"बाप रे!"

"तुम्हाला कुणी संशयास्पद हालचाल करताना दिसलं का?"

"नाही, पण तसं कुणी दिसलं, तर जरूर कळवू."

"ठीक आहे, तुम्ही जाऊ शकता."

"थँक्यू, ऑफिसर."

पोलीस तिथून चालता झाला.

खोल नि:श्वास टाकत केव्हिननं सीटवर डोकं टेकलं. "सुटलो," स्वत:शी बोलत तो पुढे म्हणाला, "विल्यम, तू चांगलं नाटक वटवलंस."

डिंग मिंगची भावना तूर्त सुटल्यासारखी होती, पण हे असं कितीदा घडणार होतं? पुढच्या वेळी कदाचित नशीब त्याला साथ देणारही नाही.

केव्हिननं बोटांनी स्टिअरिंगवर ताल धरला होता. पोलीस-कार तिथून निघून गेल्यानंतर केव्हिननं डिंग मिंगकडून शरीरसुख घेतलं, म्हणजे हस्तमैथुनाचा आनंद घेतला.

३६

डिंग मिंगनं सुखाच्या बदल्यात केव्हिनकडे आपल्या बायकोचा फोन नंबर मागितला; परंतु तो न देता केव्हिन त्याची टर उडवू लागला, आढेवेढे घेऊ लागला. डिंग मिंग मात्र आता ऐकायला तयार नव्हता. तो आता त्याचा अधिकार झाला होता. तो आपला हेका सोडत नव्हता.

वैतागलेल्या केव्हिननं डिंग मिंगला ठोसा लगावला. तो चुकवत डिंग मिंगनं तिथून मागे वळूनही न पाहता, सरळ पोबारा केला. त्यामुळे आपला पाठलाग केला जातोय की नाही, तेही त्याला कळलं नाही.

तो बेभान होऊन धावत होता.

तो काय करून बसला होता? तो इथे कशासाठी होता? घर एवढं दूरवर वाटत होतं. कल्पनेपलीकडे. तो आत्ता, इथे काय करत होता? भयंकर चूक घडली होती, महाभयंकर. आता त्याचा वेग मंदावला, तो थांबला आणि विसाव्यासाठी त्यानं हात गुडघ्यांवर ठेवले. त्या क्षणी त्याला जाणीव झाली की, झटापटीत केव्हिनची जी ॲड्रेस बुक त्याच्याकडे आली होती, ती अजून तशीच त्याच्या पकडीत होती.

कॉलेजमध्ये अनेकदा तो इंग्लिश पिक्चर्स पाहायचा. त्या अर्थातच पायरेटेड असायच्या आणि त्यातल्या काहींचं रेकॉर्डिंग चुकीचं असायचं. एकदा तो किआनु रीव्हजचा 'स्पीड' पाहत होता आणि अचानक त्याचाच दुसरा पिक्चर 'द मॅट्रिक्स' सुरू झाला होता. आता त्याला तो प्रसंग आठवला. तेव्हाही तो आजच्यासारखाच हरवला होता. किआनु रीव्हजप्रमाणे तोही चुकीच्या; दुसऱ्या पिक्चरमध्ये गेला होता.

आत्ताची योग्य कृती, म्हणजे सत्वर उलट फिरणं, हे त्याला ठाऊक असूनही, ते तो करू शकत नव्हता. त्यानं सभोवती नजर फिरवली. वाळू, पाणी आणि आकाश कुठं सुरू होत होतं आणि कुठं संपत होतं, हे त्याला कळत नव्हतं. तो जणू एका धूसर ढगात होता. तरी काही तपशील त्याला समजत होते, एक ट्रॅक्टर, पोत्यांच्या राशी आणि झुकलेली माणसं आणि रेखाटनात असल्याप्रमाणे विखरून पडलेली खोडं.

एक मनुष्य त्याच्याकडे पाहत होता. तो ढोल्या चिनी एका खोडाच्या आडोशाला टेकलेला होता. त्याच्या अनपेक्षित दर्शनानं डिंग मिंग दचकला. त्यानं डोळ्यांना हातानं आडोसा दिला, चिन्यानंही त्याचं अनुकरण केलं.

३७

चिन्यानं आडोसा सोडला आणि तो मिंगला सामोरा आला.

तो अंगानं आडवा आणि उंच होता, त्यानं फरचा कोट घातला होता आणि त्याच्या कमरेला पाउच आणि किल्ल्यांचा जुडगा लटकत होता. तो अधिकारी वर्गातला होता. त्याचे कपडे उंची होते, तरी केस विसकटलेले आणि चेहऱ्यावरचे भाव संतापल्याचे होते. त्याचा एक डोळा लालेलाल झाला होता. वाळूतून चालताना तो बुटांची अथवा पॅन्टची पर्वा करत नव्हता.

"नी हाओ," तो ओरडला. "नी शी शेई?... तू कोण आहेस?"

"वो शी गाँग रेन," स्वत:च्या तोळामासा तब्येतीची आणि अंगावरल्या फटकुरांची जाणीव होत डिंग मिंग उत्तरला. "मी कामगार आहे."

"मी फोनवर तुझ्याशी बोललो होतो."

होय, काल रात्री केव्हिनला फोन केलेला इसम.

"तोच ना कामगार कंत्राटदार?"

डिंग मिंगनं मागे पाहिलं. व्हॅनच्या बॉनेटला टेकून केव्हिन सिगारेट ओढत होता.

"हं."

त्यानं काय मूर्खपणा केला होता, डिंग मिंगच्या मनात आलं – तिरसट पोरासारखा. त्यानं अविचार केला होता, तो बिथरला होता आणि त्यानं स्वत:चं नुकसान करून घेतलं होतं. त्याला स्वत:ची लाज वाटली. भविष्यात कोणतीही कृती करण्यापूर्वी तो विचार करेल.

"चल, आपण त्याला भेटू."

"हां, चला."

"तुला इंग्लिश बोलता येतं," ढोल्या चिनी म्हणाला.

"साधारण."

"तू बेकायदेशीरपणे आलायस?" त्यानं चिनी अपशब्द वापरला – रेन्शे, सर्पमानव.

"होय. आज माझा पहिला दिवस आहे."

कुणाशीतरी बोलायला मिळत असल्यानं तो सुखावत होता; पण या नव्या

पाहुण्याच्या सहवासात त्याच्याबद्दलची त्याची भीती वाढत होती. त्याच्या उंची कपड्यांची वाट लागली होती आणि त्याच्या चेहऱ्यावरचा संताप लपत नव्हता.

"मी डिंग मिंग, तुमचं नाव काय आहे?"

"ती डायरी कसली आहे?"

"ती त्याची ॲड्रेस बुक आहे."

"ती तू त्याच्याकडून घेतलीस?"

"होय."

"त्यातलं तुला वाचता येतं?"

"हो, पण मला ती त्याला परत करायला हवी," संकोचामुळे डिंग मिंगला त्याला तपशील द्यायचे नव्हते.

"ती मला दे, माझं नाव जिआन."

यानं ती परत केली, तर बरंच होईल, स्वतःच्या हातानं परत करण्याची नामुश्की टळेल. केव्हिन कदाचित त्या प्रसंगाचा उल्लेखही करणार नाही, त्यानं तशी आशा केली. तसं काही घडल्याचंच न दाखवणं, हा सर्वोत्तम मार्ग होता. त्यानं डायरी चिन्याला दिली. ती त्यानं त्याच्या जॅकेटमध्ये ठेवली, तेव्हा डिंग मिंगला त्याची सोलवटलेली मूठ दिसली.

"तुम्ही इथे टॅक्सीनं आलात? तुम्ही ड्रायव्हरला मारहाण केलीत?" डिंग मिंगनं जिआनला विचारलं.

पण उत्तर आलं नाही. तो झपझप चालत होता आणि डिंग मिंगला लगबग करावी लागली.

केव्हिननं व्हॅनचा आधार सोडला आणि म्हणाला, "मला आता तुझी मजुरी ठेवून घेण्यावाचून पर्याय नाही."

जिआन उलटा फिरला आणि म्हणाला, "आता मला हे करावं लागणार?"

"काय करावं लागणार?" डिंग मिंगनं विचारलं.

त्यानं डिंग मिंगच्या डोक्यात ठोसा हाणला. डिंग मिंग खाली पडला. पडता पडता त्यानं पाहिलं की, जिआननं केव्हिनलाही ठोसा हाणला होता. केव्हिन मागे लडखडला आणि त्यानं हात हवेत उंचावले.

डिंग मिंगचा ओठ फाटून त्यानं आपल्या रक्ताची चव चाखली. त्याचा विश्वासच बसत नव्हता. तो लडखडत उभा राहिला आणि त्यानं विचारलं, "तुम्ही हे काय करताय?"

जिआननं केव्हिनला आणखी दोन तडाखे लगावले. केव्हिन जमिनीवर कोसळला. जिआननं त्याच्या खिशातून किल्ल्या, पैशांचं पाकीट आणि सिगारेटचं पाकीट काढून घेतलं.

डिंग मिंग भानावर येण्याच्या प्रयत्नात होता. तो भेदरला होता. हा इसम धोकादायक होता, बहुधा माथेफिरू – आपल्याला इथून पळायला हवं. तो निघाला; पण जिआननं त्याला मागे खेचलं आणि पुन्हा एक ठोसा हाणला. डिंग मिंगच्या डोळ्यांपुढे अंधारी आली.

३८

शुद्धीवर आल्यावर डिंग मिंगला पहिली जाणीव झाली, ती वेदनेची. त्याच्या डोक्यात जणू घणाचे घाव पडत होते. डोळेही खुपत होते. त्याच्या कुशीत आणि मानेतही दुखत होतं, तोंड कडवट झालं होतं; हात बधिर झाला होता. त्याला वाटून गेलं की, तो सात वर्षांचा होता आणि भिंतीवरून पडला होता. मग त्याला आठवलं की, तो शेवटचा खरोखर दुखावला गेला होता तेव्हा; पण आत्ताची अवस्था त्याहून वाईट होती.

त्यानं आशा केली की, तो पुन्हा बेशुद्ध व्हावा आणि केवळ डोळे मिटून तो तिथे परतेल का, असा विचार त्याच्या मनात येऊन गेला; पण त्याला अंगभर टोचल्याच्या वेदना होत होत्या आणि त्याची मान एवढी दुखत होती की, जरादेखील हालचाल केली, तरी तो अख्खा खिळखिळा होईल, असं त्याला वाटलं.

तो ताठ बसला आणि त्याचं डोकं डळमळलं. त्यानं डोकं मागे टेकलं आणि तो कण्हला. आता असंख्य नव्या अप्रिय जाणिवा त्याला जाणवू लागल्या. उजव्या कुशीत रक्ताभिसरणाची गती वाढत चालल्याचं त्याला जाणवलं. डोक्यातल्या घणाघातांचा जोर वाढला होता.

"नी झेन्मे यांग?... तू ठीक आहेस?" त्याच्या उजव्या बाजूनं मॅन्डरिन भाषेतून शब्द उमटले. त्या शब्दांच्या मालकाला शोधण्याची तसदी घेण्याची त्याची बिलकूल इच्छा नव्हती. जरासे श्रम, पापण्यांची फडफड किंवा एखादा पुरा विचारही त्याला संपवू शकेल, अशी त्याला धास्ती वाटली. त्यानं रारळ छतावर नजर खिळवली. छत राखाडी रंगाचं होतं आणि पाण्यासारखं हलत होतं. मग त्याला जाणीव झाली की, तो धुरापलीकडच्या छताकडे पाहत होता.

तेवढं ज्ञान झाल्याच्या प्रेरणेतून त्यानं बाहेरचा अदमास घेण्याचा निर्णय घेतला. तो हलत्या वाहनात बसला होता. त्याच्या मनात येऊन गेलं की, त्याच्या पुढ्यात स्टिअरिंग व्हील कसं नव्हतं. तेवढ्यात त्याला अनेक गोष्टी एकदम आठवल्या : तो केव्हिनच्या व्हॅनमध्ये होता, त्याची बायको बेपत्ता होती आणि तो घरापासून खूप दूर होता. त्यानं बाजूला पाहिलं. बलाढ्य माथेफिरू जिआन गाडी चालवत होता.

"मला वाटलं; मी तुला खूप जोरात मारलं," झुरका मारत तो म्हणाला.

काय चाललं होतं, याची डिंग मिंगला कल्पना नव्हती, तरी तो मोठ्या

अडचणीत सापडला होता, एवढं मात्र त्याला कळलं होतं. गाडीत मागे आणखी कोण आहे, हे पाहण्यासाठी तो वळला. त्याला वाटलं की, केव्हिन आणि आणखी काही कामगार असतील; पण मागे तर कोणीच नव्हतं. गाडीत ते दोघंच होते.

"बाकीचे कुठे आहेत?"

"हाच तुझा पहिला प्रश्न आहे? बाकीचे कुठे आहेत?"

"आपण कुठे आहोत?"

"मलाही तुझ्याएवढीच या भागाची माहिती आहे."

बाहेर पाऊस मी म्हणत होता, नीटसं दिसतही नव्हतं, रस्ता विभागणारी पांढरी पट्टी तेवढी धूसर दिसत होती. रस्त्यावर बिलकूल वाहतूक नव्हती. नजर जाईल तेवढ्या दूरवर सर्व दिशांना केवळ हिरवळ आणि झुडपं दिसत होती. ना माणसं, ना इमारती, ना झाडं. सारा प्रदेश वैराण होता.

"हे सगळं काय चाललंय?"

"तू सिगारेट ओढणार?"

"ही गाडी तुम्ही का चालवताय?" त्यानं विचारलं; मात्र त्याच्या डोक्यात प्रकाश पडला. "हां, तुम्ही ती चोरलीत."

भीतीनं त्याच्या वेदनांच्या संवेदनेवर विजय मिळवला होता. धोकादायक माथेफिरूनं त्याचं अपहरण केलं होतं. त्याला हेतूची पर्वा नव्हती, पण त्याच्यापुढे एकच लक्ष्य होतं, निसटून जाणं. त्यानं दार उघडलं. घोंघावता वारा आणि पावसाच्या सरींनी त्याच्यावर मारा केला. गाडीतली कागदपत्रं उडाली आणि सिगारेटच्या राखेनं त्याच्या हातावर चटका बसला.

तो रस्त्याच्या दिशेनं झेपावला; पण कशानंतरी त्याला रोखून ठेवलं. त्यानं दुसरा प्रयत्न केला, मात्र फलित तेच. जिआननं पुढे झुकून दार ओढून घेतलं.

"मूर्खा, मरशील," तो ओरडला.

सीट बेल्टनं त्याला रोखलं होतं. घेतल्या श्रमांनी त्याचा थकवा वाढला.

"बाकी काही नाही, पण तू माझ्या सिगारेटची तेवढी वाट लावलीस," जिआन म्हणाला. "थांब, काय ते मी तुला सांगतो. तू मला एका माणसाचा पत्ता शोधून द्यायचास."

"काय?"

जिआननं त्याला डायरी दिली आणि म्हणाला, "हिच्यात ब्लॅक फोर्टचा पत्ता शोध."

"हे चिनी नाव आहे?"

"शोध, इंग्लिशमध्ये आहे."

"ते तसं इथे असेल, तर तुम्ही मला परत सोडाल?"

जिआननं डायरी त्याच्या मांडीवर ठेवली.

"आहे?"

"मी तुम्हाला पत्ता शोधून दिला, की तुम्ही मला परत सोडाल?"

"तू पत्ता शोध. मला तिथे घेऊन जा. मग मी तुला परत सोडेन."

मी काय कमनशिबी आहे, अशा माथेफिरूच्या तावडीत सापडलोय म्हणजे.

"तुझ्याकडे दुसरा पर्याय नाहीए. तू मला मदत केली नाहीस, तर तू परतू शकणार नाहीस. सभोवती बघ. तू कोणत्या दिशेला जाशील? तू एवढा वेळ बेशुद्ध होतास की, मी कोणत्या दिशेला जातोय, तेही तुला ठाऊक नाहीए. तू चुकीची दिशा पकडू शकतोस. कदाचित तू लांडग्यांच्या तावडीत सापडशील आणि तू फारच कमनशिबी असलास, तर कदाचित पोलिसांच्याही."

जिआननं जांभई दिली आणि मान झटकली. "मला मदत कर, मग मी तुला परत सोडेन. तुझ्याकडे अन्य कोणता पर्याय नाहीए."

"तुम्ही ही गाडी चोरली आहे. तुम्हाला पोलीस पकडतील."

"तू तो पत्ता शोध."

जिआनचा एव्हाना अवतार झाला होता. त्याची मुद्रा संतप्त दिसत होती, डोळे पाणवले होते आणि मधूनच तो जांभया देत होता. डिंग मिंगला कल्पना आली की, तो कमालीचा थकला होता.

डिंग मिंगच्या मनात आलं की, त्यानं इंग्लिश शिकायलाच नको होतं. जिआनच्या समाधानासाठी तो पानं चाळू लागला, चिनी अक्षरं शोधण्यासाठी; पण त्याला एकही दिसलं नाही. ते नाव कदाचित इंग्लिश भाषांतरात लिहिलं असावं. B खाली एकही नोंद नव्हती. F खाली Fianb आणि Fian किंवा Frank आणि Fran होतं. केव्हिनचं कुरकुटं हस्ताक्षर वाचायला कठीण होतं. पिनयिनमध्ये मॅन्डरिन चायनीजचं इंग्लिशमध्ये रूपांतर होताना नावाची सुरुवात H नं होते, म्हणून त्यानं H मध्ये पाहिलं, पण छे! चायनामन म्हणून C, ईस्टर्नर म्हणून E आणि ओरिएंटल म्हणून O आणि त्यानंतर A पासून Z पर्यंत त्यानं नजर फिरवली; पण नन्नाचा पाढा तसाच राहिला. ते सगळं तपासायला वेळ लागला नाही. केव्हिनच्या मित्रांची संख्या अल्प होती.

"सापडला?"

व्हॅननं रस्ता सोडला आणि ती कडेला आपटली. जिआननं दिशा बदलण्याचा प्रयत्न केला. डिंग मिंगच्या मांडीवरून डायरी त्याच्या पायांजवळ पडली. "रस्त्यावर लक्ष ठेवा," तो ओरडला.

"सापडला?"

डिंग मिंग पुन्हा चाळू लागला. पत्त्यांच्या यादीबरोबरच त्यात 'डे प्लानर' होता,

ज्यात 'डेन्टिस्ट,' 'फार्म,' 'व्हेट' इ. त्यांच्यासाठी निरुपयोगी असणाऱ्या नोंदी होत्या, शिवाय त्यात एक घडी केलेला जगाचा नकाशा होता. स्वाभाविकपणे त्याची नजर चीनवर रोखली गेली, जो त्याच्या सवयीप्रमाणे नकाशाच्या मध्यावर नव्हता, तर एका कडेला.

"त्यात पत्ता नाहीए. त्यात काही नाहीए. मला परत सोडा, प्लीज मला परत घेऊन जा."

व्हॅन एका वळणावर मंदावली. डिंग मिंगनं सीट बेल्ट सोडवला, दार उघडलं आणि बाहेर उडी मारली.

३९

आधी त्याचा खांदा धडकला, पार तळपायापर्यंत त्या संवेदना जाणवल्या. त्या पाठोपाठ संपूर्ण शरीरभर हादरे बसले. आता या हादऱ्यांपायी आपण मोडून पडतोय की काय, असं त्याला वाटलं.

अखेर तो निश्चल पडला आणि त्याच्या तोंडात माती गेली. तो उठून उभा राहिला. तो बधिर झाला होता आणि त्याचं डोकं गरगरत होतं. त्याच्या देहानं गवतात मोठा चर तयार केला होता. तो नशीबवान ठरला होता. दोन शिळांच्या मधून तो निसटला होता.

करकरत व्हॅन थांबली. डिंग मिंग धावत सुटला. उतारावरची झुडपं त्याच्या पायांना ओरबाडत होती. तो अडखळून पडला आणि झुडपांनी त्याचा चेहरा ओरबाडला.

तो उठून उभा राहिला आणि त्यानं सभोवती नजर फिरवली. रस्ता उताराचा, घाटाचा होता आणि तो खाली धुक्यात लुप्त होत होता. व्हॅन कुठं दिसत नव्हती. असा प्रदेश त्यानं आतापर्यंत कधी पाहिला नव्हता, इथे ना कोणता आडोसा होता, ना लपण्यासारखी जागा.

बिथरलेल्या मनावर काबू ठेवत पुढे काय करावं, याचा तो विचार करू लागला. त्यानं केव्हिनला शोधायला हवं आणि केव्हिनला शोधायचं, म्हणजे समुद्राचा शोध घ्यायला हवा. कदाचित तो खूप दूरवर आलाही नसावा, काही सेकंदच तो बेशुद्धीत असण्याचीही शक्यता होती. तो उतारावरून चढणीवर जाईल आणि शिखरावरून त्याला शोध घेता येईल. किनारा त्याच्या नजरेसमोर येत होता, विस्तीर्ण किनारपट्टी आणि चमचमणारी वाळू, ते त्याला एवढं स्पष्ट दिसत होतं, जणुकाही तो ते प्रत्यक्षच पाहत होता.

मान खाली घालून तो चढू लागला. पाऊस पडतच होता. त्याच्या बुटांमध्येही पाणी साचलं होतं. इथल्या पावसाचे थेंब त्याच्या घरच्याप्रमाणे टपोरे आणि उबदार नव्हते, तर लहान आणि थंड होते; सरी तिरप्या होत्या. आभाळाची कृष्णछाया जणू त्याच्यावर आपला भार टाकत होती. त्यानं वर पाहिलं, तर शिखर गायब झालं होतं.

त्यानं आवाज ऐकले, वाऱ्यानं वाहत आलेले तुकडे – गाण्याची ओळ,

हसण्याची लकेर. त्याच्यासाठी ते एवढं अनपेक्षित होतं, त्याला वाटलं की, तो त्याच्या मनाचाच खेळ होता. नाही, ते खरं होतं, माणसं येत होती. हातात काठ्या धरलेली माणसं शिखरावर होती.

डिंग मिंगनं जमिनीवर लोळण घेतली. तसा आडवा पडून राहिल्यानं तो वरच्या माणसांच्या नजरेस येणार नव्हता; पण त्यामुळे त्याच्या साऱ्या देहाला झुडपं ओरबाडत होती.

पायरव जवळ आले, कपड्यांची सळसळ स्पष्ट होऊ लागली. त्या चार व्यक्ती होत्या. सरळ रेषेत एकामागून एक येत होत्या, त्यांनी रेनकोट्स घातले होते आणि त्यांच्या खांद्यांवर सैनिकांसारख्या रकसॅक्स होत्या. ते बहुधा शिकारीवरून परतणारे शिकारी असावेत आणि त्यांच्या सॅक्समध्ये शिकारींचे अवशेष असावेत किंवा ते या जमिनीचे मालक असावेत आणि वेशीवर गस्त घालत असावेत.

त्यांच्यातली एक स्त्री म्हणाली, ''मला वाटतं, मला निळ्या आकाशाचा कवडसा दिसतोय.''

एक पुरुष गात होता, ''मॅड डॉग्स ॲन्ड इंग्लिशमेन, गो आउट इन द मॉर्निंग रेन.''

ते पुढे निघून गेल्यावर डिंग मिंग उठून बसला आणि त्यानं ओल्या पाठीवरचं गवत आणि काटे झटकले. तो गट एका पायवाटेवर होता, जी त्याच्या नजरेतून सुटली होती. ती वळून पुन्हा शिखरावर जात होती. त्यांना त्याची चाहूल लागणार नाही, याची खातरी पटल्यावर तो पुढे निघाला.

अचानक तो शिखरावर पोहोचला, ते त्याला कळलंही नाही. आता तो धुक्याच्या वर होता आणि त्याची नजर खालच्या खूप दूरवरच्या प्रदेशावर पोहोचत होती.

तो एका विस्तीर्ण, निर्मनुष्य पोकळीत होता. समोर आणखी हिरवळ आणि झुडपं होती, डोंगर नव्हते, नजर जाईल तिथवर. ते दृश्य महाभयंकर होतं – मृत्यू असाच दिसत असणार.

त्याला वाटून गेलं की, खरोखरच तो संपण्याची शक्यता नाकारता येणारी नव्हती. तो पडला आणि त्याचा पाय मुरगळला किंवा तो नुसता बसून राहिला, तरी पंचमहाभूतं त्याला आटपतील. त्याला नवल वाटलं की, या शक्यतेवर तो तर्क लढवत होता, चिंता न करता. नाही, त्याला चिंता केवळ तेव्हाच वाटत होती, जेव्हा तो परिणामांचा विचार करत होता. दोन्ही, भावनिक आणि आर्थिक, जे त्याच्या जाण्यानं त्याच्या पत्नीवर आणि कुटुंबावर होतील. तो एक जबाबदार व्यक्ती होता. अनेक जण त्याच्यावर अवलंबून होते. नैराश्य आणि अपयश, हे त्याला परवडणारे लाड नव्हते.

त्याला पुन्हा तो गट दिसला. तो कुठंतरी चालला होता आणि कुठंतरी, हे या भीषण कुठंही नसण्यापेक्षा बरंच असणार होतं. बऱ्या योजनेची गरज आणि अन्य मनुष्यांचा सहवास, यामुळे तो त्यांच्या पाठून निघाला.

त्याचा देह आणि कपडे एवढे खराब झाले होते की, तो नैसर्गिकपणे वातावरणात मिसळला जात होता. त्याला याचीही कल्पना होती की, जोपर्यंत तो आवाज न करण्याची काळजी घेईल आणि क्षितिजरेषेच्या वर जाणार नाही, तोवर तो त्यांच्या दृष्टीस पडणार नाही. त्यांचा पिच्छा सुटण्याची शक्यता धूसर होती, कारण त्यांचे रंगीत रेनकोट्स अनेक मैलांवरूनही स्पष्ट दिसण्यासारखे होते, पण जेव्हा ते पुढल्या शिखराआड दिसेनासे झाले, तेव्हा तो धास्तावला आणि त्यानं आपली गती वाढवली.

त्याला केव्हिनची आठवण झाली आणि त्याच्या दोदल्या देहाची. आता त्याला ते सुरक्षेचं प्रतीक वाटू लागलं. त्याची घृणा वाटणं, हा त्याचा अविचारच नव्हता का? केव्हिनंन पोलिसापासून त्याला संरक्षण नव्हतं का दिलं? त्याची पत्नी कुठं होती, हे केव्हिनला ठाऊक नव्हतं का? त्याच्याकडे केवळ केव्हिन होता, केव्हिन त्याचा निवारा होता. केव्हिनच्या कृत्यांना दानतीचा रंग चढवण्याचा तो प्रयत्न करू लागला. तो चांगला मोबदला देत होता, जेव्हाच्या तेव्हा आणि चांगल्या कामगारांना तो बोनसही देत होता. तो कठोर, पण न्यायी होता; मात्र एकाकी.

तो गट अजून चालतच होता, मालकीच्या विश्वासानं फिरत होता, डोंगरांचे चढ-उतार पालथे घालत होता. डिंग मिंग हातांची घडी घालून त्यांचं शेपूट धरून होता. आता तो अधिक भिजत नव्हता, कारण एव्हाना तो पुरता भिजला होता.

तो आता धडपडून पडू लागला. आता तो कुडकुडण्यावर ताबा मिळवू शकत नव्हता आणि त्याचे विचार अर्धवट राहू लागले होते. आपण दिसलं जाण्याची, आता त्याला पर्वा वाटेनाशी झाली होती. त्यांचे रंगीत रेनकोट्स सोडून बाकीचं सर्व काही त्याला धूसर दिसायला लागलं होतं.

तो गट एका रस्त्यावर उतरला आणि डिंग मिंगला तो परिसर परिचित वाटायला लागला. हे काय, काही तासांपूर्वी तो चढून गेला, ती हीच पहिली टेकडी. त्यानं तुडवलेली हीच ती झुडपं आणि इथंच तर तो लपून राहिला होता.

त्या गटानं विनाकारण वर्तुळ पुरं केलं होतं. ते कोड्यात टाकणारं आणि संतापजनक होतं. डिंग मिंग त्यांच्याकडे पाहत असताना त्यांनी त्या शिळा पार केल्या, ज्यांच्यामधून तो व्हॅनमधून उडी मारल्यावर निसटला होता आणि

गटातल्या एका स्त्रीनं हिरवळीवर त्याच्या देहानं जी चुरडल्याची खूण केली होती, ती काठीनं इतरांना दाखवली.

काय हा कालापव्यय. संतापानं डिंग मिंगनं स्वत:च्या कानफटात मारून घेतलं. हे जग केवळ बेपर्वा नव्हतं, तर क्रूर होतं, थट्टा करणारं.

अतीव थकवा जाणवत असलेल्या डिंग मिंगनं त्यांच्या कारपर्यंत त्यांची पाठ धरली. एका झुडपाआड राहून तो त्यांची मौज पाहत राहिला. ते कारमध्ये आनंदात सॅन्डविचेस खात होते आणि थर्‌मॉसेसमधून गरमागरम कॉफी पीत होते. त्याचे कान त्यांचं हसणं आणि पार्सलच्या कागदांची चुरचुर टिपत होते.

झाडांनी वेढलेल्या कार पार्किंगमध्ये त्यांची कार उभी होती. एका कोपऱ्यातली एक इमारत त्याला विचित्र वाटली, पण तरीही पॅगोडाप्रमाणे स्वयंपूर्ण. झाडांच्या आडोशानं डिंग मिंग इमारतीच्या भिंतीपाशी गेला.

कारमधून एक जाडगेली स्त्री त्याच्या दिशेनं येऊ लागली. तो घाबरला आणि झाडीत धूम ठोकण्याची त्यानं तयारी केली; परंतु त्याच्या दिशेनं न येता ती इमारतीत शिरली. त्या वेळी त्याला त्या इमारतीच्या दाराच्या कडेला असलेल्या खुणा दिसल्या. तो एका सार्वजनिक स्वच्छतागृहाबाहेर उभा होता.

ती स्त्री बाहेर आली आणि कार तिथून निघून गेली. तो लगोलग पुरुषांच्या विभागात शिरला. तिथल्या बडेजावानं तो प्रभावित झाला. ती खोली त्याच्या घराहून मोठी आणि दिवे, नळ, वाहतं पाणी यांनी अधिक सुसज्ज होती.

तो प्रथम पोटभर पाणी प्याला, मग त्यानं गरम पाण्यानं चेहरा आणि हात-पाय धुतले. बेसिनचा प्रवाह बंद करण्यासाठी तिथे प्लग नव्हता, म्हणून त्यानं त्याच्याऐवजी आपले सॉक्स वापरले. अशा तऱ्हेनं त्यानं बेसिन मागून बेसिन भरून पाणी वापरलं. बेसिनवर आरसा होता, पण आपलं पुरं झाल्याशिवाय तिकडे पाहायचं नाही, असं त्यानं ठरवलं.

जिआनच्या ठोशानं फाटलेला ओठ आता सुजला होता आणि स्पर्शाला हळवा झाला होता. खांद्यांवरच्या जखमा, या व्हॅनमधून मारलेल्या त्याच्या उडीचं फलित होतं. केव्हिनच्या थपडेनंही आपली खूण त्याच्या गालावर सोडली होती, जिथं त्याची अंगठी डिंग मिंगच्या गालावर घासून गेली होती. त्याचा शर्ट मृत इसमाच्या रक्तानं माखला होता. तो थकलेला, गबाळा आणि चोरटा दिसत होता.

त्यानं हॉट एअर ड्रायरचा वापर करून स्वत:ला कोरडं केलं. ते उत्तम साधन होतं – या लोकांना सोयीच्या दृष्टीनं फारच उत्तम प्रज्ञा होती – पण ते नीट काम करत नव्हतं, एकसारखं बंद पडत होतं. त्याच्याऐवजी पेपर नॅपकिन्स वापरावेत, असं त्याला वाटतं होतं; पण त्याच्या मनात धास्ती होती

की, अचानक कुणीतरी उपटेल आणि त्या पेपर्ससाठी त्याच्याकडून मूल्य वसूल करू पाहील. शहाण्यानं चांगल्या नशिबाची फार परीक्षा घेऊ नये, हेच खरं.

तो एका बाथरूममध्ये शिरला. इथे निदान त्याला भव्यतेला तोंड द्यावं लागत नव्हतं. त्यानं बसकण मारली आणि विचारांना मुक्त द्वार दिलं. उष्ण पाण्याच्या फवाऱ्यांचा तो मनमुराद आनंद लुटू लागला. आता त्याला जरा हुशारी वाटली. खरंतर फार काळ लोटला नव्हता; पण त्याला मात्र वाटलं होतं की, कित्येक आठवड्यांचा काळ लोटला असावा. या सुरक्षित, सुखकर वातावरणात आणखी थोडा वेळ तसंच बसून राहून जरा आराम करावा आणि मग पुढचा विचार करावा, असं त्यानं ठरवलं.

त्याला खडबडून जाग आली. त्याच्या डोक्यात विचारांचं काहूर माजलं. बाहेरचा उजेड मंदावत चालला होता, म्हणजे तो अनेक तास झोपून होता. आपण असं काही केलं, यावर त्याचा विश्वासच बसत नव्हता, त्याला अपराधी वाटलं – जणुकाही त्यानं सगळ्यांचा अपेक्षाभंग केला होता.

त्याला कुठल्याच समस्येचं उत्तर मिळालं नव्हतं. उलट तो अधिक भुकेला झाला होता. आता रात्र होईल आणि त्याला अधिकच थंडी वाजू लागेल. त्याच्या मनात आलं की, तो त्याच्या स्वप्नांमध्ये परतला, तर किती बरं होईल.

तो इथेच थांबू शकत नव्हता, हे पक्कं होतं. बाथरूमचा वापर करण्यासाठी कुणी येऊ शकतं किंवा इमारत बंद करून घेण्यासाठी कुणी येऊ शकतं आणि तो तिथे सापडला तर काय होईल, हे कुणी सांगावं? ते त्याला मारहाण करतील किंवा एक जण कुणीतरी त्याला धरून ठेवेल आणि दुसरा कुणीतरी पोलिसांना फोन करेल.

बाहेर आभाळ पांढुरकं झालं होतं. पाऊस थांबला होता, पण हवेत बाष्प जाणवत होतं. मघाच्या गटानं कचऱ्याच्या पेटीत उरलेलं काही अन्न टाकलं होतं का, ते त्यानं पाहिलं; पण केवळ आवरणंच होती. या झाडांतरून त्या झाडांवर पक्षी उडत होते. त्यापैकी एक कसा पकडावा, याचा तो विचार करू लागला. एक पक्षी एका पांढऱ्या व्हॅनवरून उडत गेला आणि डिंग मिंगनं श्वास रोखला.

नैराश्यातून झालेला भ्रम समजून प्रथम तो त्या आशेच्या किरणाचं स्वागत करू इच्छित नव्हता. तो तिच्या दिशेनं सरकू लागला, तिचं रूपांतर अपरिचित वाहनात होण्याच्या अपेक्षेनं; पण नाही, ती केव्हिनच्या व्हॅनसारखीच दिसत राहिली. पुरावे सज्जड होते – दारावर उडालेली वाळू, मळलेल्या खिडक्या, गंजलेलं मडगार्ड.

पण आतमध्ये केव्हिन नव्हता, तर माथेफिरू जिआन. तो ड्रायव्हरच्या

सीटवर गाढ झोपी गेला होता. त्याचं डोकं खांद्यावर स्थिरावलं होतं, तोंड उघडं पडून जिभेच्या टोकाचं दर्शन होत होतं आणि तो मोठ्यांदा घोरत होता.

याचाच अर्थ डिंग मिंगनं गाडीतून उडी मारल्यानंतर महाशय जेमतेम एक किलोमीटर दूर गेले होते. दिसलेल्या पहिल्या आड बाजूच्या ठिकाणी थांबून तो झोपी गेला होता. ब्लँकेटनं स्वत:ला लपेटून घेण्यात किंवा जॅकेट काढून टाकण्यात अथवा पॅसेंजर डोअर लॉक करण्यातही त्यानं वेळ व्यर्थ दवडला नव्हता.

या वैराणापेक्षा तो माथेफिरू बरा – तो निदान संधी तरी देणार होता. डिंग मिंग गाडीत बसला आणि त्यानं जिआनच्या खांद्यावर थोपटलं. जिआननं गुरगुरत डोळे उघडले आणि सभोवती नजर फिरवली. डिंग मिंगला जाणवलं की, तोही वैतागलेला होता.

डिंग मिंग त्याला म्हणाला, ''ब्लॅक फोर्ट कुठं आहे, ते मला ठाऊक आहे.''

हरवला

४०

गेल्या रात्रीच्या सर्व घटना डिंग मिंगच्या स्मृतीत ताज्या होत्या; पण त्यांची क्रमवारी पक्की नव्हती. ताज्या ओल्या मातीचा गंध, झाडांआडून होणारं चंद्राचं दर्शन, फावड्याचा स्पर्श, गालावर बसलेल्या थपडीची झोंब, केव्हिनचे शब्द, ब्लॅक फोर्टचे बोल.

'H' खाली पानभर एकच नोंद होती. 'होप फार्म,' ब्लडगेट हिल, साउथ क्रीक, नॉर्फोक. पत्त्याखाली बहुधा मार्गदर्शन होतं. 'A435 साउथ क्रीकच्या पाटीवरून पुढे डावीकडे, वॉर मेमोरियल ट्रॅकवरून उजवीकडे.'

डिंग मिंगनं पानावर बोट ठेवत जिआनला सांगितलं, "तो इथे आहे."

डिंग मिंगला आपल्या निर्णयाची खातरी नव्हती. ब्लॅक फोर्टनं 'फार्म' शब्द वापरला, तो कदाचित 'फर्म' असावा किंवा सांकेतिकही असावा. म्हणजे त्याला ऐंशी टक्के खातरी वाटत होती; पण अर्थातच यादीत हे एकमेव फार्म होतं. याचा अर्थ असा नव्हता, ब्लॅक फोर्ट याच्याविषयीच बोलत होता. ते शक्यही होतं; पण नसेलही. म्हणजेच, साठ टक्के आणि अशीही शक्यता होती, ब्लॅक फोर्टनं केव्हिनला थाप मारली होती आणि फार्मवर जातोय सांगून तो गेलाही नसेल किंवा कदाचित नंतर निर्णय बदलून तो गेला नसेल कशावरून? पन्नास? चाळीस?

"मी शंभर टक्के खातरीनं सांगतो. आता मी तुम्हाला तो कुठे राहतो, ते सांगितल्यावर तुम्ही मला परत न्याल ना?"

"नाही."

"नाही, याचा काय अर्थ, मी तुम्हाला मदत केली आहे?"

"तू मला तिथे घेऊन जाणारेस, तू नकाशा वाचणारेस."

"तुम्ही का नकाशा वाचू शकत नाही?"

"मला ही भाषा येत नाही."

"मग तुम्ही मला परत कसे घेऊन जाऊ शकाल?"

"माझ्याकडे पत्ता आहे. तुझ्या बॉसचा एसएमएस."

"तो कसा तुम्हाला वाचता आला?"

"मी वाचलाच नाही. तो मी एका टॅक्सी ड्रायव्हरला दाखवला."

"आणि मग तुम्ही त्याला मारलंत."

"मी दुसरं काय करणार? माझ्याकडे पैसे नव्हते. तुला इंग्लिशमध्ये नकाशा वाचता येतो की नाही?"

"येईल बहुधा."

"मग काही अडचण नाही. तू तो वाच, मला तिथे घेऊन जा, मग मी तुला परत सोडेन."

"ते कुठंही असू शकतं."

"हे चीन नाहीए, हा देश छोटा आहे. याच्या एका टोकापासून दुसऱ्यापर्यंत तुम्ही एका दिवसात जाऊ शकता. म्हणजे तुझे काही तासच खर्च होतील. परत गेल्यावर तू त्यांना सांग की, तू माझ्या तावडीतून सुटलास, इकडेतिकडे भरकटलास आणि तुझा तू शोध घेत परत आलास. ते तुझ्यावर रागवणार नाहीत. ते माझ्यावर चिडतील. त्यांना सांग की, मी वेडसर आहे."

"हं, बरोबर."

"त्यांनी पाहिलंय, तू राजी-खुशीनं आला नव्हतास. मी तुला परत सोडलं, तरी तुला अडचण येणार नाही."

"तो नकाशा कुठाय?"

"इथंच कुठंतरी असेल."

"तुमच्याकडे नकाशाही नाहीए?"

"जरा शोध इकडेतिकडे."

"तुम्ही म्हणालात, की तुमच्याकडे नकाशा आहे."

"मी कधीच तसा दावा केला नव्हता. तिथे बघ आहे का."

डिंग मिंगनं ग्लोव्ह कंपार्टमेंट उघडलं. त्यात त्याला एक गॉगल, एक मोबाइल चार्जर, काही पेनं आणि एक साखळी सापडली. दरवाजाच्या कप्प्यातलं वर्तमानपत्र त्यानं बाहेर काढलं, तर दोन मोठे स्तन त्याला सामोरे आले. ते प्रमाणाबाहेर मोठे होते – लक्षवेधी, पण चुकीचे. ते धारण केलेली गुलगी स्मित करत होती.

त्यांच्याकडे नकाशा नव्हता. डिंग मिंगनं चिनी भाषेत शिवी हासडली.

"आपण शहरात जाऊ आणि नकाशा विकत घेऊ," म्हणत जिआननं गाडी सुरू केली.

"तुला ब्लॅक फोर्टला कशासाठी भेटायचंय?"

"तो माझा प्रश्न आहे."

डिंग मिंगला प्रश्न पडला की, तिकडे समुद्रकिनाऱ्यावर काय चाललं असेल. सगळ्यांच्या तोंडात हाच विषय असेल. प्रवासी चिंतातुर असतील – त्यांचे पगार कापले जातील? त्यांना केव्हिनच्या क्रोधाला तोंड द्यावं लागेल? केव्हिन आणि त्याचे बगलबच्चे टेबलाभोवती गोळा झाले असतील आणि सुडाच्या गोष्टी करत असतील.

आभाळ अंधारू लागलं होतं. ते पूर्वेच्या दिशेनं चालले होते. अस्ताला चाललेल्या सूर्याच्या विरुद्ध दिशेला. मोठे पक्षी घिरट्या घालू लागले. डिंग मिंगला प्रश्न पडला; ती गिधाडं तर नव्हेत?

"तुम्ही काय पाहताय?"

"मी हेलिकॉप्टर्सचा शोध घेतोय."

आत्ता कदाचित रडारनं, सॅटलाइटनं किंवा ड्रोननं त्यांच्यावर नजर ठेवली जात असेल. दूरवर कुठल्यातरी एका खोलीत काळा युनिफॉर्म घातलेला एक इसम स्क्रीनवरच्या एका लाल ठिपक्यावर नजर ठेवून असेल.

"का?"

"पोलीस कदाचित चोरलेल्या व्हॅनचा शोध घेत असतील."

"ते हेलिकॉप्टर्स पाठवणार नाहीत."

अर्थात, अल्पावधीतच त्यांना थांबवलं जाईल, अटक केली जाईल आणि इमिग्रेशन खात्याच्या अधिकाऱ्यांच्या स्वाधीन केलं जाईल. समजा, त्यातूनही ते पकडले गेले नाहीत, तरी त्याचा या माथेफिरूच्या शब्दांवर विश्वास नव्हता. समजा सगळं ठीक झालं आणि त्यांची विचित्र पण नि:संशयपणे धोकादायक शोधमोहीम पुरी झाली, माथेफिरूनं आपला शब्द पाळून त्याला परत समुद्रकिनारी सोडलं – मग पुढे काय? त्याला खुलवून सांगावं लागेल की, तो कसा चालत्या गाडीतून उडी मारून निसटला होता, मग काही तास भरकटत राहिला, मग स्वच्छतागृहात त्यानं कसा आश्रय घेतला आणि सरतेशेवटी स्वत:हून कसा परतला; पण केव्हिनचा त्याच्यावर विश्वास बसला नाही तर? आणि केव्हिनला ते पटलं, पण त्याची व्हॅन गमावण्याला त्यानं आपल्यालाच जबाबदार धरलं तर? जिआन कदाचित ब्लॅक फोर्टवर काही संकट आणू शकतो. केव्हिननं त्यासाठी आपल्यालाच जबाबदार धरलं तर?

आणि त्याच्या पत्नीचं काय? त्याचं अपहरण झाल्याचं तिला सांगून ते तिला चिंतेच्या खाईत तर लोटणार नाहीत? त्याच्या कथित गैरवर्तणुकीसाठी तिला शिक्षा करतील का? हे सगळं भयावह होतं. त्यानं मनोमन ईश्वराकडे प्रार्थना केली, जे काही व्हायचं ते होवो, पण त्याच्या पत्नीला काही भोगावं लागू नये, ती या सगळ्यापासून दूर राहावी.

केवळ काहीतरी दुसरं ऐकावं, डोक्यातल्या विचारमालिकेतून सुटका व्हावी, म्हणून तो म्हणाला, "मला वाटतं तुम्ही एवढ्या वेगात गाडी चालवू नये. त्या पाट्या बहुधा वेगमर्यादेच्या आहेत."

त्याला कल्पना होती की, वाहतुकीचे अनाकलनीय नियम तुम्ही पाळले नाहीत, तर पोलीस-कार तुमची पाठ धरते. काही पोलीस साध्या कारमधून फिरतात,

कसल्याही पोलिसी खाणाखुणा अगर रंगीत दिवे नसलेल्या आणि ते पोलीस असल्याचं तुम्हाला तेव्हाच समजतं, जेव्हा ते तुम्हाला गाठून हात दाखवतात आणि गाडीचा सायरन चालू करून गाडीतला दिवा छतावर बसवतात.

"माझी चालण्याची गतीही ताशी तीस किलोमीटरहून अधिक आहे."

"आपण कुठे जातोय, ते तुम्हाला ठाऊक नाहीए. आपण कुठंच जात नाही आहोत. तिथे आपण तीसच्या किंवा तीनशेच्या वेगानं जरी गेलो, तरी काय बिघडणार आहे?"

ते ज्या परिसरातून चालले होते, त्यात छोटी शेतं, दगडी घरं आणि केवळ गायींसाठी आणि झाडांसाठी विनाकारण सोडलेल्या विस्तीर्ण जमिनी होत्या. एका वळणानंतर रस्ता रुंदावला होता. प्रथमच त्यांना वाहतुकीचं दर्शन घडत होतं. जिआननं आपली मांड ठीक केली. वळताना त्यानं गती आवरती घेतली नाही. असंख्य हॉर्न्स वाजले.

"तुम्ही चुकीच्या बाजूनं जाताय! दुसऱ्या बाजूनं चला."

"मला माहीत आहे," जिआन तोंडातल्या तोंडात म्हणाला आणि व्हॅन थांबली. डिंग मिंग पुढे फेकला गेला आणि तो सावध नसता, तर पुढे काचेवर आपटला असता. जिआन आता गाडी रीव्हर्स घेत होता, आला होता त्याच रस्त्यावर. ठोकरीचा आवाज झाला, डिंग मिंग पुन्हा पुढे फेकला गेला. जिआनच्या बाजूची खिडकी फुटली. गाडीत काचांचा पाऊस पडला.

व्हॅन जागच्या जागी थांबली. एक लॉरी त्यांना घासून गेली होती. ती पुढे कडेला थांबली.

अखेर ती वेळ आली होती, अटळाची सुरुवात – अटक निश्चित होती. लॉरीचा ड्रायव्हर उतरला आणि त्यानं अस्तन्या सावरल्या. जिआननं गाडीला गती दिली, तो योग्य दिशेला वळला आणि पहिल्या वळणावर उलटा फिरला.

"आता आपण पकडले जाणार," डिंग मिंगनं भीती बोलून दाखवली.

"नाही, तसं काही होणार नाही. त्यानं आपला नंबर पाहिला नव्हता." बोलताना त्यानं मांडीवरच्या काचा उडवल्या.

"तुम्ही गाडी चालवायला कुठं शिकलात?"

"मी ताफ्याची टोयोटा चालवायचो. तुम्ही नुसते लाइट्स लावलेत की, रस्ता तुमच्यासाठी पुरा खुला. यापेक्षा ते खूपच सोपं."

"तुम्ही पोलीस होता?"

"मी पोलीस आहे."

डिंग मिंग शांत झाला. ते पटणारं होतं. जिआन आक्रमक आणि शीघ्रकोपी होता आणि अधिकाऱ्यासारखी गाडी चालवत होता – उन्मत्तपणे, रस्त्याच्या

मध्यातून. या माहितीनं तो अधिकच अस्वस्थ झाला. आत्तापर्यंत कधी त्याचा अधिकारी वर्गाशी संबंध आला नव्हता. शेतकऱ्यासाठी ते कुचकामाचं होतं. ते केवळ करांच्या नावानं तुमचे पैसे घेतात आणि तंट्याच्या प्रसंगी कधीच गरिबाची बाजू घेत नाहीत.

"म्हणजे ब्लॅक फोर्टला अटक करण्यासाठी तुम्ही इथे आला आहात."

"आधीच मी पुष्कळ बोलून गेलोय."

"मला पुन्हा एकदा पत्ता दाखव," तोच पुढे म्हणाला.

डिंग मिंगनं तो त्याला दाखवला.

"डायरी इकडे द्या."

"मी धरतो, तुम्ही नुसतं पाहा."

डिंग मिंगनं सूचना पाहिल्या, आपल्या डिक्शनरीत शब्द पाहिले. त्याला शोध लागला की, मैल हे अंतराचं माप होतं आणि मेमोरियल शब्द तिथे चुकीचा लिहिलेला होता.

ते एका छोट्या शहरात प्रवेश करत होते. इथे वाहतूक जास्त होती. समोरून कुठलीही कार किंवा पादचारी आला की, डिंग मिंग स्वत:चा चेहरा लपवत होता. त्याला एकमेव दुकान दिसलं, ते होतं फुलवाल्याचं.

तो वैतागून म्हणाला, "आता अंधार पडायला लागलाय. आपल्याला नकाशा मिळेल, असं तुम्हाला वाटतंय? पुस्तकांचं दुकान कुठाय?"

केवळ वैतागानं तो रडकुंडीला आला होता. ते फार्म सापडेपर्यंत काही तास खर्ची पडतील. आपण व्हॅनकडे परतायलाच नको होतं. त्या डोंगरांमध्येच फिरत राहायला हवं होतं. खारी आणि सशांवर गुजराण करत, सार्वजनिक स्वच्छतागृहांचा वापर करत, एक दिवस समुद्रकिनारा त्याला सापडेपर्यंत.

थोड्या वेळातच ते तिथे जाऊन परततील, पोलीस म्हणाला होता. केव्हिनप्रमाणेच हाही पटकन आश्वासनं देऊन मोकळा होतो आणि त्याच्या प्रमाणेच ती गांभीर्यानं घेत नाही. डिंग मिंगला स्वत:च्या क्रोधाचंच आश्चर्य वाटत होतं. संताप दाबून ठेवण्याचा त्यानं काळजीपूर्वक केलेला प्रयत्न फसत होता. हा सगळा केव्हिनचा दोष होता, त्या पिसाटाचा. त्याला त्या ढोल्याला शिव्या घालायच्या होत्या.

त्याला शोध लागला की, रागात त्यानं त्याच्या डिक्शनरीची पातळ पानं फाडली होती. ती त्यानं सारखी केली आणि शांत होत डिक्शनरी खिशात घातली. केव्हिन हीच त्याची एकमेव आशा होती, तोच त्याचं भविष्य होता, तोच सांगू शकणार होता की, त्याची पत्नी कुठं होती. त्यानं मनाच्या बंधाऱ्याची पुनर्बांधणी केली आणि आपल्या भावना त्याच्याआड थोपवल्या. स्वत:ला समजावलं की, तो इसम तेवढा वाईट मनुष्य नव्हता.

"ते बघ," म्हणत जिआननं निऑन साइनकडे निर्देश केला. ती चिनी लिपी होती, "हॅपी डक." एवढ्या सगळ्या परदेशी वातावरणात चिनी लिपीचं केवळ दर्शन त्यांना उल्लास देणारं ठरलं आणि बदक हा शुभशकून होता. शेवटी ते चिनी रेस्तराँ होतं. "चल, आपण त्यांनाच विचारू."

४१

केव्हिनचा हिरवा पार्का सीटवर मागच्या बाजूला अडकवून ठेवलेला होता. रक्तानं माखलेला शर्ट डिंग मिंगला अंगावर नकोसा झाला होता, त्यातून त्या अवस्थेत तो लोकांना दिसायला नको होता, त्यामुळे त्यानं तो काढून टाकला आणि पार्का अंगावर चढवला. तो त्याच्या गुडघ्यांखाली गेला आणि त्याच्या लांब बाह्यांमध्ये त्याचे हात दडून बसले. पार्काच्या आतून असलेली फर त्याच्या मानेला सुखकर मऊ स्पर्श देत होती. पार्काचं हूड डोक्यावर घेतल्यावर तर त्याचा चेहराच गडप झाला, तो जणू गुहेतच गेला होता. तो घातल्यावर हालचाल करणं कठीण जाईल, असं त्याला वाटलं; पण तो निदान उबदार होता.

पार्काच्या खिशात त्याला पाव भरलेली कोल्याची बाटली सापडली. जिआनचं त्याच्याकडे लक्ष नव्हतं – तो ते पिऊ शकत होता आणि जिआनला ते कळलंही नसतं; पण आपल्या प्रामाणिकपणाचा पुढे आपल्याला लाभच होईल, असा विचार करून दोघंही त्यातला थोडाथोडा प्यायले.

"त्यात तू राक्षसाचं पिलू दिसतोस," म्हणत पोलिसानं व्हॅन थांबवली आणि तो खाली उतरला. रस्त्यावर स्मशानशांतता होती. डिंग मिंगला परिचित असं वातावरण तिथे नव्हतं. ना बडबड; ना मशीनरीचा आवाज; ना 'माह योंग' खेळणाऱ्या म्हाताऱ्यांचे गट; ना 'पूल' खेळणाऱ्या तरुणांचे. तिथे ना थिएटर होतं; ना रंग. सभोवती लोक दिसत होते, त्यांच्या पडद्यांमागे टीव्हीचे स्क्रीन चमकताना दिसत होते, पण ते माणसांत रमणारे नव्हते.

त्या साऱ्या परिसरात एकच स्त्री दिसली. ती त्यांच्या दिशेनं बाबागाडी ढकलत येत होती. तिला रस्ता करून देण्यासाठी तो फूटपाथवरून उतरला. सगळ्या गोऱ्या माणसांप्रमाणेच तो तिचंही वय सांगू शकत नव्हता. तिचं वय पंधरा ते पस्तीसच्या मध्ये असावं; पण ती उच्चभ्रूतेचा आणि सौंदर्याचा अप्रतिम नमुना होती. तिचे केस लाल होते, केवळ अप्रतिम. तिनं ते कपाळावरून संपूर्णपणे मागे वळवून छानसे बांधले होते.

सिगारेट ओढत असताना तिचे सोनेरी दात चमकत होते आणि तिचे चांदीचे कानातलेही चमकत होते. ती ऐटीत बाजूनं निघून गेली. जिआननं त्याचा दंड पकडला आणि त्याला फूटपाथवर ओढलं.

“त्यांच्यापासून दूर जाणं टाळ.”

“पण ते आपला तिरस्कार करतात.”

“ते तुमचा तिरस्कार करत नाहीत, ते तुमची दखलही घेत नाहीत.”

एक आलिशान कार पुढे पार्क करून ठेवली होती. असं वाटत होतं, की ती साचिव नसून ओतीव होती. तिचा बाकदार पृष्ठभाग कशानंही बिघडत नव्हता, जणू स्त्री देहाची कमनीयता होती तिच्यात. ती एवढी चकचकीत होती की, तिच्यावरून प्रकाश परावर्तित होत होता. डिंग मिंगचा विश्वासच बसत नव्हता की ती आणि तो एकाच विश्वात होते. त्याच्या हृदयाची घालमेल होऊ लागली, तिच्या सौंदर्यानं तो घायाळ होत होता. त्याला एक कल्पना सुचली – त्यानं तिच्यावरून हात फिरवला तर? पण त्यानं तो विचार दूरच ठेवला. उगाच कशामुळेतरी अडचणीत यायला नको; पण एक पाऊल पुढे टाकून तिला जरा जवळून न्याहाळायला काय हरकत आहे? त्या लखलखत्या पृष्ठभागावर आपली घाणेरडी सावली पडू नये, म्हणून तो जरासा बाजूला सरकला.

अचानक एक केसाळ डोकं झेपावलं, जबडा उघडझाप करू लागला आणि ओले दात चमकू लागले आणि धमकावणीचं गुरगुरणं सुरू झालं. डिंग मिंगनं घाबरून मागे उडी मारली. तो होता पॅसेंजर सीटवरचा कुत्रा आणि तोही छोटासा! हा साक्षात्कार होऊनही त्याला धक्का बसला होता. कुणाचं लक्ष वेधलं जाऊन अप्रिय घटनांची मालिका सुरू होण्याच्या धास्तीनं तो जिआनमागे जाऊ लागला.

डिंग मिंगच्या मनात आलं की, कुठल्याही रेस्तराँच्या मालकानं त्याला त्या अवतारात पाहिलं, तर तो त्याला निश्चितपणे भिकारी समजेल आणि हाकलून देईल. तरीही, परिचित वातावरणाच्या कोषात डोकावण्याची त्याची इच्छा होती, त्यामुळे सावल्यांच्या आडोशात त्यानं रेस्तराँमध्ये डोकावून पाहिलं. ते छोटेखानी होतं, तरीही उजेडात लखलखत होतं. आतमध्ये टेबल-खुर्च्या नव्हत्या. रेस्तराँची लांबी व्यापणारा काउंटर होता आणि एका कोपऱ्यात एक गेमिंग मशीन होतं. हे त्याला विचित्र वाटलं. एक मध्यमवयीन चिनी काउंटरमागे उभा होता. डिंग मिंगला तीव्रपणे वाटून गेलं की, त्या चिन्याच्या जागी तो असायला हवा होता. स्वच्छ, छानसं रेस्तराँ निर्माण करणं, ही त्याच्या आकलनातली यशाची कल्पना होती.

त्याला घेऊन जिआन आतमध्ये गेला आणि मॅन्डरिनमध्ये बोलला, “नि हाओ, बांग गे मांग झिंग मा?... हॅलो, कृपया आम्हाला मदत करू शकाल?”

पोटॅटो चिप्स तळत असलेल्या मालकानं कॅन्टॉनीजमध्ये उत्तर दिलं. डिंग मिंगला केवळ गाण्यांमधून वगैरेच कॅन्टॉनीजचा परिचय असल्यानं, “मला तुझे केस आवडतात”, “तू माझं सर्वस्व आहेस” हे काही वाक्प्रचार तेवढे माहीत होते, बाकी भाषेचं ज्ञान नव्हतं.

"नि हुई शुओ पुटोंगहुआ मा?... तुम्हाला मॅन्डरिन बोलता येते?" जिआननं विचारलं.

अर्थातच त्याला ती येत नव्हती, कारण तो सरळ इंग्लिशवरच उतरला. "तुम्हाला चिप्स हव्या आहेत?" डिंग मिंगला त्याचं इंग्लिश सोपं वाटलं; पण चिप्स हा काय प्रकार होता, याची त्याला कल्पना नव्हती.

"आम्हाला मदत हवी आहे."

"इथे मला तुमचं बोलणं ऐकू येत नाहीए."

डिंग मिंगनं पार्काचं हूड खाली घेतलं, तेव्हा त्याला आपल्या चेहऱ्याच्या दुरवस्थेची जाणीव झाली. तो जिआनला म्हणाला, "गेई टा कान डिझी... त्याला पत्ता दाखव."

"नाही."

"तो आपल्याला सांगू शकेल ना."

"त्याला फक्त विचार, की नकाशा कुठं मिळेल."

इंग्लिशमध्ये तेवढं सगळं बोलायचं, म्हणजे डिंग मिंगची पंचाईतच. "आम्हाला नकाशा कुठं मिळेल. देशाचा. इंग्लंडचा."

गोल चेहऱ्याची, गुबगुबीत चिनी मुलगी आतल्या खोलीतून तिथे आली. ती म्हणाली, "तुम्हाला त्यासाठी पेट्रोल स्टेशनवर जावं लागेल." तिचं इंग्लिश त्या माणसापेक्षा सफाईदार आणि वेगवान होतं, कळायला कठीण. "तुम्ही कारमधून आलात?"

आपल्या अवताराची लाज वाटून त्यानं नजर टाकली. तिथले लाइट्स एवढे प्रखर असायला नको होते, असं त्याला वाटून गेलं.

"हं."

माणसानं एका कागदावर 'पेट्रोल स्टेशन' म्हणजे जे काही होतं, त्याचा नकाशा आखून दिला.

काउंटरवर मांडून ठेवलेल्या पदार्थांवर डिंग मिंगची नजर गेली. त्याच्या तोंडाला पाणी सुटलं. भूक खवळली.

"तुम्हाला चिप्स हव्या आहेत." डोळा मारत तिनं त्यांना विचारलं. "त्याचे पैसे नकोत." तिनं ते त्यांच्यासाठी एका कागदावर काढले. तिच्या अगत्यानं तो भरावून गेला आणि त्या रेस्तराँच्या उबेत आणखी काही काळ राहावं, असं त्याला वाटू लागलं. त्या माणसामध्ये आणि त्याच्या लेकीमध्ये त्याला कसल्यातरी वीरत्वाची जाणीव झाली. असंस्कृत लोकांच्या प्रदेशात धाडसानं प्रवेश करून तिथे स्वत:चं बस्तान बसवणारी ती अग्रणी होती. ते अतिशय प्रेरणादायी होतं. त्या भावनेत तो बोलून गेला, "ही जागा चांगली आहे."

पण जिआन तुटकपणे म्हणाला, "चल, आपण निघू." अर्थातच, तो त्या द्वयीकडे संभावित साक्षीदार, म्हणजेच वाढीव धोका, या नजरेनं पाहत होता.

दोघांच्याही हातांत चिप्सची एकेक टोपली ठेवत ती मुलगी म्हणाली, "तुम्हाला दोघांना आमच्या शुभेच्छा."

डिंग मिंग कॅन्टॉनीजमध्ये म्हणाला, "मला तुझे केस आवडले."

४२

व्हॅनमध्ये थंडी वाजत होती; पण चिप्स डिंग मिंगच्या हातांना आणि पोटाला ऊब बहाल करत होत्या; मात्र त्यांच्यावरच्या मिठामुळे त्याचे फाटके ओठ झोंबत होते.

जिआननं स्टार्टर मारला.

"आपण थांबलो, तर चालणार नाही का?"

"आपण त्या ठिकाणी जातोय. मार्गदर्शन कर."

वेट्रेसने नकाशावर रेस्तराँसाठी बदकाची खूण वापरली होती आणि पेट्रोल स्टेशनसाठी चांदणीची. नकाशाबरोबर इंग्लिशमध्ये सूचना होत्या.

"दोन लाइट्सवरून सरळ पुढे," डिंग मिंग सांगू लागला. "दिवसभरात ते किती मिळवत असतील? साधा, पण पैसा देणारा धंदा. गरमागरम खाणं मिळणं केवढं चांगलं आहे ना, उपाशीपोटी माणूस काहीच करू शकत नाही. अर्थात, या चिप्सवर थोडा मसाला असता, तर त्या अधिक चांगल्या लागल्या असत्या."

"गप बस. आता कुठं?"

"मला वाटतं, मी मार्गदर्शन करत असताना मला तुम्ही गप बसायला सांगणं योग्य नव्हे."

"आता कुठं? कुठं तेवढं सांग. ठीक आहे, तुला हवी तेवढी बडबड कर, पण आपण आता कुठं जातोय?"

"डावीकडे."

आता ते शहराबाहेर आले होते आणि रस्ता एका तलावाच्या काठावरून जात होता. त्यानं एका दिव्यांच्या समुच्चयाकडे बोट दाखवलं. "मला वाटतं ते आहे." जिआननं गती कमी केली. ते एक गॅरेज होतं, पुढे चार पेट्रोल पंप आणि मागे दुकान.

"तुम्ही थांबला का नाहीत?"

"त्यांनी आपली व्हॅन पाहू नये म्हणून," म्हणत जिआननं थोडं पुढे जाऊन व्हॅन थांबवली.

ते उतरले आणि स्टेशनच्या दिशेनं चालू लागले. आकाशाचा खालचा भाग शहरी दिव्यांमुळे केशरी दिसत होता; पण बाकीचा सगळा चंद्रप्रकाशात निळा दिसत होता. डावीकडे दगडी भिंत होती. त्या भिंतीत गिलावा वापरलेला नव्हता. डिंग मिंगच्या सौंदर्यदृष्टीला ते भावलं – हुशारी, कार्यक्षमता आणि काटकसर, यांचं त्यात दर्शन घडत

होतं. उजवीकडे तलाव होता आणि त्याच्या पाण्याच्या पृष्ठभागावर वाऱ्यामुळे तरंग उमटत होते आणि तलावापलीकडचे कभिन्न उंचवटे, म्हणजे डोंगर होते.

डिंग मिंगनं एवढ्या अगणित चांदण्या कधी पाहिल्या नव्हत्या. त्यानं मान उंचावली आणि त्याच्या तोंडाचा आ वासून राहिला. त्या चमचमणाऱ्या स्वर्गीय वस्तूंच्या रंगांच्या आणि प्रखरतेच्या वैविध्यानं तो अवाक झाला आणि तो दुधी रंगाचा पट्टा कसला होता, ते त्याला कळेना.

''हे तर काहीच नाही,'' जिआन त्याला म्हणाला, ''तुला चांदणं पाहायचं असेल, तर ईशान्येकडे ये.''

''या चांदण्या आपल्याला दिसतात त्याच आहेत? ज्या आपल्या चीनवर असतात त्याच?''

''अर्थातच, त्याच असतात.''

त्या दृश्यानं डिंग मिंगमधला कवी चाळवला गेला. ही एक अशी बाब होती, जी सर्व मानवजातीला लाभत होती, शेतकरी असोत वा पोलीस किंवा परदेशीही. शेवटी ते सर्व जण अवकाशात फिरणाऱ्या एकाच छोट्या गोळ्यावरील रहिवासी नव्हते का? वैश्विकदृष्ट्या पाहता, सातासमुद्रापारचा त्याचा प्रवास, हे केवळ एक पाऊल होतं आणि हा परप्रदेश शेवटी त्याच्या घरापासून फार दूर नव्हता आणि विश्वाच्या या कालातीत दिमाखापुढे मानवी व्यवहार, हे केवढे क्षुल्लक होते. त्याच्या मनात आलं की, हे विचार ऐकण्यासाठी त्याची पत्नी तिथे असायला हवी होती.

एक घुबड ओरडलं आणि डिंग मिंगला प्रश्न पडला, की त्यानं कधी एवढी निरव शांतता अनुभवली होती का? नसण्याच्या अनुभवानं भारून गेल्यामुळे त्याला तिथे ओरडावंसं वाटत होतं, केवळ वातावरणाला मानव्य बहाल करण्यासाठी. शांतता असह्य होऊन तो आपली पावलं मुडपून टाकू लागला आणि हातातली चिप्सची टोपली मधूनच चुरू लागला.

पेट्रोल स्टेशन बंद झालं होतं. त्यामुळे जिआनच्या ओरडण्याला उलट प्रतिसाद लाभला नाही. डिंग मिंगनं खिडकीच्या फटीमधून आत डोकावून पाहिलं. कन्फेक्शनरी आणि मासिकांनी लादलेला एक रॅक त्याला दिसला. त्यातच 'मॅप ऑफ द रोड' असं एक हिरवं पुस्तक त्याला दिसल्याचा त्यानं शपथेवर दावा केला.

''आपल्याला आता आत घुसावं लागणार,'' जिआन म्हणाला, ''मला दगडानं ही खिडकी फोडावी लागेल.''

''तुमचं डोकं फिरलंय. तुम्ही काच फोडलीत, तर वरून एक पत्र्याचा दरवाजा खाली खिडकीवर पडेल.''

तेवढ्यात डिंग मिंगला एक सीसीटीव्ही कॅमेरा दिसला. त्यानं फुझुमधल्या एका बँकेत तसा एक पाहिला होता; पण इथे असा उघड्यावर तसा पाहून तो भेदरला.

त्यानं त्याच्या दिशेनं पाठ केली, पण समोरच आणखी एक त्याच्या दिशेनं पाहत होता. त्यानं हूड डोक्यावर घेतलं आणि कॅमेऱ्यांकडे बोटानं निर्देश केला.

"आता त्यांनी आपल्याला पाहिलंय आणि व्हॅनही. आता ते पोलीस कार्स पाठवतील, आपल्याला पकडण्यासाठी. रस्त्यांवर लाइट्स टाकत हेलिकॉप्टर्स फिरतील. ते आपला सशांसारखा माग काढतील."

"हेलिकॉप्टर्सची भाषा बंद कर," जिआन तडकून म्हणाला; पण त्यालाही वास्तवाची जाणीव झाली होती. "मी छतावर पाहणी करतो, तिथून कदाचित आत शिरण्याचा एखादा मार्ग मिळेल." तो एका पिंपावर चढला त्याचं प्लॅस्टिकचं झाकण त्याच्या वजानानं दबलं. तो छतावर चढला आणि चवड्यांवर चालू लागला. त्याच्या चालण्यानं छताचे पत्रे वाजू लागले.

कॅमेऱ्यांच्या नजरेतून सुटण्यासाठी डिंग मिंग इमारतीच्या बाजूला गेला. त्याला तिथे भिंतीला लावलेला फोन दिसला. त्यात नाणी टाकण्यासाठी त्याला एक फट होती. हं! इथे फोन होता, त्याच्याकडे नाणी होती आणि त्याच्या अपहरणकर्त्यांची त्याच्यावर नजर नव्हती. अनपेक्षित संधी लाभली होती आणि त्याला स्वत:मधला धूर्तपणाचा अभाव जाणवला. त्यानं रिसीव्हर उचलला. तो थंड आणि जड होता. तो धूर्त नव्हता, फसवणूक त्याच्या स्वभावात नव्हती, ना त्यासाठी लागणारं धाडस; पण त्या सगळ्यांची त्याला यापूर्वी कधी निकडही भासली नव्हती. जिआन ओरडला. "इथे छतात एक खिडकी आहे, पण तिला लोखंडी जाळी बसवली आहे. ती काढता येते का, ते मी पाहतो, तू तिथेच थांब."

सोन्याचं एक मौल्यवान नाणं फटीत सरकवताना डिंग मिंगला जाणीव झाली, की त्याचे तळहात घामेजले होते आणि त्याच्या हातांना कंप सुटला होता.

४३

तो जे करत होता, त्यावर डिंग मिंगचा विश्वासच बसत नव्हता – जणुकाही ते दुसऱ्या कुणाच्या बाबतीत घडत होतं आणि ते तो त्रयस्थासारखं पाहत होता. त्यानं चीनचा कोड, मग त्याच्या शहराचा आणि शेवटी त्याच्या मोबाइलचा नंबर डायल केला. फोनची रिंग स्पष्ट आणि मोठ्यानं ऐकू आल्याबरोबर त्यानं श्वास रोखला.

दुसऱ्या हातानं केबलशी चाळा करत त्यानं कल्पना केली की, त्याच्या फोनमधून सिग्नल आकाशात गेलाय, जो सॅटेलाइटनं पकडलाय आणि तिथून चीनमधल्या त्याच्या हलक्या दर्जाच्या चंदेरी फोनवर प्रसारित केला गेलाय.

त्याचा कॉल उचलला गेला.

"हॅलो?"

"आई, मी बोलतोय," तो हलक्या स्वरात बोलला.

"डिंग मिंग? तू बोलतोयस?" आवाज पोहोचायला निमिषाचा वेळ लागत होता; पण ती जणू त्याच्या शेजारी उभी असल्यागत स्पष्ट ऐकू येत होता. "आई, येचा फोन आला होता का? ती कुठं आहे?"

"बेटा? तू कुठं आहेस? तू परत जायला हवंस."

"काय?"

दुसरा घोगरा, फुजियान उच्चारांचा पुरुषी आवाज त्याच्या कानावर पडला. "तू परदेशी कामगार डिंग मिंग बोलतोयस?"

"तुम्ही कोण आहात?"

"मी कोण आहे, ते महत्त्वाचं नाही. तुझं काय चाललंय असं तुला वाटतंय? माझं ऐक. अनेक तास आम्ही इथे ताटकळत आहोत आणि आम्ही प्रचंड वैतागलेले आहोत. तुझी आईही सुखात नाहीए. आम्ही तिला खुर्चीत बांधून ठेवलंय."

"काय?"

"आम्ही आता फोनची केबल तिच्या डोक्याभोवती आवळणार आहोत आणि तिचे उरले-सुरले दात उपटणार आहोत. तिचं किंचाळणं तू ऐक आणि मग आम्ही तुझे बाकीचे कुटुंबीय शोधू आणि त्यांचे त्याहून जास्त हाल करू."

त्याला कुणीतरी मारलं असल्यासारखं त्याचं शरीर आखडलं. त्यानं हातानं केबल आवळली. त्याचा घसा कोरडा पडला.

"थांबा," तो म्हणाला.

"पळून गेलेल्यांच्या बाबतीत असंच होतं. आम्ही त्यांच्या कुटुंबाची वाट लावतो. तू आमचे भरपूर पैसे देणं लागतोस आणि आम्ही तुला ते कर्ज बुडवून पळून जाऊ देणार नाही. आम्ही तुला विकत घेतलंय, समजलास?"

तेवढ्यात वरून जिआननं त्याला हाक मारली.

डिंग मिंगला वाटलं की, त्यांना त्याचा शोध लागलाय. त्यानं रिसीव्हर सोडून दिला. तो भिंतीवर आपटला आणि त्याची केबल अशा तऱ्हेनं लपकली की, त्याला सापाची आठवण आली. ती सापासारखीच चमकली.

"डिंग मिंग तू तिथे आहेस?" पुन्हा पुकारा.

"हो."

फोन नजरेआड करण्यासाठी तो स्टेशनच्या पुढच्या भागात गेला. त्याच्या अंगातलं त्राण गेलं होतं आणि त्याचा चेहरा पांढरा फटफटीत पडला असल्याचं त्याला जाणवलं. त्याला विचार करता येत नव्हता, त्याच्या मेंदूला मुंग्या आल्या होत्या. त्यानं वर पाहिलं. पोलीस त्याच्याकडे प्रश्नार्थक नजरेनं पाहत होता. त्याला वाटलं की, तो आता त्याला शिक्षा करेल, पण त्याला त्याची पर्वा नव्हती. त्याला चिंता लागून राहिली होती आपल्या आईची, तिला आता काय भोगावं लागेल याची.

"ती उचकटण्यासाठी मला काहीतरी हवंय. व्हॅनमधलं फावडं घेऊन ये."

डिंग मिंग त्याच्याकडे नुसता पाहत राहिला.

"तुला काय झालंय?"

"मी... मला साप दिसला."

"फावडं घेऊन ये, लवकर. पळ."

डिंग मिंग वळला आणि पळत गेला. तो दृश्याची कल्पना करू लागला. बाइक्सवरून आलेले गुंड, आधी हात मग केबल आवळत असलेली आई, तिचा कमजोर संघर्ष. तिला बांधून ठेवलेली खुर्चीही त्याला दिसत होती; प्लॅस्टिकची, लोखंडी पाय असलेली. पावलागणिक नवनवे तपशील त्याच्या मनोपटलावर साकारत होते आणि त्याचं हृदय पिळवटलं जात होतं. मिनिटांमागून मिनिट आई भेदरलेल्या अवस्थेत बंदिस्त होती आणि वैतागल्याच्या आणि प्रक्षुब्धतेच्या अवस्थेत गुंड घरभर येरझारे घालत होते. तो त्याच्या बॉसपासून आणि त्याच्या ऋणापासून दूर पळून गेल्याचं आणि तो एक वाईट मुलगा असल्याचं त्यांनी तिला सांगतलं होतं.

व्हॅनपाशी पोहोचल्यावर पुढे अंधारात नाहीसं होण्यापासून त्यानं स्वत:ला रोखलं, फावडं बाहेर काढलं. फाळ मातीनं माखलेला होता आणि ते हातात

घेतल्याबरोबर त्याला त्यानं पुरलेल्या माणसाच्या लटकणाऱ्या जिभेची आठवण झाली. जगात केवढा हिंस्रपणा होता, आणि तो त्यानं वेढला गेला होता. दार लावलं गेल्याचा आवाज त्याच्या कानांना विषण्ण करून गेला.

पण तो वाईट पुत्र नव्हता, तसाच तो पळपुटाही नव्हता. पोलिसानं त्याला पळवलं होतं, म्हणजे तो सगळा पोलिसाचा दोष होता. संतापानं त्याचा मेंदू जागृत झाला आणि हा सारा मामला ठीक करण्याचं त्यानं ठरवलं. उर्वरीत दोन नाणी त्याच्या खिशात खुळखुळत होती. तो त्या गुंडांना पुन्हा फोन करणार होता.

कॅमेऱ्यांनी त्याला वर्तमानात आणलं आणि त्यानं हूड आणखी पुढे ओढून घेतलं. त्यामुळे त्याची दृश्यता आकुंचित पावली. सभोवती पाहायचं, तर त्याला डोकं फिरवावं लागत होतं. झुरके मारत पोलीस छतावर उभा होता. डिंग मिंग पिंपावर चढला आणि त्यानं पोलिसाला फावडं दिलं.

''मी ती जाळी काढू शकलो, तर आत जाऊ शकेन. कदाचित अलार्म वाजेल. तू त्याकडे दुर्लक्ष कर. तू खिडकीच्या फटीपाशी राहा आणि नकाशाच्या पुस्तकाकडे बोट दाखव. मी ते घेतलंय, हे तू पाहिल्यावर – लगेचच तू व्हॅनकडे पळ काढ, कळलं?''

''हां''

''काय कळलं?''

मनातल्या भावनांचा कल्लोळ आपल्या चेहऱ्यावर स्पष्ट दिसत असेल, असं वाटून भिंतीकडे तोंड फिरवत तो पुटपुटला, ''मी तुम्हाला पुस्तक दाखवायचं आणि ते तुम्ही हातात घेईपर्यंत थांबायचं.''

त्यानं पिंपावरून उडी मारली आणि तो घाईघाईनं इमारतीच्या बाजूला गेला आणि लटकत असलेला रिसीव्हर त्याला दिसला. ठीक आहे, अधिक धूर्तपणाची गरज होती. त्याला जाणवून गेलं की, या खेपेला त्याचा हातांचा कंप अधिकच वाढला होता. त्यानं आणखी एक सोन्याचं नाणं फटीत टाकलं. छतावरच्या पावलांचा आवाज ऐकून त्यानं धास्ती घेतली. पोलिसानं केवळ तीन-चार पावलं पुढे टाकून छतावरून वाकून पाहिलं, तर त्याची चोरी पकडली जाईल; पण त्याच्या कानांवर केवळ फावड्याचे आणि पोलिसाचे जोर लावण्याचे आवाज पडत होते.

त्यानं पुन्हा एकदा घरी फोन लावला आणि त्याचा आवाज दबवण्यासाठी रिसीव्हर हूडमध्ये घातला. फोन उचलला गेला, पण कुणाचाच आवाज त्याला ऐकू येत नव्हता.

''हॅलो? हॅलो? आई? तू आहेस का?''

अचानक तिचा वरच्या पट्टीतला स्वर त्याच्या कानी पडला. ''ओह, बेटा, बेटा, मला माझ्या हातांची जाणीव होईनाशी झालीए, त्यांनी दोरखंड एवढ्या जोरात आवळलाय.''

त्याच्या पोटात गोळा आला. त्यानं कल्पना केली; कुणीतरी रिसीव्हर तिच्या कानांना लावला होता. ''ते म्हणतायत, की ते माझे दात पाडतील. त्याला तुझ्याशी बोलायचंय. तो सांगेल ते तुला करायला हवं, बेटा.''

''परदेशी कामगार?'' पुरुषाचा आवाज गुरगुरला.

''मी पळून गेलो नाही. मला पळवलं...''

''गप बस. या नंबरवर फोन कर.'' तो नंबर सांगू लागला. डिंग मिंगनं तो नंबर थुंकीच्या साहाय्यानं भिंतीवर लिहिला. धट्ट्याकट्ट्या, दारू पिऊन लाल झालेल्या चेहऱ्याच्या आणि बोलताना पुरेसे विलग न होणाऱ्या ओठांच्या इसमाचं चित्र त्याच्या डोळ्यांपुढं साकारलं. ''एक पाच तीन नऊ...'' स्वर एवढा स्थिर; जणुकाही अतिशय किरकोळ बाब आहे.

त्याचं तोंड सुकलं, आणखी लाळ लाभेना.

''नाही, थांबा — शेवटचे चार आकडे पुन्हा.''

फोन बंद झाला. थुंकीवर पडणाऱ्या उजेडामुळे भिंतीवरचे ओले आकडे त्याला तिरप्या कोनात दिसत होते. त्यानं दुसरा कॉल लावला. कापऱ्या बोटानं तो नवा नंबर डायल करू लागला. ओघळणाऱ्या अश्रूंमुळे त्याला की-पॅडवरचे आकडे नीट दिसत नव्हते. त्यानं चुकून सहा ऐवजी पाच आकडा दाबला. त्यानं क्रेडल दाबला, पुन्हा सुरुवातीपासून नंबर डायल करण्यासाठी, तेवढ्यात डिस्प्लेवर शून्य आकडा दिसू लागला. त्यानं त्याच्याकडलं शेवटचं नाणं फटीत टाकलं.

तो आकडा २२६५ होता की २२५६? त्याचे भिंतीवरले आकडे पुसट व्हायला लागले होते. फोन वाजायला लागला. बऱ्याच रिंग्ज झाल्या आणि डिंग मिंगनं तलावाच्या दिशेनं नजर टाकली. पाणी काळं आणि स्थिर होतं. त्यात जीव देऊनही भागण्यासारखं नव्हतं, कारण त्याचं कर्ज तसंच राहणार होतं. वर, पोलिसानं शिवी हासडली.

''हॅलो?'' झोपाळलेल्या स्वरात इंग्लिश उच्चार. डिंग मिंग बोलला, ''हॅलो? हॅलो?''

''कोण बोलतंय?'' त्यानं तो आळसावलेला स्वर ओळखला. मिस्टर केव्हिन.

''मी विल्यम.''

''कोण?''

''मी कामगार वाळूत काम करणारा. मला पळवलंय.''

''हां, तू होय, तुझ्या दोस्तानं मला चांगलंच मारलंय. बऱ्या बोलानं तू परत ये.''

''तो माझा मित्र नाहीए. त्यानं मला नेलं. माझ्यासमोर पर्याय नव्हता. मला परत यायचंय. मला समजून घ्या. माझ्या आईला काही होऊ नये, अशी माझी इच्छा आहे.''

"तू अजून त्याच्याबरोबरच आहेस?"

"हो."

"आणि व्हॅनसुद्धा?"

"काय?"

"कार, त्यानं नेलेली माझी कार, ती कुठाय?"

"तीपण आहे."

"तू कुठं आहेस ते सांग, आम्ही तुला घेऊन जाऊ. चीनमधलं सगळं मी ठीक करतो आणि हे काहीच घडलं नसल्याचं आपण भासवू. ठीक आहे?"

तो धन्य झाला. मिस्टर केव्हिन कठोर होता, पण न्यायी, प्रेमासाठी आसुसलेला एकाकी इसम, शब्दाला जागणारा इसम, जो लवकरच त्याला त्याच्या पत्नीचा ठावठिकाणा देईल.

इमारतीच्या पुढच्या भागात काहीतरी वाजलं आणि डिंग मिंगनं श्वास रोखला. त्यानं तिकडे पाहिलं, तर फावडं जमिनीवरून घसरत चालल्याचं त्याला दिसलं. पोलीस ओरडला, "मला आत जाता येत नाहीए. आपण रात्रभर थांबू आणि उद्या सकाळी सरळ ते विकत घेऊ."

पोलीस आता पिंपावर उतरण्याच्या प्रयत्नात असल्याचं त्याला आवाजांवरून जाणवलं. तो उतरत होता. डिंग मिंगला उमगलं, त्याला उशीर झाला होता, काही सेकंदांतच पोलीस त्याच्याजवळ असेल, पण तेवढ्यात पोलिसानं घातलेली शिवी त्यानं ऐकली. तो खूप जवळ होता; पण अजून पावलांचा आवाज येत नव्हता. डिंग मिंगनं रिसीव्हर फोनवर ठेवला आणि डोकावण्यासाठी तो इमारतीच्या कोपऱ्यावर गेला. पोलिसाचा एक पाय पिंपाच्या झाकणात अडकला होता आणि तो काढण्याच्या प्रयत्नात तो होता. डिंग मिंगनं फोनकडे पळ काढला.

"पेट्रोल स्टेशनवर," तो ओरडला.

"आणखी माहितीची गरज आहे."

ते कुठे होते, याची त्याला बिलकूल कल्पना नव्हती. योग्य इंग्लिश शब्दांसाठी तो डोकं खाजवू लागला. अस्वस्थतेनं एका पायावरून दुसऱ्यावर नाचू लागला.

"शहराजवळ तलाव आहे. शहरात चिनी रेस्तराँ आहे, हॅपी डक."

"हॅपी डक? ते डिरेक्टरीत असेल. ठीक आहे, मी आणि काही पोरं लवकरात लवकर तिथे पोहोचतो. तिथंच थांब आणि धुमश्चक्री सुरू झाल्यावर तू त्यापासून दूर राहा."

काहीतरी आपटल्याचा आवाज त्यानं ऐकला. पोलिसानं पिंपावरून उडी मारली होती. पायरव – त्याचा दुःखकर्ता आता इमारतीच्या पुढच्या भागात चालत होता.

तो सावकाशीनं जवळ येत होता. आणखी काही पावलं आणि त्याचा अपहरणकर्ता त्याला पाहील.

''माझ्या आईला दुखवू नका. माझी बायको कुठे आहे ते मला सांगा.''

''अं?''

डिंग मिंगनं पटकन रिसीव्हर ठेवला आणि तो इमारतीच्या पुढच्या बाजूला जाऊ लागला आणि कोपऱ्यावरच पोलिसाला सामोरा गेला. नजरानजर होताच त्याची चोरी पकडली जाईल, या धास्तीतून डिंग मिंगनं नजर खाली झुकवली, तर त्याला दिसलं, की पोलिसाचे बूट खराब झालेले होते, तो बहुधा केळ्यांमध्ये पडला होता.

''तुझं काय चाललं होतं? आणखी साप पाहिलेस?''

''ते सगळीकडेच आहेत.''

४४

डिंग मिंग आणि जिआन व्हॅनकडे परतले. डिंग मिंगनं विचार केला की, मिस्टर केव्हिन आणि त्याचे हस्तक आल्यावर त्यानं पहिलं काय करायचं, तर सगळ्यांपासून दूर राहायचं. कदाचित, सगळं उरकल्यानंतर – व्हॅन मिळवून जिआनला सजा देऊन झाल्यानंतर – केव्हिन कृतज्ञता दाखवण्यासाठी त्याला आपल्या बायकोशी बोलू देईल. तो अशा जगात परतण्याची आशा करू लागला, जे प्रिय अथवा सोईस्कर नसेल, पण निदान सुरक्षित आणि परिचित असेल.

मिस्टर केव्हिनची मागणी पुरी करण्यात त्यानं दाखवलेल्या साशंकतेविषयी त्याला आता पश्चात्ताप वाटू लागला. ते जर त्यानं त्या वेळी केलं असतं, तर आत्ता हे घडलं नसतं. ही कदाचित अवज्ञेच्या परिणामांची सूचकताही असेल. असो, त्याला धडा मिळाला होता. तो त्यांच्या मालकीचा होता आणि त्यांना हवं ते त्यानं करायला हवं. त्यानं विचार केला की, त्याला जे काही अप्रिय करावं लागेल, त्याची अप्रियता कालांतरानं दूर होईल.

"चला, आपण झोपू या," तो जिआनला म्हणाला.

"माझं शरीर चिनी वेळेनुसार काम करतं. ते सांगतंय की, सकाळ झाली आहे, मी उठायला हवं."

"तुम्ही थोडी झोप घेतलीत की, उद्या तुम्हाला हुशारी वाटेल. मला झोप येते आहे. मी थकलोय. मला खूपच झोप येते आहे." जिआन काहीतरी करताना दिसल्यानंतर त्यानं विचारलं, "तुम्ही काय करताय?"

"माझ्या सिगारेट्स संपल्यायत. मी नव्या तयार करतोय; त्यासाठी ॲशट्रेमधल्या थोटकांमधली तंबाखू काढतोय."

"तुम्ही आता झोपा, सकाळी तुम्ही आणखी सिगारेट्स विकत घेऊ शकाल."

"आपल्याकडे म्हातारे लोक वर्तमानपत्रात तंबाखू घालून त्याच्या सिगारेट्स करतात. मी लहान असताना तसंच असायचं. आम्हाला वेगळ्या कोणत्या सिगारेट्स माहीत नव्हत्या. त्या स्ट्रॉंग असतात, पण तुम्हाला त्यांची सवय होते. तू पाहत होतास त्या स्तनधारी स्त्रीचं चित्र मी वापरणार आहे. तुझी काही हरकत नाही ना?"

तो केव्हिनकडे परतेल आणि त्याचं स्वागत होईल. कालांतरानं ही घटना हा विनोदाचा विषय होईल आणि त्याचं इथलं जीवन सुरू होईल. काही आठवड्यांनंतर

त्याला आणि त्याच्या बायकोला एकाच कामावर ठेवलं जाईल आणि दोघंही एकमेकांशेजारी राहून काम करतील. हलके हलके त्यांचं कर्ज फिटेल आणि ते घरी पैसे पाठवू शकतील. त्या पैशांतून घरचं जीवनमान सुधारेल. ''भला डिंग मिंग,'' लोक म्हणतील. ''शेवटी तो कुटुंबाकरता कमावू लागला.'' जिआनच्या खोकल्यानं तो त्याच्या स्वप्नातून जागा झाला.

जिआननं शिवी हासडली. ''ही खूपच स्ट्राँग आहे.'' तो पुन्हा खोकला, पुन्हा शिवी. तो त्याच्या सिगारेटकडे निराशेनं पाहू लागला.

''मग ओढू नका.''

पण पठ्ठ्यानं ती ओढणं सोडलं नाही. ती संपवायला त्याला दहा मिनिटं लागली. तोपर्यंत व्हॅन धुरानं भरली होती आणि तिच्यात जळक्या कागदाचा आणि तंबाखूचा गंध भरून राहिला होता.

''माझं तोंड कोरडं पडलंय. मी ड्रिंक घेऊन येतो.''

एकटा पडलेला डिंग मिंग सीटवरच मांडा ठोकून मिस्टर केव्हिन आणि त्याच्या हस्तकांची वाट पाहत राहिला. त्यानं आशा केली की, ते मोठ्या संख्येनं यावेत, त्यांनी अचानक यावं आणि जे काही घडेल, ते पटकन घडावं.

काही मिनिटं गेली आणि जिआनच्या अनुपस्थितीनं तो अस्वस्थ झाला. तो तसाच फेरफटका मारायला तर गेला नसेल ना? नाही, तो तसं करणार नाही, तो अस्वस्थ होता. तो कुठं भरकटला असेल, तर तो येणाऱ्या पाहुण्यांना पाहील आणि त्यांच्या नजरेआड राहण्याची दक्षता घेईल. केव्हिन गाडीपाशी येईल आणि आपल्याला विचारेल की, तो दुसरा कुठाय. मग आपण सांगू की, आपल्याला ठाऊक नाही, तो कुठंतरी गेलाय. त्यावर केव्हिन म्हणेल, की असं कुठंतरी जायची ती काय वेळ होती. मग त्याचा संशय जागा होईल आणि तो म्हणेल की, मी त्याला पूर्वकल्पना दिली होती, त्यांच्या येण्याची. मग केव्हिन त्याच्यावर चिडेल आणि त्याला सांगेल की, त्यानं त्याला निराश केलं होतं, त्यामुळे तो त्याला त्याची बायको कुठं आहे ते सांगणार नाही.

जिआनला शोधून काढून परतण्याची विनंती करण्याचं त्यानं ठरवलं. आपल्याही घशाला कोरड पडली आहे, म्हणून आपण बाहेर आलो, असं सांगण्याचं त्यानं ठरवलं. त्यानं कोल्याची रिकामी बाटली बरोबर घेतली; परंतु पंधरा-वीस पावलांच्या अंतरावरच तलावात खडे टाकत बसलेला जिआन पाहून त्याला हायसं वाटलं.

डिंग मिंगनं तोंडावर पाणी मारलं. त्याच्या कॅनव्हासच्या पातळ बुटांखाली त्याला खडे जाणवत होते. तो बाटलीत पाणी भरून घेऊ लागला, तसे त्याचे पाय ओले झाले. त्याच्या दोन्ही बुटांना खालून भोकं पडली होती.

''ती भरून घे,'' जिआन म्हणाला. ''आपल्याला पिण्यासाठी काही खरेदी

करता येईल की नाही, ते मी सांगू शकत नाही. पेट्रोलवरच सगळे पैसे जातील कदाचित.''

''मग आपण खायचं काय?''

''आपल्याला कदाचित एखादी फळबाग दिसेल.''

''किंवा कदाचित मेजवानीचं निमंत्रण मिळेल.''

''मला पाव मिळाला, तरी मी धन्य होईन.''

''मला बीफ नूडल्स आवडतील.''

''हॉटपॉट.''

''फिश सूप.''

''उत्तम चहा मिळाला तरी पुरे,'' जिआन म्हणाला.

डिंग मिंगच्या मनात आलं, की केव्हिन येईल, तेव्हा इथे असणं उत्तम होतं, म्हणजे त्याला पळ काढता येईल. तो डावीकडे पळ काढेल, किनाऱ्यावरून, मग रस्ता गाठून तो चढणीवर जाईल. त्या रस्त्यावर तो पोहोचू शकला, तर तो कुणालाही मागे टाकू शकेल आणि एकदा माथ्यावर पोहोचला, की खालचं सगळं पाहू शकेल.

जिआनचे मोठे पंजे दिसल्यावर त्याला आठवलं की, त्या हातांनी त्याच्या तोंडाची, विशेषत: त्याच्या ओठांची काय अवस्था केली होती. अर्थातच, व्हॅनच्या बंदिस्ततेमध्ये राहण्यापेक्षा इथल्या मोकळ्या वातावरणात त्याच्याबरोबर राहणंच उचित होतं. आता त्याला सतत बोलतं ठेवायचं होतं.

बराच काळ त्याच्या डोक्यात असलेला विषय त्यानं छेडला. ''तुम्ही कधी...'' त्याला बोलणं कठीण गेलं; पण तरीही तो बोलून गेला. ''तुम्ही कधी स्त्रीकडून मुखमैथुनाचा आनंद घेतलाय?''

''काय प्रश्न आहे!''

''ते कसं वाटतं?''

''त्याच्यासारखा दुसरा आनंद नाही.''

''तुमच्या बायकोकडून?''

''बायको असलं काही करत नाही. त्यासाठी तुम्हाला बाहेर पैसे मोजावे लागतात.''

''परदेशी पुरुष ते करतात? म्हणजे एकमेकांसाठी? म्हणजे ते सामान्य असतं?

''यांच्या सवयी काय असतील, ते कोण सांगू शकणार? पण तू हे का विचारतोयस?''

''मी ते सिनेमात पाहिलं.''

"नाही, सिनेमात नाही. तुझ्या बॉसनं तुला करायला सांगितलं, होय ना?"

डिंग मिंगनं नजर झुकवली. पोलीस धूर्त होता. त्यानं आणखी काय जाणलं होतं?

"हं."

"आणि म्हणून तू पळ काढलास."

"हं."

"त्याचा तू लचका तोडायचास. पुन्हा तो सांगणार नाही."

"या सल्ल्याबद्दल धन्यवाद."

"मी तुझ्या जागी असतो, तर दुसरी नोकरी शोधली असती."

पण अवघडलेल्या, संकोचलेल्या डिंग मिंगला तत्काळ विषय बदलायचा होता. "पोलीस असणं कसं असतं?"

"तेही एक प्रकारचं कामच आहे; पण मला त्यासारखं काही करावं लागत नाही, म्हणजे प्रत्यक्षात तरी."

"भरपूर मेजवान्या?"

"जवळजवळ रोजचीच निमंत्रणं असतात."

पोलिसांच्या मेजवान्यांची डिंग मिंगला कल्पना होती. पुष्कळ पदार्थ, हवं तेवढं मद्य आणि तेही सगळं सरकारी पैशातून.

"पण कधीकधी तुम्हाला गुन्हेगाराला सोडून द्यावं लागतं, वरून आदेश आल्यावर. हल्ली सगळं उलटं चाललंय. जी माणसं तुरुंगात हवीत, ती गाड्या उडवताना आणि साहेबी थाटात वावरताना मी पाहतो."

जिआननं तळ्यात एक खडा टाकला. त्याच्या मागून डिंग मिंगनंही टाकला, पण त्यानं निम्मं अंतरही पार केलं नाही.

"कधीकधी आम्हाला हॉस्पिटलमधून आदेश येतो, मृत्युदंड रोखा म्हणून. त्यांच्याकडे एखादा इसम असतो, जो हॉस्पिटलसाठी भरघोस देणग्या देतो. त्याला डोळ्यांची गरज असते. अशा वेळेस आम्ही एखाद्या बलात्काऱ्याला उडवू शकतो का? आपल्याला काही सुचेनासं होतं... काहीच समजेनासं होतं... सर्व जण माल कमावतात... तुम्हालाही त्यातला हिस्सा हवासा वाटतो. बाकीच्यांकडे 'ऑडी' असते, तुम्हालाही मग ती हवीशी वाटते. माझ्या हाताखालच्या एकाची मला खबर लागली. एका खुन्यावरचा आरोप काढून टाकण्यासाठी त्यानं त्याच्याकडून लाच घेतली. केस पुन्हा उघडण्यासाठी फिर्यादीनं त्याला आणखी लाच दिली. तो खुन्याकडे गेला आणि त्याच्याकडून त्यानं आणखी पैसे उकळले. मला हे कळल्यावर मी काय केलं असेन?"

"काय?"

"मी माझा हिस्सा मागून घेतला."

डिंग मिंगनं आणखी एक खडा टाकला. या वेळी आणखी लांब गेला.

"अधिकारी असणं केवढं मोठं आहे."

"मी लहान होतो, तेव्हा मला खूप काम करायचं होतं, बदल घडवायचे होते. मी मूर्ख आणि चुकीचा होतो, पण मला पर्वा होती. मला समाजवाद आणायचा होता. त्या वेळी तो सगळ्यांनाच वास्तवात आणायचा होता; पण मग कळलं की, तीही आणखी एक टोळी आहे आणि सर्वांत मोठ्या गुन्हेगारासाठी तुम्ही शिपुरड्याचं काम करत आहात."

डिंग मिंगसाठी हे नवं नव्हतं. कोणताही शेतकरी तुम्हाला सांगू शकेल. सरकार म्हणजे गुंडांची टोळी होती. सम्राट हृदयशील असेल, पण त्याचे अधिकारी भ्रष्ट होते आणि हे असं पाच हजार वर्षं चालू होतं. अर्थात, हे सगळं पोलिसाच्या तोंडून ऐकणं अपेक्षित नव्हतं.

डिंग मिंग म्हणाला, "मला इंग्लिश शिकायचं होतं. रोज सकाळी उठल्यावर आणि रात्री झोपण्यापूर्वी रस्त्यावरच्या दिव्यांखाली मी अभ्यास करायचो. अध्यापक विद्यालयात शिकण्यासाठी मला स्कॉलरशिप मिळाली. मी खूप खुशीत होतो. सर्व विषयांत मी अव्वल मार्क मिळवले आणि माझं इंग्लिश माझ्या शिक्षकांपेक्षा वरच्या दर्जाचं होतं; पण नगर परिषदेनं मला सांगितलं की, विद्यालयानं त्यांना सांगितलं, तो चांगला विद्यार्थी नाहीए आणि त्यांनी माझी स्कॉलरशिप बंद केली. मग ती त्यांनी एका सरकारी अधिकाऱ्याच्या भावाला दिली. मी त्याला भेटलो, त्या भावाला. तुमचा विश्वास बसणार नाही, पण त्याला इंग्लिशचा एक शब्दही येत नव्हता, एक शब्दही..."

डिंग मिंगनं पाण्यात एक खडा मारला. तो आधीच्या खड्याच्या दुपटीनं दूर गेला.

"तुझं दुर्दैव, दुसरं काय," जिआन शांतपणे म्हणाला.

डिंग मिंगला भूतकाळातल्या अन्यायांवर विचार करायचा नव्हता, कारण त्याला कल्पना होती, की तसं करण्यानं त्याला केवळ वांझ मानसिक ताप लाभेल. तो तलावापासून दूर झाला, कारण त्याला वाटलं, की तलावातल्या काळ्या पाण्याचा परिणाम म्हणूनच त्याच्या मनात दुःखी विचार येत होते.

"माझं शिक्षण पुरं झालं नसल्यामुळे मी शिक्षक होऊ शकलो नाही. खरंतर मी शिकण्याचा प्रयत्नच करायला नको होता. तो सगळा वेळेचा आणि पैशाचा अपव्याय ठरला, खरंतर तेव्हा मी कामधंदा करायला हवा होता."

"तू इथे कसा आलास?"

"सर्पमस्तकांनी मला इथे आणलं."

त्या आठवणीनं डिंग मिंग शहारला. प्रवासाला साडेतीन महिने लागले होते. ट्रक, बैलगाडी आणि बोट यांच्या प्रवासांमध्ये त्याला आणि येला गुप्त ठिकाणांवर लपवून ठेवण्यात आलं होतं आणि तिथून हलण्यास मज्जाव करण्यात आला होता. भात आणि पावावर गुजराण करत कधीकधी आठवडेच्या आठवडे त्यांना सूर्यप्रकाशाचं दर्शन झालं नव्हतं. त्यांच्याशी व्यवहार करणाऱ्या माणसांच्या दृष्टीनं ती दोघं म्हणजे केवळ त्रासदायक माल असून, त्यांना केवळ जिवंत राहण्यापुरती हवा, अन्न यांची गरज होती.

ते कुठल्या शहरात अथवा देशात होते, ते विचारण्याची सवय त्यानं सोडून दिली होती. दिवसागणिक त्याला एकच चिंता असायची आणि ती म्हणजे त्यांना केव्हा हलवलं जाईल? नकाशावर तो त्यांचा फारच थोडा मार्ग नोंदवू शकला होता.

"आणि यासाठी तुला किती पैसे द्यावे लागले?"

"वीस हजार डॉलर्स."

"यूएस डॉलर्स?"

"हं."

'एवढे पैसे कुठून आणलेस?'

"माझ्याकडे नव्हते. तेवढी रक्कम मी सर्पमस्तकांना देणं आहे. इथे काम करताना तिची परतफेड सुरू होईल."

"परतफेडीसाठी केवढा काळ लागेल, असं तुला वाटतं?"

"दोन वर्षं."

"तुला त्या माणसाकडे किती पैसे मिळणार आहेत?"

"बहुधा, तासाला एक डॉलर. मला नक्की माहीत नाही."

"सर्पमस्तक तुझ्या कर्जावर व्याज लावतात?"

"हो."

"तसं असेल, तर मला वाटतं कर्ज फिटायला दहा वर्षं लागतील किंवा वीस."

"पण त्यात संधी तरी आहे."

"तुला तिकडे काम मिळत नव्हतं?"

"सहज, पण महिन्याला पन्नास युआनचं. त्यात बचत करणं अशक्य. चीनमधल्या शेतकऱ्यांसाठी चांगल्या नोकऱ्या नसतात. वशिला किंवा शिक्षण असल्याशिवाय तर नाहीच."

"तुझ्या बायकोचं काय? दहा वर्षांसाठी तू तिला घरात बसवणारेस, माह यॉंग खेळत? आजूबाजूच्या तरुणांकडे पाहत?"

"ती याच देशात आहे, पण दुसरीकडे."

“तीही आली? तिचंही कर्ज आहे, वीस हजार डॉलर्सचं?”

“हो.”

“तू तिला आणायला नको होतंस. इथलं हे जिणं स्त्रियांकरता योग्य नाही.”

“तिचाच आग्रह होता.”

वस्तुस्थिती अशी होती की, वयाच्या चौदाव्या वर्षापासून डिंग मिंगची प्रेयसी असलेल्या येनंच त्याला जाण्यासाठी पटवलं होतं. इकडे येण्यापूर्वी काही दिवस त्यांनी लग्न केलं होतं. एका रेस्तराँमध्ये त्यांनी छोटी मेजवानी दिली आणि त्या दोघांना तैवानी मच्छीमार-बोटीत, कोंबेपर्यंत त्यांचे फोटो घ्यायलाही त्यांना वेळ मिळाला नाही.

डिंग मिंगनं अभिमानानं पुष्टी जोडली, “ती आधुनिक विचारांची आहे.”

“अस्सं? मग तसं असेल, तर ती तुला मुखमैथुनाचा आनंद देईल ना.”

दुखावला जाऊन डिंग मिंगनं तोंड फिरवलं. या इसमाच्या कठीण कवचाखाली केवळ कडवटपणा भरलाय. त्याला एक कार येत असलेली दिसली. हं, तर ते इथे आले होते. शेवटी ते घडणार होतं.

४५

कारचा आवाज वाढला आणि तिचे दिवे अधिक प्रखर झाले. डिंग मिंग पाण्याच्या दिशेला सरकला. ती एवढी सावकाश का येत होती? त्याला वाटत होतं की, सगळं कसं पटकन घडून जायला हवं; पण कारला तिथे पोहोचायलाच युगं लागत होती. तो पळायच्या तयारीत लागला आणि त्याच्या पायाखालचे खडे चुरचुरू लागले.

"तू कुठं चाललास?" जिआननं ओरडून विचारलं.

डिंग मिंगनं कारच्या दिशेनं पाहिलं. ती छोटी कार होती, 'बीटल'सारखी. एक वृद्ध महिला ती चालवत होती. तिच्या शेजारच्या दुसरीनं त्याच्याकडे रोखून पाहिलं. ओठ आवळून आणि डोळे बारीक करून ती पाहत होती, असं डिंग मिंगला वाटलं आणि तिनं काय पाहिलं असावं, याची त्याला कल्पना आली – घाणेरडे चेहरे आणि पिंजारलेले केस असणारे दोन चिनी आणि ज्यापैकी एकाच्या हातात दगड होता. कारची गती वाढली आणि ती वेगात दूर गेली.

तिथे एक बाकडं होतं आणि विशेष म्हणजे एक कचराकुंडी. त्यांच्याकडे बोट दाखवत त्यानं, त्याच्या वर्तनातल्या बदलाच्या समर्थनार्थ बोलणं सुरू केलं, "हे सौंदर्यस्थळ असावं. इथे कवी येत असावेत, पाण्यावर पडणाऱ्या चंद्राच्या प्रतिबिंबावर आणि... आणि सूपमधल्या माशांच्या डोक्यांसारख्या दिसणाऱ्या डोंगरमाथ्यांवर काव्य करण्यासाठी."

"आमच्या इथे असंच दिसतं. मला इथे घरच्यासारखंच वाटतंय." जिआन म्हणाला.

"ईशान्य खूप सुंदर आहे, असं मी ऐकलंय."

"काही ठिकाणं. ती एवढी सुंदर आहेत, की कुणा अडाण्यालाही तिथे काव्य सुचावं."

पाण्याच्या पृष्ठभागावर दगडाला टप्पे देण्याचा जिआननं असफल प्रयत्न केला. "ट्रॅव्हल कंपनी काढण्याचा माझ्या मुलीचा मानस होता. तिनं नावही ठरवून ठेवलं होतं. 'सिंगिंग हार्ट्स ट्रॅव्हल्स' ऐतिहासिक स्थळं, निसर्गरम्य ठिकाणं, वनभ्रमंती..."

"वनभ्रमंती... मांसाहारासाठी?"

“नाही... दर्शनासाठी.”

जिआनचा आणखी एक निष्फळ प्रयत्न झाला. डिंग मिंगनं मात्र तो यशस्वी केला, त्याच्या दगडानं दोन टप्पे घेतले.

“तुम्ही सपाट दगड निवडा आणि यात शक्तीपेक्षा मनगटाच्या झटक्याला महत्त्व असतं. हां, तर तुम्हाला एक मुलगी आहे.”

“ती इंग्रजांसारखं इंग्लिश बोलायची. मला वाटतं तुझ्याहून चांगलं.”

“आता ती कुठं आहे?”

“अस्सं. म्हणजे दगड आडवा जायला हवा, फेक वरून खाली करायची नाही. ती मेली.”

पुन्हा अपयश. तरंग उठून विरल्याचं जिआननं पाहिलं आणि चेहऱ्यावरून हात फिरवून मग ते गुडघ्यांवर ठेवून तो विश्रामाच्या स्थितीत राहिला.

“अरेरे!” डिंग मिंगनं दुःख व्यक्त केलं.

थोड्या अवकाशानं जिआन म्हणाला. “ती मेली आणि तिला मारणाऱ्यांना आता मी मारणार आहे.”

डिंग मिंगला आणखी काही प्रश्न विचारायचे होते, पण सुसंस्कृतपणामुळे त्याची जीभ उचलली जात नव्हती. मूल मरणं, ही भयंकर गोष्ट होती. श्रद्धांजलीच्या पवित्र्यात तो हात जोडून उभा राहिला, जणुकाही त्यांच्या समोर तलावाचा काळिमा नसून थडगं होतं. काही काळ तो तसाच शांत उभा राहिला.

पोलिसानं जॅकेट काढलं आणि तो म्हणाला, “हात मोकळा हवा, आता तू बघ मी काय करतो ते, तू बघच.”

त्यानं जॅकेट बाकावर ठेवलं, तेव्हा काहीतरी खणखणल्याचा आवाज झाला. डिंग मिंगचं तिकडे लक्ष गेलं, तर त्याच्या खिशातून डोकवणारं पिस्तूल त्याला दिसलं. जिआन केव्हिनला आणि पित्त्यांना गोळ्या घालेल आणि आपण त्याचा विश्वासघात केल्याचं उमजून मग तो आपल्यालाही गोळी घालेल. तो चिंताग्रस्त झाला. जिआन योग्य दगड शोधत असल्यामुळे त्याचं बाकाकडे लक्ष नव्हतं.

“हा चांगला आहे, पातळ आणि गोल. आता बघ.”

जिआननं हात मागे घेतला. डिंग मिंगनं पिस्तूल खिशाबाहेर काढलं आणि हातात घेतलं. ते अतिशय थंड होतं आणि कल्पनेपेक्षा खूप जड, ज्यामुळे ते पाडण्याच्याच बेतात तो होता. मग ते त्यानं पार्काच्या खिशात कोंबलं.

दगडानं टप्पा घेतला.

“हां, जमलं.”

डिंग मिंगची भीती ओसरली नाही, कारण आता नवं कारण होतं, त्याची पिस्तुलाची चोरी पकडली जाण्याचं; पण त्यातही त्याला एक प्रकारची कृतार्थतेची

भावना जाणवत होती. स्वत:च्या कृत्यावर त्याचा विश्वासच बसत नव्हता, जन्मात कधीच तो एवढा बेपर्वा वागला नव्हता.

''पुन्हा मारा,'' स्वरातला कंप आवरण्याचा प्रयत्न करत तो म्हणाला, ''तो कदाचित नशिबानं गेला असेल.''

''तुझा विक्रम कितीचा आहे?''

''पाच.''

''मी सहा टप्पे मिळवतो – तू पाहाच.''

''त्यासाठी तुम्हाला अनेक वर्षं वाट पाहावी लागेल.''

डिंग मिंगनं किनाऱ्यावर पाऊल टाकलं आणि पिस्तूल त्याच्या मांडीवर आपटलं. त्यानं खिशात हात घातला आणि ते स्थिर केलं. त्यानं जिआनला दगड मारताना पाहिलं आणि त्याच्या मनात आलं की, त्यानं त्याला त्याच्या बालिश खेळात मग्न ठेवायला हवं, कारण ज्या क्षणी तो जॅकेट घालेल, त्या क्षणी त्याची चोरी पकडली जाईल.

''दोन. पाहिलंस? मला दोन टप्पे मिळाले.''

''प्रगती आहे.''

''प्रगती? आता बघ.''

पण पुढचा दगड पाण्याच्या तळाशी गेला.

''त्याचा आकार योग्य नव्हता. तुम्ही पुन्हा मारा. मला पाहायचंय.''

जिआनच्या उत्साहात काहीतरी काळं होतं, त्याला वेडसरपणाची झाक होती. डिंग मिंग थरथरत्या हातांनी दगडांमध्ये रापू लागला. तो डोळे उघडेल, तेव्हा त्याचा अपहरणकर्ता त्याच्या जीवनातून नाहीसा झाला असेल, अशी आशा करत त्यानं डोळे घट्ट मिटून घेतले. हा मनुष्य आपलं दु:ख आणि क्रोध घेऊन त्याच्या जीवनात का आला होता? त्याचे स्वत:चे प्रश्न काय कमी मोठे होते? त्यानं डोळे उघडले, तेव्हा त्याच्या समोर एक हात होता आणि त्या हातात एक दगड.

''हं, घे.''

तो एक उत्तम नमुना होता, सपाट आणि गोल. कंप भरल्या हातानं त्यानं तो पाण्यावर मारला. त्यानं सरळ तळ गाठला.

''तुला काय झालंय?''

''मी तो नीट मारला नाही.''

''तू घाबरलेला दिसतोयस. काय झालं?''

''इथे हिंस्र प्राणी तर नसतील ना, असा मी विचार करत होतो. अस्वलं किंवा लांडगे वगैरे.''

''ती शक्यता एकदमच धूसर दिसते.''

तेवढ्यात इंजीनचा आवाज ऐकायला येऊ लागला. डिंग मिंगनं सभोवती पाहिलं. हं, एक वाहन येत होतं, त्याचे दिवे अंधारातून वाट काढत होते.

“मी तुला उद्या सकाळी परत सोडेन.”

“काय?”

“आपल्याला नकाशा मिळून त्यावर मला जिथं जायचंय, ती खूण करून झाल्यानंतर. ते ठिकाण मी एकट्यानं शोधेन. उद्या मी तुला तुझ्या ठिकाणी पोहोचवेन. तू केवळ एका दिवसाचं काम चुकवलंयस. मला नाही वाटत की, ते तुझ्यावर खूप चिडतील.”

वाहनाचा आवाज वाढला आणि डिंग मिंगला आता ते दिसू लागलं, तो एक हिरवा ट्रक होता. त्यानं तो ओळखला, त्याला खातरी वाटत होती. काल तो समुद्रकिनाऱ्यावर उभा होता. त्यानं स्वत:ला सांगितलं की, आता जे काही घडणार होतं, त्याला जिआन पात्रच होता.

त्यानं शक्य तेवढ्या जोरात डोळे मिटून घेतले, उघडले आणि दूर सरत तो म्हणाला, “इथे माणसं येतायत, तुम्ही इथून पळून जा.”

“म्हणजे?”

“मी माझ्या बॉसला फोन केला होता. तो येतोय – तुम्ही पळ काढा. ते तुमच्यासाठी आलेत. मला माफ करा. पळा.”

४६

गाडीच्या दिव्यांमध्ये दोन इसमांचं दर्शन घडलं आणि त्यांच्या लांबुळक्या सावल्या पाण्याच्या पृष्ठभागावर गेल्या. खड्यांवर टायर्स करकरत थांबले आणि इंजीनचा आवाज बंद झाला.

डिंग मिंग पुटपुटला, "पळा!" जिआनला निसटण्याची अजून संधी होती. तो अंधारात गडप होईल आणि त्यांना कदाचित कधीच सापडायचा नाही.

पण उलट जिआननं त्याचं जॅकेट उचललं आणि त्याच्या खिशात हात घातला. तो रिकामा पाहून त्याची त्रेधा उडाली. काय झालं असावं, याची त्याला कल्पना आली असावी; पण त्यानं डिंग मिंगकडे पाहिलंही नाही. त्यानं कचराकुंडी उचलली आणि उपडी करून रिकामी केली. त्यातून पडलेल्या वस्तूंमधली एक बाटली घेत ती त्यानं बाकावर आपटून फोडली. काचेचे कंगोरे चमकू लागले.

ट्रकची दारं उघडली आणि दोन आडदांड पुरुष त्यातून उतरले. पैकी एकाच्या हाताच्या जागी भालासदृश वस्तू होती. त्यानं खोल आवाजात डिंग मिंगला फर्मावलं, "तू व्हॅनमध्ये जाऊन बस." दुसऱ्यानं जिआनवर शॉटगन रोखली, चार शिव्या हासडल्या आणि त्याला जमिनीवर उपडं पडायला सांगितलं.

जिआननं त्याच्या दिशेनं जॅकेट भिरकावलं आणि पाठोपाठ स्वत: झेप घेतली. त्यानं शॉटगन बाजूला ढकलली आणि हातातली फुटकी बाटली शॉटगनवाल्याच्या मानेत खुपसली. शॉटगनमधून बार झाला आणि तलावातून मोठं कारंजं उडालं.

शॉटगनवाला खाली कोसळला आणि मानेला हात घालत त्यानं किंकाळी फोडली. त्याच्या मानेतून वाहणाऱ्या रक्तानं त्याचा शर्ट माखला.

दुसऱ्यानं जिआनवर पान्ह्याचा घाव घातला, जिआन बाजूला सरकला. तेवढ्यात ट्रकमधून आणखी एक माणूस उतरला, त्याच्या हातात बॅट होती.

डिंग मिंग तिथून दूर होत व्हॅनमध्ये जाऊन बसला. त्याची पाचावर धारण बसली होती.

त्याला आता धुमश्चक्री दिसत नव्हती, कारण ट्रक त्याच्या दृष्टिपथाआड येत होता. केवळ तरंग उठणारं पाणी त्याला दिसत होतं. हल्लेखोरांची शस्त्रं त्याला आठवली. ते जिआनला संपवायला आले होते, बिलकूल दया दाखवणार नव्हते, त्याला बेदम चोपणार होते. त्याच्या देहाचा चुथडा होणार होता आणि तो त्याचा,

म्हणजे डिंग मिंगचा दोष असणार होता, जणुकाही त्यानंच ती शस्त्रं धारण केली होती.

डिंग मिंगला जाणवलं की, ट्रकमध्ये आणखी एक माणूस बसलेला होता; ड्रायव्हरच्या सीटवर बसून, स्टिअरिंग व्हीलवर रेलून किनाऱ्यावरची हाणामारी पाहत होता. तेवढ्यात त्यानं व्हॅनकडे पाहिलं आणि डिंग मिंगनं त्याला ओळखलं, तो केव्हिन होता. केव्हिननं डोळा मारला.

डिंग मिंगला ती नजरही नको होती. ना त्या चेहऱ्याचं दर्शन. तो उठला आणि व्हॅनच्या मागच्या भागात अंधारात गडप झाला. गुडघे मुडपून त्याभोवती हात घेऊन तो खाली तक्तपोशीवर बसला. त्याचं पोट पिळवटलं जात होतं.

त्यानं पळणाऱ्या पावलांचा आवाज ऐकला. म्हणजे शेवटी ते संपलं होतं आणि ते त्याला न्यायला येत होते. व्हॅनचं पुढचं दार उघडलं आणि डिंग मिंगला प्रश्न पडला की, त्यानं काय बोलावं; पण तो जिआन होता, भिजलेला आणि धापा टाकणारा. त्यानं स्टार्टर मारला. व्हॅन पुढे झेपावली आणि रस्त्यावर गेली.

घाबरलेल्या डिंग मिंगनं बोट चावलं. आता जिआन सूड उगवेल. त्यानं मागचं दार उघडलं आणि बाहेर उडी मारली. तो रस्त्यावर आपटला आणि तसाच गडगडत पुढे हिरवळीवर गेला; पण तोपर्यंत त्याचे हात-पाय आणि कूस ठेचकाळली.

तो उताणा पडून राहिला. इंग्लिशमधलं संभाषण त्याच्या कानांवर गेलं.

"लवकर," केव्हिन म्हणाला, "त्याला आत घ्या."

"त्याच्या मानेतून खूप रक्त वाहतंय."

"चला, पटकन आत घ्या त्याला."

डिंग मिंगच्या वेदना वाढू लागल्या होत्या. ठेचकाळलेले अवयव ठुसठुसू लागले होते. डोकं जणू फुटत होतं. त्याच्या कुशीत काहीतरी जाणवत होतं. त्यानं तपासलं, तर ते पिस्तूल होतं.

हात आणि गुडघ्यांच्या आधारावर तो ओणवा झाला आणि त्यानं स्वत:ला ताकीद दिली, 'पळणाऱ्या वाहनांमधून बाहेर पडणं तू बंद करायला हवंस.' त्या अवस्थेतही त्या विचारानं त्याला हसू आलं. हसण्यानं त्याचं दुखणं वाढलं. तो पुन्हा उताणा पडला.

त्यानं वळून रस्त्याकडे पाहिलं. ट्रक त्याच्या शेजारून निघून गेला. त्याच्या मागच्या काचेवर कुणीतरी बोटानी लिहिलं होतं, 'Clean me'. त्याच्या पलीकडून व्हॅनही रोरावत गेली. पुढल्या वळणावर तिचं मागचं दार बंद झालं.

व्हॅनमागून ट्रक रोरावत गेला आणि हळूहळू दोन्ही गाड्यांचे आवाज ऐकू येणं कमी झालं. ट्रकनं अधिक वेग पकडला आणि त्यानं व्हॅनला मागून ठोकलं. डिंग मिंगनं ठोकरीचा आवाज ऐकला.

तो उठून उभा राहिला. आता त्याला केवळ दोन्ही गाड्यांचे हलते दिवे तेवढे दिसत होते. ट्रकनं पुन्हा एकदा व्हॅनला जोरदार ठोकर दिली. व्हॅनचे मागचे दिवे फुटले.

व्हॅननं रस्ता सोडला आणि तलावात सूर मारला. क्षणार्धात ती पाण्यात बुडली. व्हॅनमुळे हलणाऱ्या पाण्यात चंद्राचं प्रतिबिंब थरथरू लागलं.

डिंग मिंगला दु:ख झालं. त्याच्या मनानं त्याला सांगितलं, की तो पोलीस बुडून गेला होता आणि तो त्याचा दोष होता.

डिंग मिंगला दिसलं, की ट्रक मागे येत होता. तो उठून उभा राहिला आणि हात हलवत ओरडू लागला. "मिस्टर केव्हिन! थांबा! मी इथे आहे!"

त्यांना त्याच्या आरोळ्या ऐकू न येणं अशक्य होतं; पण ट्रक थांबला नाही. त्याचे दिवे दूर होत गेले आणि आवाज मंदावत राहिला.

"मी इथे आहे!"

त्याचं ओरडणं अरण्यरुदन ठरलं. ट्रक निघून गेला. आता वातावरणात केवळ तलावातल्या पाण्याचा आणि रातकिड्यांचा आवाज ऐकू येत होता. परिसरात केवळ बंद पेट्रोल स्टेशनचा आणि चांदण्याचा उजेड होता. त्यानं रस्ता ओलांडला आणि बाकावर बसून तो आपल्या बाटलीतलं पाणी प्यायला. त्याचं पोट थंडावलं. तो कधीच एवढा एकाकी नव्हता. त्यानं पार्का स्वत:भोवती आवळून घेतला, तो थरथरत होता.

交通差

जॉय

४७

मार्कनं 'हॅपी डक'मध्ये प्रवेश केला, तेव्हा जॉयचा श्वास रोखला गेला आणि त्याला आपल्या गालावर चढलेला रक्तिमा दिसू नये, म्हणून ती वळली. तिनं त्याला तीन दिवसांत पाहिलं नव्हतं, तलावाकाठच्या बाकावर त्यांनी चुंबन घेतलं होतं तेव्हापासून.

तो म्हणाला होता की, त्याला ती खूप आवडते आणि तो त्या जेसिकाचा नाद सोडून देईल. त्यानं तिचा चेहरा कुरवाळला होता आणि तो तिच्या नजरेला नजर देऊन बोलला होता. पौर्णिमा जवळ आल्यानं चंद्रबिंब आकाश उजळवत होतं, तारे चमकत होते आणि तिला गारठण्याची जाणीवदेखील झाली नव्हती.

तिला प्रश्न पडला होता की, तो पुन्हा दिसेल, तेव्हा तिला काय वाटेल? नेमकं तेच आता घडलं होतं, तिच्या मनाला गुदगुदल्या होत होत्या. परीक्षेपूर्वी होणारी घालमेल तिला जाणवत होती.

तो काउंटरपाशी आला. तिच्या मनातल्या मार्कच्या प्रतिमेहून हा वास्तवातला मार्क सामान्य होता. तो दिसायलाही फार देखणा नव्हता; पण तगडा होता आणि त्याच्या उपस्थितीनं ती उत्तेजित होत असे. खरंतर त्याच्यातल्या आत्मविश्वासामुळेच ती त्याच्याकडे आकर्षिली गेली होती. त्याच्या चालण्यातही त्याचा आत्मविश्वास दिसत होता.

त्यांची नजरानजर झाली. तिनं स्मित केलं आणि ती वळली. ती अवतारात होती, ना मेकअप, ना चांगला वेष, अंगावर एप्रन आणि चेहऱ्यावर थकल्याचे भाव. त्यानं असं अचानक तिथे यायला नको होतं, त्याबद्दल तिला त्याचा राग आला.

"ठीक?"

"हां, ठीक," ती म्हणाली. गेल्या खेपेला तिनं त्याला पाहिलं होतं, तेव्हा त्याचे ओठ ओलसर होते आणि चमकत होते, तोंड अर्धवट उघडं होतं आणि जीभ जड आणि ओली होती; मात्र त्या वेळी तिनं त्याला आपल्या वक्षभागापासून दूरच ठेवलं होतं.

वडिलांसमोर असलं काहीही घडण्याचा प्रश्नच नव्हता. तिनं तिरक्या नजरेनं त्यांच्याकडे पाहिलं, मग मार्ककडे, धोक्याच्या इशाऱ्यासाठी. तिच्या वडिलांच्या लेखी अजून ती लहानगी मुलगीच होती, बाहुल्यांशी खेळणारी.

काउंटरवर दोन्ही हात ठेवून मार्कनं पुनरुच्चार केला, "तू ठीक आहेस ना?"

स्वच्छ डोळ्यांच्या या मुलाच्या नजरेत न विघरळण्याची ताकीद तिनं स्वत:ला दिली.

"हां," ती म्हणाली. "आणि तू?"

"हो," म्हणत त्यानं आजूबाजूला नजर टाकली.

"तुम्हाला काय हवंय?" जॉयच्या वडिलांनी विचारलं.

मार्क गोंधळला, क्षणभर त्याला वाटलं, त्यानं काही अप्रिय कृती केल्याचं म्हाताऱ्याला जाणवलं असावं; पण वस्तुस्थिती अशी होती की, जॉयचे वडील इंग्लिश बोलत, तेव्हा ते तुटकच वाटत असे.

"थोड्या चिप्स द्या, सर," मार्क म्हणाला.

तो त्यांना 'सर' म्हणाला, ते जॉयला आवडलं. तिच्या मैत्रिणींच्यामते मार्क रीतीरिवाजांच्या बाबतीत कच्चाच होता; पण तिच्या संगतीत तो हळुवार वागत असे.

जॉयच्या वडिलांनी चिप्स काढल्या आणि जॉयनं एप्रनच्या खिशात हात घालून मुठी आवळल्या. तिनं काय करावं, हा तिला प्रश्न पडला – तिनं केचप देताना मार्कला चिठ्ठी द्यावी का?

"ऐंशी पेन्स, प्लीज," ती म्हणाली, नेहमीपेक्षा जराशा कडक स्वरात. ती नेहमी ग्राहकाला संबोधत असे, तसं या वेळी ती त्याला 'डक' म्हणाली नाही.

"तुमच्याकडे सुटे पैसे नाहीत का?" त्याच्या हातातली पाच पाउंड्सची नोट पाहून तिनं विचारलं; पण तिनं ती घेतली आणि खोटी नाही ना, याची खातरजमा करण्यासाठी उजेडासमोर धरली.

तिचे वडील चिप्स बांधण्यात व्यस्त असल्याचं पाहून तिनं सुटी नाणी एकेक करत त्याच्या हातावर ठेवली, प्रत्येक नाणं हे एक चोरटं चुंबन होतं! त्यानं मूठ मिटली आणि तिला डोळा मारला. त्यानं चिप्स घेतल्यावर ती म्हणाली, "इथे मीठ आहे."

"तुझ्याकडे... मेयोनेज आहे का?"

वडिलांचं त्यांच्याकडे लक्ष नाहीसं पाहून त्यानं तिला फ्लाइंग किस दिला. तिनं तो घाईघाईनं स्वीकारला आणि गिळून टाकला – असंच करायचं असतं ना?

"आमच्याकडे मेयोनेज नाहीए... पण गार्लिक सॉस आहे."

"व्वा! मला खूप आवडतो... गार्लिक सॉस!"

"छान."

"ठीक आहे, मी निघतो, पुन्हा भेटू," तो निरोपाच्या पवित्र्यात म्हणाला.

"हं, भेटू ना," तिनं प्रतिसाद दिला.

तो बाहेर पडताना दरवाजावरची घंटा किणकिणली, नाजूकपणे, तिच्या हृदयीच्या किणकिणीसारखी. हं, तर ते पक्कं झालं होतं. ते भेटणार होते.

बाहेर शांत होतं – बहुधा थांबत थांबत पडणाऱ्या पावसामुळे लोक घरातच

होते. तिच्या पुढ्यात पुस्तक उघडं होतं, पण काहीच घडत नव्हतं. तिच्या मनात प्रेमाचे विचार घोळत होते. तिनं अधिक स्पष्ट असायला हवं होतं? तो प्रत्यक्षात अजूनही त्या जेसिकाला भेटत असेल तर? तसं त्यानं स्पष्ट सांगितलं नव्हतं की, तो आता तिला भेटत नव्हता. कदाचित, ती उगाचच काहीबाही विचार करत असावी, प्रत्यक्षात तो तिथे खरोखरच भूक लागली म्हणून आला असावा. त्यानं थोड्याच चिप्स का घेतल्या होत्या?

तिनं स्वत:ला शांत केलं आणि तिला प्रश्न पडला, की इथून पुढे हे असंच असणार होतं – मनाची हुरहुर, एकाग्रतेचा अभाव, बोचऱ्या अशाश्वतीबरोबर मुलायम स्वप्नाळूपणा. तिनं स्वत:ला बजावलं, या विषयाचा ती अभ्यासावर दुष्परिणाम होऊ देणार नाही; पण तिचं दुसरं मन बिनदिक्कतपणे तिला फर्मावत होतं, 'अभ्यास गेला चुलीत – पाऊस पडत असताना तोंड उघडून ते थेंब चाख, सूर्याच्या दिशेनं फिरणारी फुलं पाहा, हास, नाच, गा.'

दहाच्या सुमारास सॅन्डी नावाची एक समाजसेवा-अधिकारी आत आली. ती मुलगीशीच होती आणि जॉयला कल्पना होती की, ती पोलीस नव्हती, अटक करण्याचे अधिकारही तिला नव्हते. सज्ञान नसलेल्या पिणाऱ्यांना घरी जायला सांगणं, हे तिचं काम होतं. त्यामुळे करदात्यांच्या पैशाचा सदुपयोग होत होता. उंची वाढवण्यासाठी तिनं बुटांत लिफ्ट्स वापरल्या होत्या.

तिच्याबरोबर दोन खरे पोलीस होते, एक पुरुष, दुसरी स्त्री. त्या दोघांकडे वॉकीटॉकी होते आणि त्यांनी बुलेटप्रूफ व्हेस्ट्स घातलेल्या होत्या. त्यांच्या हॅट्स चपट्या होत्या. म्हणजेच नेहमी दिसणाऱ्या पोलिसांपेक्षा यांचा हुद्दा वरचा होता.

सॅन्डीनं नमस्कार-चमत्कार केले आणि त्यांचा उल्लेख 'मिस्टर आणि मिस चो' असा केला. पोलिसांना दाखवून देण्यासाठी की, तिच्या परिसरातल्या नागरिकांना ती केवढी चांगली ओळखते. धंदा कसा चालला होता, हेही तिनं विचारलं.

"बरा," जॉयच्या वडिलांनी सांगितलं. कुणाही गणवेषधारकाच्या बाबतीत ते नेहमी संशयीच असतात, अगदी पार्किंग अॅटेंडंटच्याबाबतीतही! त्यामुळे त्यांचा प्रतिसाद कसा असेल, हा जॉयला प्रश्न पडला होता.

पोलिसानं हॅट काढली. "तलावाकाठी दोघा आशियाई दिसणाऱ्या व्यक्तींच्या संशयास्पद वर्तणुकीची खबर आहे."

"मी तिथे पाहणी करून आले," सॅन्डी म्हणाली, "तर तिथे मला एक फुटकी बाटली मिळाली, रक्ताळलेली. कुणालातरी भोसकलेलं दिसतंय."

तिला वाटणारा अभिमान जाणवण्याजोगा होता. गंभीर गुन्ह्यामुळे तिच्या अनुभवात आणि रेकॉर्डमध्येही भर पडेल – बहुधा रात्री तिनं तसं स्वप्न पाहिलं असावं. ती खऱ्या पोलिसाकडे अपेक्षेनं पाहत होती, निष्ठावान कुत्रीसारखी. तिला

तो किंवा त्याचा गणवेष आवडला होता. तो पोलीस दिसायला चांगला होता, पण त्याला मिशी होती.

तिचा अगोचरपणा न रुचल्यामुळे महिला पोलीस सॅन्डीकडे रोखून पाहत होती.

"फुटकी बाटली?" जॉयनं विचारलं.

"हं," पोलीस म्हणाला. "आमच्या साक्षीदारांनी सांगितलं की, ते दोन संशयित... चिनी असावेत."

'हं... म्हणूनच तुम्ही इथे आलात,' जॉयच्या मनात आलं.

"तुम्ही तसं कुणाला पाहिलंत का आज... म्हणजे चिनी दिसणाऱ्या कुणाला?"

पोलिसाला बहुधा जाणीव होती की, 'चिनी दिसणाऱ्या' हे शब्द अडचणीचे होते. त्या शब्दांनी ते कदाचित दुखावले जातील, अशी शंका त्याच्या मनाला चाटून गेली असावी.

संध्याकाळी आलेले दोघं चिनी तिला आठवले, मोठा वयस्क आणि हडकुळा तरुण. ते चोरटे वाटत होते, पण गुन्हेगार नक्कीच नाही. तिनं चेहरा कोरा ठेवला.

"म्हणजे आम्हा दोघांव्यतिरिक्त म्हणायचंय तुम्हाला?" तिनं विचारलं.

तिचे वडील 'नाही' म्हणाले आणि तिनंही त्यांच्या नकारात सूर मिळवला.

"माफ करा, पण तुमच्या कुटुंबात किती माणसं आहेत?"

"डझनात."

"इथे राहणारी."

"आम्ही दोघंच."

"आणि या भागात?"

"एकही नाही," वडील उत्तरले. "माझी पत्नी वारल्यानंतर कोणीही नाही. दुसरं एकही चिनी कुटुंब या भागात नाही."

"तुम्ही आज नेहमीपेक्षा काही वेगळं पाहिलंत?"

"नाही," जॉय बोलली. "का? काय झालं?"

"तसं काही निश्चित सांगता येणार नाही."

"आम्ही तूर्त चौकशी करतोय."

"आम्ही काळजीत पडावं, असं काही घडलंय?" जॉयनं विचारलं.

"बिलकूल नाही," महिला पोलीस म्हणाली. "पण सावध मात्र राहा." "तुम्हाला काही वेगळं दिसलं, तर आमच्याशी त्वरित संपर्क साधा; अगदी छोटीशी घटना असली तरीही." तेवढं बोलून तिनं दरवाजा उघडला.

"आणि तलावाच्या बाजूला जाऊ नका." सॅन्डी पचकली.

"बिलकूल नाही," जॉय म्हणाली. झालं तर, तिच्या मनात आलं, पण पोलीस हटायला तयार नव्हता.

“चिप्स छान दिसतायेत,” तो म्हणाला. तिनं त्याला थोड्या देऊ केल्या; पण त्यानं त्या नाकारल्या. त्याला कसलासा संशय आल्याचं जॉयला जाणवलं. आजूबाजूला पाहत तो दाराच्या दिशेनं जात असताना स्वत:च्या चेहऱ्यावरचे अस्वस्थतेचे भाव लपवणं तिला कठीण गेलं. त्यानं टोपी नीट केली.

तो दरवाजापाशी पोहोचला, तेव्हा तिला वाटलं, की तो पुन्हा उलटा फिरेल आणि म्हणेल, “एक मिनिट...” पण तसं काही झालं नाही. दारावरची घंटा किणकिणली आणि तो बाहेर पडला. तिनं नि:श्वास टाकला.

जॉयचे वडील म्हणाले, “या हवेमुळे बहुधा आज धंदा झाला नसावा.”

“हं,” जॉयनं प्रतिसाद दिला, ते आणखी काही बोलतील या अपेक्षेनं; पण जोपर्यंत ते विषय काढणार नाहीत, तोपर्यंत तीही काही बोलणार नव्हती, म्हणजेच विषय मिटला होता. आता ती दोघंही कटात सामील झाली होती. तिच्या मनात येऊन गेलं की, ती मैत्रिणींच्या संगतीत असताना त्या पोलिसाशी खोटं बोलल्या असत्या, तर नंतर त्यांच्यात भरपूर चर्चा झाली असती; पण तिच्या वडिलांच्या बाबतीत, जे एका वेगळ्या जगातून आले होते, ती एक साधी वस्तुस्थिती होती की, तुम्ही पोलिसांशी बोलू नये, उल्लेख करण्याएवढंही महत्त्व नसणारी.

४८

जॉयनं पुन्हा पुस्तकात डोकं घातलं, पण शब्द डोक्यात शिरत नव्हते. तिनं काही पानं चाळली, तेवढ्यात जेसिकानं प्रवेश केला. तिनं फरची कॉलर असलेलं काळं बॉम्बर जॅकेट घातलं होतं आणि तिच्याबरोबर दातांमध्ये रुंद फटी असलेली तिची लंबुटांग मैत्रीण होती.

जॉयनं ठरवलं, आपण सरळ बाजूला व्हावं, वडील त्यांच्याकडे पाहतील, पण क्षणभरच; आज ना उद्या त्यांना सामोरं जायलाच हवं होतं आणि तसंही दोघींमध्ये काउंटरची ढाल होतीच. ती सावरली. तिला प्रश्न पडला की, मार्कनं ते कसं निभावलं असेल, त्यानं तिला फार दुखावलं नसेल, अशी तिनं आशा केली. अर्थात, ते सोपं नक्कीच नव्हतं.

जेसिका लहान चणीची सुंदर मुलगी होती, पण आत्ता तिच्या चेहऱ्यावर कठोर भाव होते आणि गालावर लाली चढली होती.

ती म्हणाली, ''मला खारवलेलं अंडं हवंय.''

जॉयनं ते एका बरणीतून काढलं.

''नको, ते नको, ते बाहेरून पांढरं आणि आतून पिवळं असतं.''

तिची मैत्रीण त्यावर खिदळली. जॉयनं अंडं पुन्हा व्हिनेगरमध्ये सोडलं.

''मला फिशचा तुकडा हवाय.''

''नक्की ना?''

''हो, मला तो तुकडा दे.''

जॉयनं कॉडचा तो तुकडा काढला आणि शांतपणे बांधला. त्या दोघी आपल्याकडे पाहत असल्याच्या जाणिवेनं तिनं तो व्यवस्थित बांधण्याची दक्षता घेतली. त्या तिला बिथरवण्याच्या प्रयत्नात होत्या.

''त्याचे दोन पाउंड्स चाळीस पेन्स होतात.''

जेसिकानं पार्सलमधला फिश काढला आणि त्याचा तुकडा मोडला.

''अरे, हा तर बाहेरून पिवळा आणि आतून पांढरा आहे, नाही?''

''केळ्यासारखा,'' लंबुटांग म्हणाली.

''हं, केळ्यासारखा. बाहेरून पिवळा आणि आतून पांढरा. म्हणजे तो कसा आहे, याबाबतीत तो खोटं बोलतो.''

"आणि फसवतो पण का?"

"मला असं वाटतंय की, त्याच्यासाठी फसवणूक, ही नैसर्गिक क्रिया आहे." मग स्वर खाली करत जेसिका म्हणाली, "खोटारडी आणि फसवी."

"खोटारडी आणि फसवी." लंबुटांगनं री ओढली.

"चालत्या व्हा इथून तुम्ही दोघीही, तू डांबरट आणि तू महाडांबरट." जॉय पिसाळली.

"चेटकीण," म्हणत जेसिकानं मासा फरशीवर फेकला. "मला नको तो. त्याला घाण वास येतो आहे. कदाचित हा घाण वास माशाचा नसून तुझाच असेल, रांडे. आता तू बाहेर ये आणि हे सगळं साफ कर, रांडे."

"मी तुला बघून घेईन, जेसिका."

तिला त्यांना काहीतरी फेकून मारायचं होतं, म्हणून तिनं केचपची बाटली उचललीही, पण त्यांना तेच हवं होतं, ही जाणीव होऊन ती थांबली आणि त्या दोघी ताठ मानेनं ताडताड पावलं टाकत निघून गेल्या. क्रोधानं बाटली आवळली गेल्यामुळे तिच्यातला केचप बाहेर येऊन जॉयच्या बोटांवर ओघळला.

तिचे वडील सफाईसाठी पुढे झाले; पण तिनं त्यांना थांबवलं आणि ती काउंटरमागून बाहेर आली. सफाई करत असताना वडिलांना ती दिसत नव्हती, म्हणून तिला बरं वाटलं, कारण तिचे हात क्रोधानं थरथरत होते.

"त्या पुन्हा आल्या आणि त्यांनी असं काही केलं," तिचे वडील कॅन्टॉनीजमध्ये म्हणाले, "तर मी त्यांच्या कानाखाली ओढीन. असं लोकांनी माझ्या दुकानात घुसून माझ्या पोरीचा अपमान केलेला आणि नासधूस केलेली मी खपवून घेणार नाही. मी त्यांचं थोबाड फोडेन."

"तुम्ही त्यांना मारू शकत नाही," तिला जाणवत नसलेला सौम्यपणा शब्दात आणत ती म्हणाली. "त्या पुन्हा येणार नाहीत; पण तसं झालंच, तर आपण सॅन्डीकडे तक्रार करू आणि तशीच गरज भासली, तर आपण त्या दोघींसाठी समाजविरोधी वर्तनाचा आदेश मिळवू."

जॉय कॉन्टॉनीजमध्ये बोलत होती, पण तिच्या संभाषणात इंग्लिश शब्द पुष्कळ पेरलेले होते. ते तिच्यासाठी स्वाभाविक होतं. ते ती विचार करून करत नसे.

"मी त्यांना मारेनच."

"बाबा — "

कोणीतरी खिडकीवर थाप दिली. ती एवढी क्षीण होती की, तिला ती जेमतेम ऐकू आली. त्याच दोघी असणार, असं समजून ती वळली, पण ते दुसरंच कुणीतरी होतं. पार्काचं हूड डोक्यावर घेतलेलं. त्या व्यक्तीनं डोळे मिचमिचवत काचेला तोंड टेकवलं, तेव्हा तिनं त्याला ओळखलं. तो तोच चिनी होता हडकुळा. तिनं दरवाजाकडे बोट केलं आणि तो आत आला.

४१

त्याच्याकडे नुसतं पाहूनच कळण्यासारखं होतं की, तो घरापासून खूप दूर होता. त्याच्या अस्वस्थतेनं आणि अनोळखीपणानं जॉय अस्वस्थ झाली. तिला आठवलं की, कोणालातरी फुटक्या बाटलीनं भोसकलं गेलं होतं. पुढ्यात काउंटर नसल्यामुळे तिला असुरक्षिततेची जाणीव झाली.

ती त्याला म्हणाली, "तुझ्या डोक्यावरचा हूड मागे घे, म्हणजे तुझं बोलणं ऐकू येईल."

परिस्थिती बिकट दिसत होती. विसकटलेले केस, फाटका ओठ आणि कळकट-मळकट चेहऱ्यावर खरचटल्याच्या खुणा. त्याची नजर अस्थिर होती.

त्यानं इंग्लिशमध्ये विचारलं. "मी फोन वापरू शकतो?"

जॉयनं बाबांकडे पाहिलं. यापूर्वी त्यांनी हीच विनंती धुडकावली होती, पण ती होती प्यायलेल्या गोऱ्यांकडून आलेली. तिनं डिंग मिंगला काउंटरखालून आत घेतलं आणि ती त्याला मागच्या खोलीत घेऊन गेली. त्यानं तिला आठ वेळा 'थँक्यू' म्हटलं.

चेंदामेंदा झालेला मासा जॉयनं दाराजवळच्या कचऱ्याच्या बादलीत टाकला. दार किलकिलं करून तिनं आतमध्ये डोकावून पाहिलं. डिंग मिंग खुर्चीवर बसलेला होता आणि बाबा त्याच्या शेजारी होते, म्हणजे कसल्या भानगडीचा प्रश्न नव्हता. फोन काउंटरवर होता. डिंग मिंगनं फोनवर काही आकडे डायल केले, मग क्षणभर आठवून आणखी काही. त्याची साशंकता बाबांच्याही लक्षात आली आणि त्यांनी त्याला विचारलं. "तुला नंबर नक्की माहीत आहे?"

"नाही, खातरी नाही," डिंग मिंग पुटपुटला आणि त्यानं शेवटचा आकडा डायल केला. त्यानं फोन घट्ट कानाला लावला. त्याचं एक पाऊल सतत वर-खाली होत होतं. जॉयला क्षीण डायल टोन ऐकू आला आणि ती प्रतिसादाची वाट पाहू लागली. डिंग मिंगची अस्वस्थता संसर्गजन्य होती. नक्कीच तो कॉल महत्त्वाचा होता.

डायल टोन थांबला आणि डिंग गिंग ताठरला. "मिस्टर केव्हिन? मिस्टर केव्हिन?" जॉयला प्रतिसाद ऐकू आला नाही, पण तो निश्चितच डिंग मिंगला अपेक्षित असलेला नव्हता. "मिस्टर केव्हिन? तुम्ही मिस्टर केव्हिन आहात? तुम्ही केव्हिनना ओळखता? के-विन, हां केव्हिन सॉरी, मी चिनी आहे, इंग्लिश चांगलं नाही, केव्हिन, केव्हिन, हां, केव्हिनच. नाही? नाही? अरेरे..." बिचाऱ्याचा चेहरा

पडला आणि मान खाली घालत तो पुटपुटला, ''सॉरी, नंबर चुकीचा होता.''

त्यानं फोन खाली ठेवला आणि हात त्यावरच ठेवून विचारलं, ''मी चीनला फोन लावू?''

''चीन?'' बाबांनी अविश्वासानं विचारलं.

''सॉरी, मला घरी फोन करायला हवा.'' बाबांना विनंती करणं त्याला जड जात होतं, त्याचा पाय अधिकच गतीनं हलू लागला होता.

''चीनला, म्हणजे खूप महाग पडणार.''

'बा-बा,' जॉयच्या मनात आलं.

''खूप महाग.''

''सॉरी, मी दुसरीकडे प्रयत्न करतो.''

''ठीक आहे, पटकन आवरतं घे.''

त्यानं फोन नंबर डायल केला, या वेळी विश्वासानं आणि तो लागलाही. डायल टोन चालू राहिली आणि जॉयला प्रतिसादाविषयी उत्सुकता लागून राहिली; पण डायल टोन तसाच चालू राहिला आणि जॉय पलीकडच्यांवर वैतागली, मग डिंग मिंगवर जो मानायला तयार नव्हता, की घरी कोणी नाहीए. शेवटी ती कंटाळली. डिंग मिंग नाद सोडायला तयार नव्हता. तो तसाच अनेक तास बसून राहिला असता कदाचित, फोन कानाला लावून, पण शेवटी बाबा म्हणाले, ''घरी कोणी नाहीए.''

डिंग मिंगनं दोन्ही हातांनी फोन हलकेच खाली ठेवला आणि तो म्हणाला, ''थँक्यू व्हेरी मच.''

जॉय दारापासून मागे हटली आणि ती दोघं आली, तेव्हा तिनं पुस्तकात डोकं घातल्याचं भासवलं. डिंग मिंग तिला अबोल आणि अवघडलेला वाटला. तो अगतिक होता, कारण त्याची आशा जिवंत होती; पण आता ती तशी राहिली नव्हती, त्यामुळे तो आता सन्मानानं वागण्याच्या स्थितीत आला होता. त्याच्यामुळे त्या दोघांना झालेल्या त्रासाबद्दल त्यानं दिलगिरी व्यक्त केली.

जॉयनं त्याला विचारलं की, तो आता काय करणार आहे?

''मी आता बाहेर जाईन.''

''आणि त्यानंतर?''

''करेन काहीतरी,'' तो म्हणाला. तिला उमजलं की, केवळ दुकानाबाहेर जाणं, एवढंच त्याचं निश्चित उद्दिष्ट होतं. त्यानं त्यांच्याकडून अपेक्षा केल्यामुळे तो शरमल्यासारखा झाला होता आणि त्याला तिथून शक्य तेवढ्या लवकर बाहेर पडायचं होतं.

''तुला काही खायला हवंय?''

''मला भूक नाहीए, पोटभर खाल्लंय. तुमचे बटाटे चविष्ट होते.'' तो एवढ्या हळूच दरवाजाबाहेर गेला की, वरच्या घंटा फारशा हलल्याच नाहीत.

“त्याची समस्या काय आहेसं तुम्हाला वाटतं?”

“त्यानं माझ्याकडे फोन वापरण्याची परवानगी मागितली, ती मी त्याला दिली. त्याहून अधिक कसला विचार करावा, असं मला वाटत नाही.”

“तो कसल्या अडचणीत सापडला असेल तर?”

“अर्थातच तो कसल्याशा अडचणीत आहे; पण त्याची अडचण मी त्याला माझ्या दुकानात आणू देणार नाही. आता मला तो इथे नकोय.”

“पण, तो चिनी आहे, बाबा.”

ते जॉयनं एवढ्याचसाठी म्हटलं होतं की, बाबांची वांशिक निष्ठा किती आहे, ते तिला पाहायचं होतं.

“तो मुख्य भूमीवरला आहे. ते आपल्यासारखे नसतात.”

ते अनपेक्षित नव्हतं. ते हाँग काँगमध्ये वाढले होते आणि हाँग काँगवाले स्वत:ला स्वतंत्र वंशाचे समजतात; मात्र तिला तसं वाटत नसे. ब्रिटनमध्ये वाढल्यामुळे ती स्वत:ला ब्रिटिश-चिनी किंवा चिनी-ब्रिटिश समजत होती आणि तिला बाबांचा प्रदेशवाद तेवढा पटत नसे.

तिनं दुकानात केलेल्या कामाच्या पूर्ण कालावधीत तिचे नातेवाईक सोडून अन्य एकही चिनी व्यक्ती त्यांच्या दुकानात आली नव्हती. तिला कमालीचं कुतूहल होतं.

“मी त्याला कोकचा कॅन देते.”

“काय?”

“तो मला तहानलेला वाटला.”

“तो तहानलेला असता, तर त्यानं मोफत कॅन मागितला असता. त्यानं मोफत फोन मागितला आणि चीनला लावला. तो स्वाभिमानी नाहीए.”

तोपर्यंत जॉयनं कॅन कोल्ड कॅबिनेटमधून काढला होता आणि ती दरवाजाच्या दिशेनं निघाली होती.

५०

ती रस्त्यावर आली आणि तिनं दोन्ही बाजूंना पाहिलं, पण तो तिला दिसला नाही. तिला वाटलं, तिला उशीर झाला. तो निघून गेला होता; पण ती वळली आणि तेवढ्यात तिला तो दिसला, शेजारच्या इमारतीच्या सावलीत चवड्यांवर बसलेला. तो हरवल्यासारखा दिसत होता. तो बहुधा विचार करत होता की, पुढे काय करावं आणि त्याला त्यावर काही सुचत नव्हतं. तिनं त्याच्यापुढे कॅन धरला.

"मला वाटलं तू तहानलेला आहेस," ती म्हणाली.

"नाही, बिलकूल नाही."

"तू घे."

"नको."

"घे, म्हणते ना."

'चिनी लेकाचे,' ती मनातल्या मनात म्हणाली. तिचे नातलगही तसलेच होते. कुठलीही गोष्ट तुमच्याकडून घेण्याआधी ते किमान दोनदा तरी नकार देतातच. चिन्यानं कॅन घेतला आणि उभ्या-उभ्या तोंडाला लावला.

"पेप्सीपेक्षा बरं आहे," तो म्हणाला. "सगळ्यांना पेप्सी आवडतं, पण मला कोक."

"मला, फॅन्टा."

"फॅन्टा म्हणजे?"

"संत्र्याच्या स्वादाचं. तुझं नाव काय?"

"डिंग मिंग."

"माझं, जॉय."

"छान नाव आहे."

"थँक्यू. तू इथे काय करतोयस?"

"मला केव्हिनला फोन करायचाय, तो माझा बॉस. मला परत जायचंय."

"कुठे?"

"कामाच्या ठिकाणी."

"आणि ते कुठे?"

"मला माहीत नाही. समुद्रकिनारी."

"पण तो इथून खूप दूर आहे. तुझ्याकडे पैसे आहेत? राहण्यासाठी जागा?"

"नाही."

"मग आता तू काय करणारेस?"

"माहीत नाही."

मग, मानसिक माराचा ताण खांद्यावर आला असल्यागत त्या ओझ्यानं दबून तो पुन्हा खाली बसला, चवड्यांवर. ती त्याच्यासारखी लवचीक नसल्यामुळे चवड्यांवर बसू शकली नाही, पण तिनं सरळ थंड फरसबंदीवर बसकण मारली.

"तो दुसरा मनुष्य कुठाय, तुझ्याबरोबर होता तो?"

"तो निघून गेला."

तेवढ्यात दोन तरुण त्याच्या दिशेनं चालत येऊ लागले आणि जॉय सावध झाली. ती त्यांना ओळखत होती, पण त्यांची नावं लक्षात राहावीत एवढी ओळखत नव्हती. त्यातला एक जाडगेला होता आणि दुसरा ढोल्या.

"ठीक आहे ना, जॉय?" जाडगेल्यानं विचारलं.

"हां."

"आम्हाला ती जेसिका भेटली होती. ती तुझ्यावर पिसाळल्ये तुझ्याविरुद्ध गरळ ओकत्ये. सावध राहा."

"ती मलाही भेटली."

"काही अडचण आली, तर आम्हाला कळव. आम्ही तुझ्या बाजूचे आहोत."

"हं."

"हा कोण?"

"डिंग मिंग."

"नातेवाईक?"

"नाही."

"नाइस टू मीट यू," म्हणत जाडगेल्यानं डिंग मिंगपुढे हात केला.

"त्याला शेकहॅन्ड करायचंय," जॉयनं डिंग मिंगला सांगितलं.

डिंग मिंग उठला आणि त्यानं जाडगेल्याशी शेकहॅन्ड केलं.

"तू कुठला?"

"चीनचा."

"असं?"

"इथे तुला खूप वेगळं वाटत असेल ना?"

"हं."

"अरे, तुम्ही खूप भात जेवता का रे?"

"खूपखूप."

"तुला कुंग-फू येतं?" कुंग-फूसारखे हातवारे करत जाडगेल्यानं विचारलं. डिंग मिंग घाबरला. जाडगेल्यानं हात खाली घेतले आणि दोस्तान्यात डिंग मिंगच्या खांद्यावर थाप मारली.

"गंमत केली," तो म्हणाला.

ढोल्या म्हणाला, "तो स्वत:ला 'चोव युन फॅट' समजतो."

"चोव युन फॅट?" डिंग मिंग खुलला.

"तुला तो माहीत आहे?" जाडगेल्यानं विचारलं.

"तो एक नंबर आहे."

"अर्थातच," जाडगेला म्हणाला, "मी नेहमी लोकांना सांगतो. तुम्ही तुमचा अरनॉल्ड घ्या किंवा तुमचा तो स्टॅलोन घ्या, चोव युन फॅट दोघांनाही भारी पडेल सहज. तो खरा मर्द आहे." बोलताना त्यानं मूठ दुसऱ्या हाताच्या तळव्यावर जोरात मारली.

त्याचा उत्साह उतू जात होता. "तोच बेस्ट आहे, एक नंबर, तू म्हणतोस तसा, दोस्ता. दोन हातांत दोन पिस्तुलं." मग साजेशी नक्कल करत, डिंग मिंगवर पिस्तुलं रोखून त्यानं गोळ्या झाडल्या – ढिश्यॉंव, ढिश्यॉंव, ढिश्यॉंव, ढिश्यॉंव.

मग ढोल्याही तेच करू लागला. दोघंही एकमेकांवर, डिंग मिंगवर जॉयवर आणि रस्त्यावर बेछूट गोळीबार करू लागले.

मग डिंग मिंग त्यांच्यावर गोळ्या झाडू लागला.

जॉय या सगळ्या प्रकाराला पुरुषी थिल्लरपणा समजली. तिनं चोव युन फॅटचा – बहुधा त्याचा सर्वोत्तम – 'द किलर अ‍ॅन्ड द बुलेट इन द हेड' पाहिला होता, जो तिला पहिल्यांदा भयावह आणि नंतर नैराश्यजनक वाटला होता. ती त्याला 'पुरुषांचं समूहनृत्य' म्हणाली होती.

दोघंही, जाडगेला आणि ढोल्या, मग छातीत गोळ्या लागल्याचं नाटक करू लागले, हात हवेत फेकून मान मागे टाकून, अंगातून होणारा रक्तप्रवाह हातांनी थांबवण्याचा प्रयत्न करू लागले आणि शेवटी जिभा बाहेर काढून लडखडू लागले. त्यानंतर खदखदून हसू लागले, डिंग मिंगच्या पाठीवर थापा मारू लागले आणि पुन:पुन्हा चोव युन फॅटचे गोडवे गावू लागले, त्याच्या एकमेवाद्वितीयत्वाचे दाखले देऊ लागले.

ढोल्या जोडीदाराला म्हणाला, "चल आता आपण निघू. प्रेमी युगुलाला एकांत देऊ."

"प्रेमी युगूल?" जाडगेला म्हणाला आणि नव्या दृष्टिकोनातून डिंग मिंगकडे पाहू लागला. ढोल्या जे जाडगेल्याच्या कानात पुटपुटला, ते जॉयच्या कानांपर्यंत पोहोचलं – "ठरवलेलं लग्न, होय ना?"

ते ऐकून जॉय चपापलीच आणि तिला सुचून ती काही प्रत्युत्तर देईतोवर ते दोघं तिथून चालते झाले.

जॉय म्हणाली, "त्यांच्याकडे लक्ष देऊ नकोस, ते खुळावलेत."

डिंग मिंग एव्हाना जमिनीवर आला होता, पण त्याला जरासा हुरूपही आल्यासारखं वाटत होतं.

"इंटरनेट," तो म्हणाला.

"काय?"

"मी माझ्या चुलत भावाला मेल करू शकतो, तो आईला भेटेल आणि केव्हिनचा फोन नंबर घेईल. एमएसएन मेसेंजर."

"काय?"

वास्तविक त्याच्या बोलण्याचा अर्थ तिला समजला होता, पण त्याच्याकडून हे तिच्यासाठी अनपेक्षित होतं.

"एमएसएन मेसेंजर. दुकानात कम्प्यूटर आहे?"

"नाही. डिंग मिंग, मला तुला एक प्रश्न विचारायचाय. प्लीज, खरं उत्तर दे. आज रात्री तू कोणावर हल्ला केलायस? कोणालातरी तू भोसकलंयस?"

"नाही, नाही."

तिची नजर त्याच्या डोळ्यांवर खिळलेली होती, त्यामुळे तो खरं बोलत असल्याचा तिला विश्वास वाटला.

"माझ्या लॅपटॉपमध्ये इंटरनेट आहे," ती म्हणाली.

"मी तुला दुकानात नेलेलं बाबांना आवडणार नाही. आपण असं करू, थोड्या वेळानं दुकान बंद होईल आणि ते झोपतील. तू इथेच तासभर थांब आणि मग मी तुला घेऊन जाईन. ठीक आहे? मी काय म्हणत्ये, ते तुला समजतंय?" तेवढ्यात तिला पोलीस आठवले. "आणि हो, तू कोणाला दिसणार नाहीस, याची काळजी घे."

मग ती त्याला एका गल्लीत घेऊन गेली आणि तिचं बोलणं त्याला समजल्याची तिनं पुन्हा खातरी करून घेतली. डिंग मिंगनं दोन कचराकुंड्यांमधली जागा निवडली आणि तो गुडघे छातीशी घेऊन त्याभोवती हात टाकून डोकं विसावून बसला. कोकचा कॅन त्यानं शेजारी ठेवला. तो वाट पाहू लागला.

जॉय दुकानात परतली आणि तिनं बाबांना सांगितलं की, चिनी निघून गेला. त्याच्यासाठी ती दुसऱ्यांदा खोटं बोलली होती. आता तोही त्याला साजेसं वागेल, अशी तिनं आशा केली.

दुकान बंद झालं आणि दोघंही सफाई करू लागली. मार्कचा विचार करण्याचं तिला स्वातंत्र्य होतं, नव्हे, तो तिचा अधिकारही होता. पण ती जेव्हा हळुवार स्पर्श ओलसर ओठ, देखणे डोळे, यांची चित्रं साकारू लागली, तेव्हा तिला बाहेर दुर्गंधीत, थंडी सोसत बसलेल्या त्या चिन्याची आठवण होऊ लागली.

दोघंही दुकानावर असलेल्या फ्लॅटवर गेले आणि बाबांनी फ्राइड राइस केला.

जॉय त्यांना म्हणाली, ''बाबा, मला आपल्या मूळ गावी जायला आवडेल. मला खूप बरं वाटेल, असं वाटतंय.''

ती बरेचदा हाँग काँगला जाऊन आली होती; पण गुआंगडाँग प्रदेशातल्या चो घराण्याच्या मूळ गावी एकदाही गेलेली नव्हती.

''जाऊ एकदा,'' ते म्हणाले, ''पण त्या वेळी आपल्याला पुष्कळ भेटी घेऊन जाव्या लागतील. घरी जाणाऱ्या धनिकाएवढं कोणीच तिथे लोकप्रिय नसतं.''

''पण आपण काही श्रीमंत नाही आहोत.''

''श्रीमंत माणसाला किती नातेवाईक असतात, हे पाहून तू अवाक होशील. तुझं कॉलेज पुरं झालं की, मी तुला घेऊन जाईन; पण खरंतर तू हाँग काँगमध्ये राहायला हवंस. तिथेच तुला चांगला जोडीदार मिळू शकेल. मुख्य भूमीवर तुला तसा मिळणार नाही.''

''तसा तो मला इथेही मिळू शकेल.''

टीव्हीचे चॅनल्स बदलत ते संथपणे जेवत होते. नित्यनेमाप्रमाणे त्यांची प्लेट त्यांच्या मांडीवर होती आणि त्याच्या सोबत ॲपल पाय, ग्रीन टीचा मग आणि रॉयल्सचं पाकीट. फुटबॉलचा चॅनल लागल्यावर ते खुशीत आले.

ते म्हणाले, ''हाँग काँगमध्येच तुला चांगला जोडीदार मिळेल.''

जॉय विषय वाढवणार नव्हती. ती बेडरूममध्ये जाऊन कपडे न बदलताच बेडवर आडवी पडली. बाबांचं आटपण्याची ती वाट पाहू लागली. तिनं बेडरूमचं दार किलकिलं ठेवलं होतं; पण त्यांचं आटपायला युगं गेली. शेवटी ते उठले. त्यांच्या बेडरूमचं दार लागल्याचा आवाज आला, तेव्हा तिनं घड्याळ पाहिलं, तर १२:४३ झाले होते. तिनं आणखी चाळीस मिनिटं जाऊ दिली आणि मग ती निसटली.

यापूर्वीही काही प्रसंगी ती निसटली होती, पार्ट्यांना जाण्यासाठी किंवा मित्रांना भेटण्यासाठी, त्यामुळे तक्तपोशी कुठंकुठं करकरते, ते तिला माहीत होतं. तरीही ते धोकादायकच होतं. मोठं कौशल्य होतं, ते जिना उतरणं. तिनं बूट हातात घेतले आणि बाहेर पडल्यावर घातले.

प्रत्यक्षात तिला एकाऐवजी दोन तास लागले, पण चिनी अजून तिथेच होता. एवढंच नव्हे, तर तो अजून त्याच स्थितीत होता. ती आल्यावर त्यानं झोपाळल्या नजरेनं तिच्याकडे पाहिलं. तिला त्याचं कौतुक वाटलं. एवढा वेळ चवड्यांवर विसावणं आणि त्याच स्थितीत डुलकी काढणं.

''चल,'' ती त्याला म्हणाली, ''आपण हॉलमध्ये जाऊ, तिथून जिन्यानं वर. माझ्या रूममध्ये जाताना आपण बाबांच्या रूमसमोरून जाऊ. कसल्याही आवाजानं ते जागे होतील आणि मग माझी काही खैर नाही. तुझे बूट काढून ते तू हातात घे.''

डिंग मिंगनं हे सगळं गांभीर्यानं घेतल्याचं आणि तो चटपटीत असल्याचं पाहून

जॉयला हायसं वाटलं. जिना चढताना पायरीच्या मध्यावर पाय न टाकता कडेला टाकणं आवश्यक असल्याचंही तिला त्याला सांगावं लागलं नाही.

बाबांच्या रूमसमोरून जाताना तिला त्यांचं एका तालातलं श्वसन ऐकू आलं आणि क्षणभर त्याबद्दल बरं वाटण्याऐवजी आता तिला त्यांचं संरक्षण लाभू शकणार नाही, असं वाटून गेलं. तिच्या मनात येऊन गेलं की, हे तिचं धाडस वास्तविक मूर्खपणाचं होतं. संभाव्य खुन्याला मध्यरात्री आपल्या घरात बोलावून घेण्याची कृती विचारी मनुष्याला साजेशी नव्हती. असो, काही विपरीत न घडता तिनं त्याला आपल्या रूममध्ये घेतलं आणि दार लावून घेतलं.

रूम जेमतेम दोघांना पुरेशी होती. एखाद्या चलाख माणसानं आधीच कम्प्यूटर चालू करून इंटरनेट कनेक्शन जोडून ठेवलं असतं; पण आता त्याच्या उपस्थितीत तिला ते करावं लागलं. तिच्या मॉनिटरच्या स्क्रीन सेव्हरवरच्या बॉडी-बिल्डरच्या फोटोमुळे, रूममधल्या बायकी वातावरणामुळे, जमिनीवर इतस्तत: पडलेल्या तिच्या कपड्यांमुळे; विशेषत: तिच्या पॅन्टमुळे, ती संकोचली.

पण त्याची नजर तिच्या पॅन्टवर नव्हती, तर तिच्या शेल्व्ह्जवर होती.

"एवढी पुस्तकं," तो कौतुकानं पुटपुटला, "खूपच छान."

त्यानं त्याचा पार्का काढला आणि त्याची ठेचकाळलेली छाती उघडी पडली. त्याच्या देहावर जराही चरबी नव्हती आणि सगळ्या बरगड्या दिसत होत्या, ग्रेहाउंडसारख्या. त्याच्या स्थितीची दया येऊन तिनं त्याला आपला एक जुना टी-शर्ट दिला. तिनं त्याला कम्प्यूटरवर बसायला सांगितल्यावर त्यानं टाइप केलं, www.sohu.com आणि चिनी होमपेज उघडलं. त्यानं पॉप-अप्स बंद केले.

तिच्यासाठी चीन महत्त्वाचा होता, पण एका मर्यादेपर्यंत. तो तिच्या अनुभवाचा हिस्सा होता, पण तिचं जीवन नव्हता, पार्श्वभूमीवरची एक धूसर प्रतिमा आणि आता तिच्यासमोर त्या प्रतिमेचा प्रतिनिधी होता, मानवी आणि खरा. त्याची त्वचा तिच्याहून सावळी होती. त्याची देहबोलीही निराळी होती; दिखाऊ नव्हती, जवळपास लाजाळू होती. त्याचा गंधही वेगळा होता, तिला माहीत असलेल्यांपैकी कोणासारखाही नव्हता. हे कसं शक्य होतं? केवळ आहारामुळे? की तो अस्सल चिनी असल्यामुळे?

एकाच बोटाचा वापर करून त्यानं ॲड्रेस आणि पासवर्ड टाकला आणि त्याचं ई-मेल अकाउंट उघडलं; पण त्यावरचा मजकूर दुर्बोध होता. त्यानं रीफ्रेश केलं, तरी तेच दिसत होतं. त्यानं एक मेल ओपन केली. तिथेही अक्षरं दुर्बोधच होती.

डिंग मिंगनं ओठ चावला. "तुमच्या कम्प्यूटरवर कोणती चिनी भाषा आहे?"

जॉयला चिनी वाचता येत नव्हती. तिला तिच्या आई-वडिलांमुळे कॅन्टॉनीज येत होती, पण तीही ती रीतसर शिकलेली नव्हती, तिला त्यातली काहीच अक्षरं वाचता येत होती. अर्थातच, तिच्या कम्प्यूटरवर एकही चिनी भाषा नव्हती. पर्यायानं डिंग मिंग

तिच्या कम्प्यूटरवरून त्याच्या घरी ई-मेल पाठवू शकत नव्हता. तिच्या मनात आलं, तिला ही अडचण आधीच लक्षात यायला हवी होती. तिच्या हेही मनात आलं की, तिनं ती भाषा लिहा-वाचायला शिकायला हवी होती, जी शेवटी तिची स्वत:ची होती.

ती शरमली आणि नाराज झाली.

''माझ्या कम्प्यूटरवर चिनी भाषा नाहीए, सॉरी.'' तिनं कबुली दिली.

डिंग मिंगच्या नशिबी बहुधा निराशाच लिहिलेली होती. ''मला मदत केल्याबद्दल धन्यवाद,'' शब्द जुळवत तो म्हणाला. ''मी आईला फोन करण्याचा प्रयत्न करेन, पुन्हा कधीतरी.''

पण फोन हॉलमध्ये होता आणि दुकान बंद होतं. त्यामुळे ती त्याला तिथून फोन करू देऊ शकत नव्हती आणि एव्हाना ती थकलीही होती.

''तू दुकानाच्या मागल्या शेडमध्ये झोप आणि आपण पुन्हा उद्या प्रयत्न करू, चालेल? उद्या सकाळी तू पुन्हा दुकानात ये आणि तुला तुझ्या आईला फोन करू देण्यासाठी मी बाबांना पटवेन. ठीक आहे?''

''थँक्यू, तू खूप दयाळू आहेस. तू जगातली सगळ्यात दयाळू व्यक्ती आहेस.''

तिनं ब्लँकेट व स्लीपिंग बॅग घेतली आणि ती त्याला घेऊन फ्लॅटशेजारच्या गल्लीत गेली. गल्लीत दुकानामागच्या मोकळ्या जागेत शेड होती. तिथे असलेली मोडकी बाइक हलवल्यावर त्यानं तिला ग्वाही दिली की, त्याला झोपण्यासाठी तिथे पुरेशी जागा होती.

दुसऱ्यांदा ती जिन्यावरून वर निसटली; पण या वेळी तिनं स्वत:च्या रूमचं दार उघडलं, तर आतमध्ये बाबा उभे होते. त्यांनी पायजम्यावर पॅन्ट चढवलेली होती, पण ते अनवाणी होते.

''रात्री अपरात्री असं बाहेर जाण्यास माझी हरकत आहे. तुला वाटतं, मी मूर्ख आहे. मी मूर्ख नाहीए. तू अशा तऱ्हेनं माझ्या संयमाची परीक्षा पाहू नकोस. तू मित्रांना भेटायला गेली होतीस, होय ना?''

ते इंग्लिशमध्ये बोलू लागले. तसं ते तेव्हाच बोलत, जेव्हा ते नाराज असत.

''तू वाईट मुलगी आहेस?''

''असं म्हणू नका,'' जॉयही इंग्लिशमध्ये तडकली. तिच्यासाठी इंग्लिश वाद घालायला सोपी होती. ''तुम्ही समजता तसं नाहीए. तुम्हाला नेहमी वाईटच शंका का येतात? मी त्या चिनी...''

एका किंकाळीनं तिचं समर्थन अर्धवट राहिलं. ती दोघं एकदम गप्प झाली. किंकाळी खालून आली होती. गल्लीतून किंवा मोकळ्या जागेतून. मोकळ्या जागेतलं दिसू शकेल, अशी खिडकी फक्त बाथरूममध्ये होती आणि तिलाही फ्रॉस्टेड ग्लास होती, त्यामुळे जॉयला खाली जाऊनच काय ते पाहून यावं लागणार होतं. तो डिंग मिंग होता

का? नाही, ती किंकाळी बायकी वाटली होती; पण तिथे मुलगी काय करत असेल? तिनं खाली धाव मारली.

''काय चाललंय? तू कुठं चाललीस?''

बाबा बूट घालायला हॉलमध्ये थांबले, तोपर्यंत ती बाहेर पडली.

कोणीतरी तिच्या शेजारून पळत गेलं, त्याचं कोपर तिच्या पोटात खुपलं आणि ती भिंतीवर धडपडली. ती व्यक्ती छोटी होती, डोक्यावर हूड असलेली आणि अंगावर बॉम्बर जॅकेट. तिच्या हातात स्प्रे कॅन होता. ती कोपऱ्यावर वळून दृष्टिआड गेली. हरामखोर जेसिका.

मोकळ्या जागेत डिंग मिंग उठून उभा राहून, निळ्या स्प्रेनं मागील दारच्या भिंतीवर रंगवलेली ओली अक्षरं लावत होता.

''मी आवाज ऐकले, बाहेर आलो. कोणीतरी रंगवत होतं, मी त्याला धरलं. तो पळून गेला.''

जॉयला प्रश्न पडला, की जेसिकाला काय लिहायचं असावं, 'चिनी कुत्री.' बहुतेक किंवा तसलंच फालतू काहीतरी. तिनं अक्षराला बोट लावलं, ते निळं झालं. तो रंग ओला असतानाच साफ करणं कदाचित सोपं जाईल, पण आता तिला त्याची पर्वा नव्हती. ते सकाळी पाहता येईल.

तिचे बाबा पोहोचले आणि त्यांनीही तो प्रकार पाहिला. त्यांनी डिंग मिंगकडे पूर्ण दुर्लक्ष केलं. एखाद्याला वाटावं की, त्यांना त्याची लहानखुरी आकृती दिसलीच नसावी; पण बाहेर पडताना त्यांनी जॉयला इंग्लिशमधून तंबी दिली, ''उजाडल्याबरोबर तो तिथून चालता झाला पाहिजे.''

डिंग मिंग म्हणाला, ''थँक्यू.''

''मी तिला पाहिलंय आणि ती कोण आहे, ते मला ठाऊक आहे, त्यामुळे आपण पोलिसांकडे जाऊ शकतो,'' जॉय म्हणाली. ते जिना चढत होते.

''पोलीस नकोत,'' बाबा म्हणाले.

''आपण तिच्यावर समाजविरोधी वर्तणूक आदेश ठोकू, म्हणजे ती आपल्या जवळपास जरी आली, तरी तिला अटक होईल.''

''तुला आपल्या अंगणात कोणाला राहायला द्यायचं असेल, तर आधी मला विचार.''

''आपण तिच्या घरी सांगू. साफ करण्यापूर्वी आपण त्याचा फोटो काढून ठेवू.''

''आजकालच्या तरुण मुलांचं मला काही कळतच नाही,'' ते म्हणाले. जॉयला प्रश्न पडला की, ते तिच्याबाबतीत म्हणत होते की जेसिकाच्या, पण त्याचा खुलासा तिला मिळाला नाही, कारण ते लगेचच आपल्या खोलीत गेले आणि त्यांनी दार बंद करून घेतलं.

''बरोबर आहे,'' ती बंद दाराला इंग्लिशमध्ये म्हणाली. ''आपण कधीच कसे

चांगलं बोलू शकत नाही? संपूर्ण दिवसभरातून आपण एक मिनिटदेखील बोलत नाही. मला काय त्याचं?''

अखेरीस ती आडवी पडली, पण दिवसभरच्या वेगवेगळ्या घटना तिच्या मनावर ठसल्या होत्या. मार्कचं स्मित, सर्व्हिस स्टेशनचा नकाशा, मोडका मासा, निळ्या रंगातली 'चिनी कुत्री', जेसिकाची विखारी नजर.

तो चिनी चवड्यांवर बसकण मारतो, तसं शिकून घेण्याचं तिच्या डोक्यात आलं. एवीतेवी तिला झोप येतच नव्हती, त्यामुळे ती उठली आणि तिनं प्रयत्न केला. ते तिला दहा सेकंद जमलं, मग ताण असह्य होऊन ती बुडावर पडली. तिला हसायला आलं. ''जॉय, तुला तेवढंही जमू नये,'' ती स्वत:लाच मोठ्या आवाजात म्हणाली. तेवढ्यात पुढचं दार कोणीतरी खटखटवलं.

तिनं बूट चढवले, नाइट ड्रेसवर कोट चढवला आणि ती खाली गेली. ती एकतर जेसिका असणार, नाहीतर तो चिनी आणि दोघंही पीडाच होती. ती जेसिका असेल, तर ती तिचं थोबाड फोडेल, हे सांगायलाच नको होतं. दार उघडताना तिनं तशी स्वत:च्या मनाची तयारीही केली. दरवाजा उघडत असताना तिला बाहेर पोलीस दिसला. संध्याकाळचाच आणि त्याच्यामागे तीच महिला पोलीस.

''आम्ही आत येऊ?''

''आता खूप उशीर झालाय.''

''पण तुमचे दिवे चालू होते.''

''ठीक आहे, या.''

''मी तुमची काय मदत करू शकते?'' जॉयनं विचारलं.

''आम्ही हल्ल्याची चौकशी करतोय. तुमच्या पत्त्यावर कोणी चिनी तरुण राहतो?''

''हल्ला? म्हणजे काय?''

''बलात्काराच्या प्रयत्नाची तक्रार आहे.''

''काहीतरीच. तक्रार त्या जेसिकानं केल्ये हो ना? तो हल्ला नव्हता. ती आमच्या भिंतीवर स्प्रेनं रंगवत होती आणि त्यानं तिला हाकून लावलं. त्यानं तिला स्पर्शही केला असेलसं मला वाटत नाही. तीच गुंड आहे. तिला जाऊन अटक करा.''

''काहीही असलं, तरी आरोपाची चौकशी करायलाच हवी. आज दिवसभरात चिनी माणसाविषयी दुसरा प्रसंग आहे हा आणि आम्हाला त्याच्याशी बोलायचंय.''

बाबा तिथे आले, तेव्हा त्यांची मुद्रा अत्यंत गंभीर होती.

''तुमचं सहकार्य मिळालं, तर उत्तम. नाहीतर तशीच गरज भासल्यास आम्ही तुम्हाला चौकशीसाठी आत घेऊ शकतो किंवा अटकही करू शकतो.''

महिला पोलीस म्हणाली, ''गुन्हा घडला असेल आणि तुम्ही सहकार्य केलं नाहीत, तर तुम्ही खूप अडचणीत याल. कुठाय तो चिनी मनुष्य?''

''मला कसलाही त्रास नकोय,'' बाबा म्हणाले. ''तो मागच्या अंगणातल्या शेडमध्ये आहे.''

''आम्हाला तिकडे घेऊन चला.''

जॉय त्यांना घेऊन मागे गेली. तिच्या मनात आलं की, डिंग मिंग निर्दोष असला, तरी आता अडचणीत येणार होता. तो कदाचित बेकायदेशीररीत्या देशात आला असेल आणि तसं असेल, तर ते त्याला काय करतील? ते तुम्हाला तुरुंगात पाठवतात, दंड भरायला लावतात की परत आपल्या देशात पाठवतात?

जॉय खोकली आणि तिनं जमिनीवर पाय घासले, जेणेकरून डिंग मिंग सावध व्हावा. त्यानं त्वरा केली, तर त्याला पळून जाण्याची संधी मिळेल.

''हा मूर्खपणा आहे,'' ती मोठ्या आवाजात बोलली, ''खरंतर तुम्ही तिच्या घरी जाऊन तिला अटक करायला हवं. गुन्हा तिनं केलाय, ती गुंड आहे.''

''तो तिथे आहे? शेडमध्ये?''

''हं.''

''मागे व्हा. मागे. तो इंग्लिश बोलतो?''

''हो.''

पोलिसानं शेडच्या दारावर टकटकवलं.

''आम्ही पोलीस आहोत. आपण कृपया बाहेर या. तुम्ही बाहेर आला नाहीत, तर आम्हाला आत घुसावं लागेल.''

डिंग मिंग आतून मुसंडी मारत बाहेर आला आणि पोलिसावर आदळला. दोघंही जमिनीवर पडले. डिंग मिंग उठला आणि गल्लीच्या दिशेनं पळाला.

तेवढ्यात पोलिसानं त्याला गाठलं आणि पकडून जमिनीवर पाडलं. महिला पोलीसही त्याच्या दिमतीला आली. डिंग मिंग निष्प्रभ झाला. पोलिसानं त्याला पालथा पाडला आणि त्याच्या पाठीवर आपला गुडघा रोवून त्याला जमिनीवर खिळवून ठेवलं.

दोघा पोलिसांना धाप लागली होती आणि त्यांच्या हॅट्स कुठेतरी पडल्या होत्या. ते त्याला बेडी घालत होते, तरी तो सुटण्यासाठी झटत होता. जणू मरताना आचके देत असलेल्या प्राण्यासारखं ते दृश्य जॉयला भयंकर वाटलं.

''त्यानं कसलाही गुन्हा केलेला नाहीए,'' जॉय म्हणाली, ''तो फक्त खूप घाबरलाय.''

''आणि ते का?'' लालेलाल झालेल्या पोलिसानं विचारलं. परिस्थिती आता त्याच्या ताब्यात होती आणि त्याचं समाधान त्याच्या स्वरात डोकावत होतं.

''आम्ही त्याला ठाण्यावर घेऊन जातोय. आम्हाला तुमचा आणि तुमच्या वडिलांचा जबाब लागेल, पण ते उद्या सकाळी चालेल.''

महिला पोलीस डिंग मिंगची झडती घेत होती. ती म्हणाली, ''त्याच्याकडे पिस्तूल मिळालं.''

''शस्त्र? त्याच्याकडे शस्त्र मिळालं? त्यात काडतुसं आहेत?''

''माहीत नाही.''

जॉयला स्पष्टपणे कळलं की, ती दोघं आता खूप उत्तेजित झाली होती. खरं शस्त्र! त्यांच्यासाठी ते असामान्य होतं. ही अटक महत्त्वपूर्ण होत चालली होती. आता ती बातमी झाली होती. खात्यात आता त्यांचं केवढं कौतुक होईल.

''सेफ्टी कॅच ऑन असल्याची खातरी कर आणि काडतुसं असतील, तर काढून घे.''

ते त्याला घेऊन जात असताना डिंग मिंगनं जॉयकडे कटाक्ष टाकला आणि तिला वाटून गेलं की, 'तिनंच त्याला दगा दिला असावा, असं तर त्याला वाटलं नसेल ना?' तिनं त्याला हात केला, आपली सहानुभूती दाखवण्यासाठी आणि त्याच्या ओठ चावण्याची तिनं नक्कल केली. सगळं ठीक होईल, अशी तिनं आशा केली. त्याच्याकडे पिस्तूल का असावं, हा तिला प्रश्न पडला. कारण ते त्याच्या व्यक्तिमत्त्वाशी पूर्णपणे विसंगत होतं. उलट तिला खातरीच वाटत होती की, तसं काही कारण त्याच्याकडे असेल, तर ते योग्यच असेल. तिच्या मनात येऊन गेलं, 'ती एका गुपिताच्या काठापर्यंत पोहोचली होती, पण तिला ते पूर्णपणे कधीच कळणार नव्हतं.'

''हे लज्जास्पद आहे,'' वडील कॅन्टॉनीजमध्ये म्हणाले.

''होय.''

पोलीस डिंग मिंगला कारकडे घेऊन गेले. त्यांनी त्याला मागे बसवलं आणि मिशीवाला पोलीस त्याच्या शेजारी बसला, तर महिला स्टिअरिंगमागे बसली.

जॉयनं बाबांचा हात हातात घेतला.

''ते कोण आहे?'' बोटानं निर्देश करत त्यांनी तिला विचारलं.

''अं?''

''मला वाटतंय तिथे कोणीतरी आहे. तिथे.''

''काहीही नाहीए.''

''हं. भास असेल.''

त्यांचा हात गरम झाला होता. लहानपणी ती त्यांचा हात अशाप्रकारे धरत असे. मोठं झाल्यानंतर प्रथमच तिनं त्यांचा हात असा हातात घेतला होता. खरंतर तिनं तो सोडायला हवा होता, पण तिनं तो सोडला नाही. तिचा खालचा ओठ थरथरत होता.

''चला, आपण आत जाऊ, मी पाहू शकत नाहीए.''

गतिशील

५१

जिआननं पोलीस कारचं मागचं दार उघडलं. तो आत सरकला आणि त्यानं डिंग मिंगच्या मानेभोवती हाताचा फास घातला. मग त्याच्या मानेवर काचेचा तुकडा दाबून धरला.

डिंग मिंग निश्चल राहिला. त्याच्या पलीकडे बसलेला पोलीस त्याच्या मानेकडे रोखून पाहू लागला. तो वैतागला होता. जिआननं त्याला काचेचा तुकडा दाखवला, म्हणजेच तो काय करत होता, याची त्याला कल्पना असल्याचं दाखवत होता. थोडा दाब आणि डिंग मिंगची गळ्याची नस कापली जाईल. महिला पोलिसानं कारचं इंजीन बंद केलं.

पोलिसानं सुस्कारा सोडला. मागच्या सीटवरचं नाट्य दिसावं, म्हणून तिनं आरशाची दिशा बदलली आणि त्या संधीचा लाभ घेऊन जिआननं आपला अवतार त्यात पाहून घेतला. तो जंगली मानव दिसत होता. नुकताच जंगलातून आल्यासारखा. खात्यात भरती झाल्यानंतर थोड्याच दिवसांनी त्यानं सहकाऱ्यांबरोबर दोघा चोरांचा – ते भाऊ होते, एक मतिमंद आणि दुसरा वाईट – पाठलाग केला होता. त्याच्या दलानं त्यांचा एका गुहेपर्यंत पाठलाग केला होता, जिथे त्यांनी एकाला गोळी घालून मारलं होतं आणि त्यांना नंतर समजलं की, तो मतिमंद होता आणि भूक लागल्याची तक्रार करत होता. आता तो त्या दोन भावांसारखा दिसत होता आणि केवळ अस्वच्छतेमुळे नव्हे, त्याच्या नजरेतल्या भकासपणामुळे आणि चोरटेपणामुळे. तो म्हणाला, ''जिआओ झेईगे नान दे... त्याला बेड्या काढायला सांग.''

डिंग मिंग म्हणाला, ''इंग्लिशमध्ये बेड्यांना काय म्हणतात, ते मला माहीत नाही.'' त्यानं आवंढा गिळला, त्याबरोबर त्याचा कंठमणी त्याच्या पातळ त्वचेखाली वर-खाली हलला.

श्वसन नियमित आणि नियंत्रित ठेवून काचेच्या तुकड्यावरचा दाब एकसारखा राखण्याचा जिआन प्रयत्न करत होता. त्याच्या धारेमुळे त्याचाच पंजा कापला जात होता; पण वेदना स्वागतार्ह होती, ती त्याला सावध ठेवत होती.

''काय सांगायचं ते तू बघ, तू त्यांना सांगू शकतोस की, तुम्ही लोकांना ज्यानं बांधता, ते काढा.''

डिंग मिंगनं त्याच्या इंग्लिशमधून संदेश दिला.

पोलिसानं त्याच्या पट्ट्याला अडकवलेली बेडी काढली.

"ती त्याला त्याच्या उजव्या हातात अडकवायला सांग."

पोलिसानं सूचनेनुसार केलं.

"आता दुसरी बाजू तिच्या डाव्या हातात अडकवायला सांग आणि दोन्ही बेड्या व्यवस्थित लावाल्यायत, याची खातरी करायला सांग."

दोन्ही पोलिसांनी आपापले हात एकमेकांजवळ आणले आणि तिचा डावा हातही बेडीत अडकला. दोघंही पिसाळलेले दिसत होते. ते दोघं नि:संशयपणे विचार करत असणार की, मूर्खाला कल्पना नाहीए की आम्ही त्यातून सेकंदात सुटू; पण जिआनच्या दृष्टीनं ते उत्तमच होतं, त्यांनी मला मूर्खच समजू देत.

आता पोलीस पुढे झुकलेला, महिला मागे झुकलेली आणि दोघांचे बंदिस्त हात हॅन्डब्रेकवर असल्याची त्यांची स्थिती अवघड होती.

"त्यांना त्यांचे वॉकीटॉकी काढून खाली टाकायला सांग." डिंग मिंगनं त्यांना ते सांगितल्यावर, दोघांचेही वॉकीटॉकी त्यांच्या पायांपाशी विसावले.

"त्यांना ते पायांनी सीटखाली ढकलायला सांग. पुढचीला सांग की, डॅशबोर्डवरच्या वॉकीटॉकीला स्पर्श करताना जरी ती दिसली, तरी मी तुला ठार मारेन." डिंग मिंगनं ते दोघांना सांगितलं. या वेळी त्याचा आवाज चिरकत होता.

"आता त्यांना त्यांचे पट्टे काढून सीटखाली ढकलायला सांग. पुरुष आधी. हं. छान. आता त्याला त्याचा डावा हात त्याच्या डोक्यामागे घ्यायला सांग. उत्तम."

डिंग मिंगनं आपल्या कोरड्या पडलेल्या ओठांवरून जीभ फिरवली. त्याच्या मानेवरून एक घर्मबिंदू ओघळत जिआनच्या अंगठ्याला घासून खाली उतरला.

५२

व्हॅन तलावात बुडली, तेव्हा जिआन नशीबवान ठरला. त्याला मार बसला होता; पण तो गंभीररीत्या जखमी झाला नव्हता.

बाजूच्या फुटक्या खिडकीतून पाणी आत घुसलं. त्यानं दाराचं हॅन्डल धरलं आणि पाण्याच्या प्रवाहाच्या जोराविरुद्ध स्वत:ला सावरलं. व्हॅन पलट्या घेत असल्याचं जाणवून त्याच्या मनात आलं की, तो उघडू पाहत असलेलं दार तलावाच्या तळावर विसावू नये.

व्हॅन पाण्यानं जवळजवळ पुरी भरल्याचं त्याला वाटलं, तेव्हा त्यानं खोल श्वास घेतला आणि स्टिअरिंग व्हीलवर एक पाय टेकवला, मग पूर्ण ताकदीनिशी दार ढकललं. तो व्हॅनबाहेर आला आणि त्यानं पृष्ठभागाच्या दिशेनं झेप घेतली.

पृष्ठभागावर आल्याबरोबर पटकन श्वास घेऊन त्यानं पुन्हा बुडी मारली – त्याचे शत्रू अजून नजर ठेवून होते का, याची त्याला कल्पना नव्हती. त्यानं थेट दुसरा तीर गाठण्याचा निर्णय घेतला. दहा मिनिटं पोहून गेल्यानंतर त्याला उथळ पाणी लागलं.

त्याला कल्पना होती की, पुढे काही करण्याचा निर्णय घेण्यापूर्वी स्वत:ला कोरडं करणं आवश्यक होतं. एका 'फिशिंग केबिन'मध्ये घुसून तो अर्धा तास फॅन हीटरसमोर बसून राहिला. तो अनुभव अत्यंत सुखकर ठरला – एकदम अनपेक्षितपणे विश्रांती देणारा, फॅनची लयबद्ध घरघर आणि हीटरची उष्ण ऊब यांमुळे तो गुंगीत गेला. पत्त्यांची डायरी अजून त्याच्याकडे होती, पण ती भिजल्यामुळे मजकूर बिलकूल वाचण्यासारखा राहिला नव्हता, त्यामुळे त्याचं जीवन आता निरुद्देष झाल्यात जमा होतं. डिंग मिंग कुठे गेला असेल, याचा त्याला अचानक बोध झाला. आपण इतका वेळ फुकट घालवल्याबद्दल त्यानं स्वत:ला शिव्या घातल्या.

डिंग मिंग जिआनला म्हणाला, "नी बु मिंगबाई... तुम्हाला समजत नाहीए. माझी आई सर्पमस्तकांच्या ताब्यात आहे, मला दुसरा पर्याय नव्हता — "

"तू माझ्याशी बोलू नकोस. फक्त त्यांच्याशी बोल."

डिंग मिंगला अधिक घाबरवणं त्याला परवडण्यासारखं नसल्यामुळे त्यानं पुष्टी जोडली, "मला तुला मारायचं नाहीए. मी सांगेन तसा वाग, म्हणजे सगळं ठीक होईल."

चेहऱ्यावरचे हावभाव आणि आवाजाचा स्वर त्यानं सामान्य ठेवला होता.

त्याच्या देहबोलीतून पोलिसांना भीतीचं, साशंकतेचं अथवा माथेफिरूपणाचं दर्शन झालं, तर ते काहीतरी कृती करण्यास उद्युक्त होतील. त्याच्या मनात आलं की, तो त्यांच्या जागेवर असता, तर त्याची प्रतिक्रिया कशी असती. शस्त्र धारण करणारा मूर्ख जे सांगेल, ते त्यानंही केलं असतं. पोलीस कारमधल्या नागरिकावर खुनी हल्ला, हे लाजिरवाणं होतं; त्यानं तुमचं रेकॉर्ड खूप खराब होतं. तो सहकार्य करेल आणि परिस्थिती तशीच ढकलत ठेवण्याचा प्रयत्न करेल. कधी ना कधी जादा कुमक येईल. मग प्रसंगाचं रूपांतर ओलीस ठेवण्यामध्ये होईल. अशा वेळेस पोलिसांचीच नेहमी सरशी होते.

तो एकाग्रतेनं विचार करत होता. काचेच्या तुकड्यावरचा दाब नेमका ठेवणं जरुरीचं होतं. पोलीस, डिंग मिंग आणि रस्ता यांवर नजर ठेवणं आवश्यक होतं, तसंच आडाखे बांधणं, त्यानुसार योजना आखणंही आवश्यक होतं. अशा तऱ्हेच्या परिस्थितीला तो दोनच वेळा सामोरा गेला होता, मात्र ओलीस ठेवणाऱ्याचं प्रत्येक वेळेला वाईटच झालं होतं; पण तशा स्थितीतल्या माणसांची मानसिकता पिंजऱ्यात कोंडलेल्या श्वापदासारखी असते. त्यानं विचार केला की, त्याला हे व्यवस्थित जमलं, तर यश त्याच्या बाजूला असेल, पण अर्थातच त्याची खातरी नव्हती.

तो खालच्या पट्टीत स्थिर स्वरात बोलू लागला. "तू त्यांच्याबरोबर राहिलास, तर ते तुला परत चीनला पाठवतील आणि माझ्याबरोबर राहिलास, तर तुला काही ना काही संधी मिळेल. तू मला मदत कर, मग मी कबूल केल्याप्रमाणे तुला तुझ्या बॉसकडे सोडेन, तुला तेच हवंय ना? तुझ्यासाठी ती एकमेव संधी आहे. तिला दार उघडायला सांग."

आता पुढचा भाग कठीण होता. "आता त्यांना सांग की, गाडीची किल्ली इग्निशनला तशीच ठेवून त्यांनी गाडीबाहेर जावं."

डिंग मिंगनं भाषांतर करून सांगितलं, तरी कोणी जागचं हललं नाही. जिआनच्या मनात आलं की, त्यानंही तेच केलं असतं. समोरच्याला पिसाळवा आणि बोलतं करा आणि त्याच्या सीमा तपासा. ते कसं निभावतं ते पाहा, मग काही तासांच्या धमक्या आणि आश्वासनांनंतर त्याच्यावर धावा बोला, तोवर जादाची कुमक आली नाही तर.

पोलीस जिआनशी काहीतरी बोलण्यासाठी वळला.

जिआननं डिंग मिंगच्या डाव्या हाताची करंगळी पकडली आणि तो त्याला म्हणाला, "तुझी करंगळी मोडण्याचं मी नाटक करेन आणि तू खरोखर जोरात बोंब ठोक किंवा मी खरोखरच ती मोडतो आणि तू बोंब ठोक. तू कशाची निवड करशील?"

"नाटक, नाटक. मी बोंब ठोकेन."

"बोंब मार, हात झाड, पण तुझं डोकं मात्र हलवू नकोस, मला कसलाही अपघात व्हायला नकोय."

जिआननं करंगळी उलटी मुडपली आणि महिलेला ते आरशातून दिसेल, याची दक्षता घेतली.

"त्यांना सांग की, ती दोघं आत्ता कारमधून बाहेर पडली नाहीत, तर मी करंगळी मोडेन."

भाषांतर झालं; पण हालचाल नाही.

डिंग मिंगचा हात उबदार आणि घामेजलेला होता. तो स्वच्छ होता, त्याची त्वचा मऊ मुलायम होती. जिआनचा हात मळलेला आणि वयोमानानं सुरकुतलेला होता.

"तयार? बोंब ठोक. एक दोन तीन..."

जिआननं दोन्ही पोलिसांच्या दृष्टिआड जाईल असा डिंग मिंगचा हात खाली ढकलला आणि त्याच्या मागच्या बाजूवर त्यानं जोरदार चिमटा काढला.

डिंग मिंग किंचाळला आणि हात सोडवून घेऊन तो झाडू लागला, तो हुंदके देऊ लागला. जिआनला वाटलं, की तो जरा जास्तच नाटक करत होता; पण त्याचा परिणाम झाला. महिला पोलीस कारमधून उतरली आणि तिचा सहकारी दोन्ही सीट्सच्या मधल्या जागेतून तिच्या जागेवर जाऊन मग उतरला.

"त्यांना वीस पावलं पुढे जायला सांग. आता त्यांना पालथं पडायला सांग."

जिआन पटकन ड्रायव्हर सीटवर गेला. त्यानं गाडी सुरू केली आणि ॲक्सिलरेटरवर पाय चेपला. त्यानं कार रस्त्यावर घेतली आणि गिअर बदलला. त्यानं आरशात पाहिलं. पोलीस उठून उभे राहत होते; पण शीघ्र गतीनं धूसर होत होते.

त्यानं खिडकीतून काच बाहेर फेकून दिली. त्या काचेमुळे त्याचा हात कापला होता, त्यातून रक्त आलं होतं. त्यानं पॅन्टवर हात पुसला आणि झोंब घालवण्यासाठी झटकला. तरीही, याहून वाईट काहीही घडू शकलं असतं, याची त्याला कल्पना होती.

५३

डिंग मिंग म्हणाला, ''बॉसला सांगणं मला भाग होतं, माझ्याकडे दुसरा पर्याय नव्हता. त्यांनी माझ्या आईला बांधून ठेवलं होतं आणि ते तिचे दात उपटणार होते. कृपा करून मला समजून घेण्याचा प्रयत्न करा; त्यांनी माझ्या आईला बांधून ठेवलंय.''

जिआननं कारचा फॅन आणि हीटर चालू केला आणि त्याला सायरन सापडला. सायरन वाजू लागला आणि टपावरच्या रंगीत दिव्यांचं प्रतिबिंब त्याला बॉनेटवर दिसू लागलं. गाडीनं ऐंशीचा वेग पकडला.

''तुला पत्ता आठवतोय?''

''तुम्ही दहा किलोमीटर्सही जाऊ शकणार नाही. ते तुम्हाला पकडतील.''

जिआननं तिसरा गिअर टाकला आणि रस्त्याच्या मध्यावर गाडी घेतली.

''तुला पत्ता आठवतोय?''

जिआननं त्याला काळी डायरी दाखवली. ती त्यानं फॅन आणि हीटरवर वाळवली होती आणि तिची पानं आता सुकी, खुसखुशीत झाली होती; मात्र मजकूर धूसर झाला होता.

''डायरीत बघ, मी तुझ्या स्मृतीला उजाळा देतो. तू मला त्या फार्मवर नेतोएस. त्यानंतर मी तुला तुझ्या बॉसकडे सोडेन.''

''ते तुम्हाला पकडतील आणि गोळी घालून ठार मारतील.''

''आपण आता नकाशा मिळवू.''

''ते तुम्हाला पकडतील, तेव्हा तुम्ही त्यांना खरं काय ते सांगा. त्यांना सांगा की, तुम्हीच मला तुम्हाला मदत करायला भाग पाडलंत.''

''मी तुझ्या गळ्याला काच लावलेली त्यांनी पाहिली आहे – मला वाटतं ते त्यांना आधीच माहीत आहे.''

''तरीही तुम्ही त्यांना सांगाच.''

''मी त्यांना सांगेन की, मी तुझ्यावर जबरदस्ती केली. आतातरी नकाशा बघशील?''

''हे सगळं एवढं भयंकर आहे.''

''त्यांच्यापेक्षा तू माझ्याबरोबर आहेस, हेच तुझ्यासाठी बरं आहे. नकाशा पाहशील?''

''मी नकाशा पाहीन. पत्ता माझ्या लक्षात आहे; पण तुम्ही दहा किलोमीटर्सही जाऊ शकणार नाही.''

जिआननं आरशातून त्याच्याकडे पाहिलं. तो मागच्या काचेतून बाहेर पाहत होता, अर्थातच हेलिकॉप्टर्स शोधत होता. या वेळी त्याची भीती रास्त होती. अशा प्रकारे पोलिसांची कार पळवली गेली असती, तर त्याच्या खात्यानं त्यांची सारी शक्ती कारचोरामागे लावली असती, लाजिरवाणेपणामुळे इतर पथकांना कळवण्यात त्यांनी वेळ लावला असता तरीही.

बेड्या चमकल्या. हात पाठीमागे बेड्यांमध्ये अडकवलेल्या स्थितीत त्याला नकाशा पाहता येणार नाही. जिआननं आशा केली की, त्यांची किल्ली सीटखालच्या बेल्ट मध्ये असेल, ठाण्यावर नाही.

सायरन वाजत असलेल्या, दिवे लखलखत असलेल्या पोलीस कारच्या स्टिअरिंग व्हीलमागे जिआनला अत्यंत स्वाभाविक वाटत होतं. खड्डे नसलेले, पादचारी नसलेले, बैलगाड्या आणि हातगाड्या नसलेले रस्ते गतीला निमंत्रण देणारे होते. घरं आणि झाडं सटसट मागे पडत होती. त्याचे हात शिवशिवत असल्याचं त्याला जाणवलं, जे नेहमी तो वेगात गाडी चालवत असताना घडत असे.

''नकाशा मिळाल्यावर,'' डिंग मिंग म्हणाला, ''त्याच्यावर मी खूण करेन आणि त्यावरच इंग्लिशमध्ये पत्ता लिहीन, म्हणजे तो तुम्ही कोणालाही विचारू शकाल आणि मग तुम्ही मला परत सोडा.''

''तू तिथपर्यंत माझ्याबरोबरच येणारेस.''

''पण तुम्ही म्हणाला होतात की, तुम्ही मला परत सोडाल. तलावाकाठी तुम्ही मला सांगितलं होतंत, मला तसा शब्द दिला होतात.''

''मला आठवतंय, मला ठार मारण्याचा तू प्रयत्न केलास, त्याच्याआधी; पण तू पुन्हा माझी फसवणूक करशील, कुठंही खूण करशील. कदाचित पुन्हा एकदा बॉसला फोन करशील, त्यामुळे तू शेवटपर्यंत माझ्याबरोबर राहणारेस. तू मला तिथे पोहोचवल्यानंतरच मी तुला परत सोडेन, समजलं.''

समोर अवघड वळण आहे, हे दर्शवणारा फलक जिआनला दिसला. त्यानं एकदम गिअर बदलला आणि ब्रेक लावला, टायर्स करकरले. बंपर फलकाच्या खांबाला घासलं आणि गाडी पुन्हा सरळ झाली. डिंग मिंग दारावर कोलमडला.

''लाओ टिआन ए, लाओ टिआन ए,'' तो ओरडला.

५४

जिआन वळणावर वळला; तो पुढ्यातच एक गाडी चालली होती. ती सत्तरच्या गतीनं चालली होती, गाडीत एकटा ड्रायव्हर होता, बाकी कोणी नाही – जिआनला हवी होती तशीच परिस्थिती होती. त्यानं तिला मागे टाकलं, तो तिच्या पुढ्यात आला आणि त्यानं आपला वेग कमी केला. अपेक्षेप्रमाणेच ड्रायव्हारनं त्याची गाडी बाजूला थांबवली. जिआननं त्याच्या पुढे गाडी थांबवली आणि सायरन बंद केला.

डिंग मिंग उठून बसला. ''आता तुम्ही काय करणार आहात?'' त्याच्या स्वरात प्रश्नचिन्हाबरोबरच धास्ती होती.

जिआननं आरशातून ड्रायव्हरकडे पाहिलं. शांतपणे पोलिसाची वाट पाहणारा इसम, आपल्या समोरच्या व्हायजरमागून लायसन्स काढत असलेला. जिआननं सीटखालून बेल्ट काढला. त्याला पिस्तूल लावलेलं नसल्याचं पाहून तो वैतागला. पिस्तुलानं बऱ्याच गोष्टी सुलभ होतात. बेल्टला लावलेली हत्यारं होती, दांडका आणि स्प्रे कॅन. त्यानं या स्प्रेबद्दल वाचलं होतं. ते रशियन्स वापरतात. त्यातून येणाऱ्या गॅसनं डोळे आणि घश्याला झोंबतं.

म्हणजेच तो ड्रायव्हरवर गॅस फवारेल आणि गाडीचा ताबा घेईल. याचाच अर्थ, त्याला आणखी दोन तासांची मुभा मिळेल; पण त्याचा काही उपयोग नव्हता. त्यानं काळजी घ्यायला हवी की, त्याची कार हरवल्याची तक्रार ड्रायव्हरनं पोलिसात नोंदवता कामा नाही. डिंग मिंगच्या बेड्या काढून त्या ड्रायव्हरवर वापरायच्या आणि रात्रभरासाठी त्याला एखाद्या कुंपणाला जखडून ठेवायचं, हा पर्याय त्याच्या समोर होता.

त्यानं डिंग मिंगला गाडीतच थांबायला सांगितलं.

दोन्ही कार्समध्ये फार अंतर राहणार नाही, अशा बेतानं जिआननं आपली कार मागे घेतली. त्यानं बेल्ट कमरेला आणि दांडका बेल्टमध्ये अडकवला आणि स्प्रे कॅनच्या बटणावर बोट ठेवून तो त्यानं हातात तयार ठेवला. तो ड्रायव्हरवर स्प्रे फवारेल, त्याला पोलीस कारच्या डिकीत कोंडेल, ती कार तो एखाद्या आडबाजूच्या शेतात सोडेल, जिथे ती सकाळपर्यंत कोणाच्या दृष्टीस पडणार नाही, मग डिंग मिंगला बरोबर घेऊन परतेल आणि नव्या कारचा ताबा घेईल.

त्यानं स्वत:ला सावध केलं की, ड्रायव्हरला डिकीत कोंबण्यापूर्वी त्याच्याकडे

मोबाइल फोन नाही ना, ते तपासायला हवं. तसेच सगळा वेळ डिंग मिंगवर नजर ठेवणं आवश्यक होतं. तेवढ्यात त्याला त्याहून बरी कल्पना सुचली. तो ड्रायव्हरला पोलीस कारच्या डिकीत कोंबेल, डिंग मिंगला नव्या कारच्या डिकीत कोंबेल, पोलीस कार आडबाजूला सोडून परतेल आणि नवी कार घेऊन जाईल. हां, हे उत्तम होतं.

ड्रायव्हर काच खाली करत होता. जिआन पटकन त्याच्यापाशी पोहोचला, त्यानं स्प्रे कॅन उंचावला आणि मागच्या पॅसेंजर सीटवर वर्षाचं एक पोर पाहून तो गोंधळला.

त्यानं पटकन कॅन खाली घेतला. त्या बाळाच्या उपस्थितीनं सगळा मामला बिघडला होता. हॅन्डब्रेकजवळ ड्रायव्हर पुढे वाकला आणि जिआनला वाटलं की, तो शस्त्र उचलत आहे आणि तसं झालं, तर त्याला नाइलाजानं स्प्रे फवारावा लागेल; पण तसं न होता काच वर जाऊ लागली. काच वर-खाली करण्याचं बटण तिथे होतं.

ड्रायव्हरनं गिअर टाकला आणि कार झेपावली, ती पोलीस कारवर आदळली आणि तिचा एक हेडलॅम्प फुटला. ड्रायव्हरनं कार मागे घेतली. टायर्स करकरले, त्यानं स्टिअरिंग वळवलं आणि तो निघून गेला.

त्याच्या स्प्रे न फवारण्याच्या निर्णयावर जिआननं विचार केला. तो योग्य निर्णय होता – एवढा निष्पाप जीव त्याला धोक्यात घालायचा नव्हता; पण प्रामाणिकपणे कबूल करायचं, तर त्याच्या विचारानं नाही, तर मागच्या सीटवरच्या त्या गोमट्या चेहऱ्यानं आणि कुतूहलभरल्या टपोऱ्या डोळ्यांनी त्याची कृती रोखली होती.

ती योजना फसली होती. आता काय? त्यानं पोलीस कारची डिकी उघडली आणि त्याला त्यात एक मेडिकल बॅग, एक टूलकिट आणि अन्य किरकोळ सामान दिसलं. त्याची सकारात्मकता विरत चालली होती. त्यानं सगळा विचका केला होता, दळणवळणाचा पत्ता नव्हता, सगळी योजनाच डळमळीत झाली होती.

तो पोलीस कारमध्ये बसला आणि त्यानं बेल्टला लावलेली किल्ली काढली. तो डिंग मिंगशेजारी गेला आणि त्याचं तोंड खिडकीच्या काचेवर चेपलं.

''हं, तर तू तुझ्या बॉसला फोन केलास.''

डिंग मिंगचा गाल काचेवर चेपला होता. तशा अवघड स्थितीतच तो बोलला. ''तुम्ही मला घेऊन गेल्यानंतर त्यानं चीनमधल्या सर्पमस्तकांना कळवलं आणि त्यांनी आईला बांधून ठेवलं आणि मी तिला फोन लावला.''

किडकिडे हात हलल्याबरोबर बेड्या खळखळल्या. जिआनला डिंग मिंगच्या कोटावरून त्याचे मणके स्पर्शानं जाणवले आणि त्याच्या मनात आलं की, पोरगं केवढं कुपोषित होतं. गरीब बिचारं साधं नागरिक होतं, हतबल आणि कमनशिबी. त्याला अपराधी वाटू लागलं.

"तू त्याच्याशी संपर्क कसा साधलास?"

"मी त्याला फोन केला."

"तू त्याला पुन्हा फोन करशील?"

"छे, बिलकूल नाही."

त्याच्या बेड्या सुटल्याबरोबर डिंग मिंग पुढच्या पॅसेंजर सीटवर जाऊन बसला. जिआनला त्याच्या तारुण्याची आणि त्याच्या भविष्याची, तसंच त्याच्या पापभिरूपणाची आणि त्याच्या भयाचीही असूया वाटली. भीती वाटणं, याचा अर्थ असतो आशा असणं.

जिआन पुढे ड्रायव्हरच्या सीटवर स्थानापन्न झाला. डिंग मिंगनं त्याच्यावर पिस्तूल रोखलेलं होतं. भावनातिरेकानं तो गुरगुरला. त्यानं पिस्तूल ओळखलं – त्यानं या पिस्तुलानंच त्या गुंडावर गोळी झाडली होती. ती कालचीच घटना होती का?

डिंग मिंग म्हणाला. "मला समुद्रकिनाऱ्यावर परत घेऊन चला."

"ते तुला कुठं मिळालं?"

"ग्लोव्ह कंपार्टमेंटमध्ये."

"ते कुठाय याचा मी विचार करत होतो."

डिंग मिंगनं ते दोन्ही हातांनी धरलं आणि तरीही त्याची नळी थरथरत होती.

"मला समुद्रकिनाऱ्यावर घेऊन चला, आत्ताच्या आत्ता."

"नाहीतर काय? तू मला गोळी घालशील?" तसाच पुढे झुकत त्यानं डिंग मिंगला विचारलं, "तिथे तुला सिगारेटचं पाकीट दिसलं का?"

पुढच्याच क्षणी त्यानं डिंग मिंगचा हात बाजूला ढकलला आणि त्याचं मनगट पकडलं. दुसऱ्या हातानं त्यानं त्याला दारावर चेपवून ठेवलं आणि त्याच्यावरचा भार वाढवण्यासाठी तो उठून त्याच्यावर झुकला. तरीही पठ्ठ्यानं पिस्तूल सोडलं नाही, मग मात्र त्यानं डोक्यानं त्याला ढुशी दिली

डिंग मिंग किंचाळला आणि त्यानं पिस्तूल सोडलं. जिआननं पडलेलं पिस्तूल उचललं, त्याचा सेफ्टी कॅच ऑन असल्याची खातरी केली आणि ते आपल्या बाजूच्या दाराच्या कप्प्यात टाकलं.

डिंग मिंग चिरकला, "ओ, ओ, ओ, मला मारायचं थांबवा."

"थांब, मी बघतो काय झालंय ते," म्हणत जिआननं त्याचा चेहरा तपासला. "तुला व्यवस्थित दिसतंय? डोळ्यांपुढे तारे चमकतायत?"

"नाही."

"तुला कसं वाटतंय?"

"थकवा, भूक आणि भीती."

"तू उत्तम स्थितीत आहेस."

त्याला थोडं झिणझिणत राहील आणि थोड्या वेळानं टेंगूळ येईल. पोराचे डोळे पाणावत होते, वेदनेनं किंवा कदाचित हतबलतेनं.

"मला मारू नका, मला मारायचं थांबवा."

"सॉरी, मी पुन्हा मारणार नाही, ठीके?"

जिआननं ग्लोव्ह कंपार्टमेंटकडे निर्देश करत विचारलं, "तिथे नकाशा आहे?"

"आहे."

"उत्तम."

५५

डिंग मिंगनं ग्लोव्ह कंपार्टमेंटमधून रस्त्यांचा नकाशा काढल्याचं पाहून जिआनला बरं वाटलं. पोरानं विचारलं, "आता तुम्ही काय करणार आहात?"

"एखादी कार पळवणार, आतमध्ये बाळ नसलेली."

पण थोडा वेळ गाडी चालवूनही त्याला एकही वाहन दिसलं नाही. तो कुठं चालला आहे, याची कल्पना नसणं आणि कालापव्यय त्याला पसंत नव्हता. कदाचित पोलीस कार्सचा ताफा दिसण्याची शक्यता जास्त होती.

"तुम्ही असं कोणालाही थांबवून त्यांची कार ताब्यात घेऊ शकणार नाही. लोकांकडे पिस्तुलं असतात."

"अस्सं? तू नकाशा पाहा. आपण कुठं आहोत ते शोधून काढ."

पुढे, वळणावर एक कार वळत होती. तिला गाठण्यासाठी जिआननं वेग वाढवला, पण त्यामुळे बाजूचा एक छोटा रस्ता त्यानं मागे टाकला आणि त्याला थांबून परत मागे फिरावं लागलं. कार पुढे गेली होती, पण तिचे ब्रेक लॅम्प्स जिआनला दिसत होते.

तो परिसर चांगला होता – उंच झुडपं असणारा, इमारती नसलेला आणि रस्त्याच्या दुतर्फा शेती असलेला. तिथे तो ती पोलीस कार सोडून देऊ शकला असता. त्यानं कारला जवळजवळ गाठलं. तिनं एका कार पार्कमध्ये प्रवेश केला. तिचा वेग मंदावला.

जिआननं बसल्या जागी स्वतःला सावरलं. आतमध्ये कोणीही असो; तो दयामाया दाखवणार नव्हता. सायरन चालू करण्यासाठी तो पुढे झाला; पण पुढचं दृश्य पाहून त्यानं बेत रद्द केला. झाडांच्या गराड्यात असलेल्या कार पार्कमध्ये सहा-सात कार्स होत्या. पुरुषांचा एक गट एका प्रशस्त व्हॅनमध्ये डोकावून पाहत होता आणि दुसरा एक जण कारच्या काचांवर व्हिडिओ कॅमेरा रोखून होता. व्हॅनचं मागचं दार उघडलं आणि आतमध्ये एक पुरुष जोरजोरात लयबद्धपणे हलत असल्याचं जिआनला दिसलं.

त्याच्या कारच्या उजेडात त्याला व्हॅनमध्ये हाता-पायांची गुंतगागुंत दिसली. बाप रे, आतमध्ये नागवी माणसं होती; पण त्याला बसला त्याहून अधिक धक्का त्या लोकांना बसला.

पोलीस कार पाहून तिथे एकच गोंधळ माजला. अर्धनग्न माणसं इकडून तिकडे धावू लागली, व्हॅनचं दार बंद झालं.

"हे काय चाललंय?" पोरानं विचारलं.

कार्सची दारं धडाधड बंद झाली आणि इंजीन्स सुरू झाली. गाड्या निघाल्या, तसे त्यांचे दिवे मागे पुढे इकडेतिकडे उजेड फेकू लागले.

जिआननं सायरन चालू केला आणि गाडी पुढे घातली. पुढची दारं उघडी असलेली एक पांढरी व्हॅन आणि एक काळी स्पोर्ट्स कार एकमेकांशेजारी उभ्या होत्या. त्यांच्या पुढच्या तीन लोकांनी पटपट हालचाली केल्या, त्या दोन गाड्यांची दारं बंद झाली आणि त्या पुढे झेपावल्या. त्या गाड्या शेजारून जाताना जिआनला दिसलं की, एक अर्धनग्न पुरुष गाडी चालवत होता आणि मागच्या बाजूला बसलेलं जोडपं शरमेनं माना खाली घालून होतं. त्यानं कार उभ्या असलेल्या एकमेव गाडीजवळ – व्हॅनजवळ घेतली.

"सेक्स पार्टी," डिंग मिंग ओरडला, "त्यांची सेक्स पार्टी चालू होती."

"इथंच थांब."

व्हॅनचं पुढचं दार उघडं होतं, पण तिची किल्ली दिसत नव्हती. तिचा ड्रायव्हर बहुधा स्पोर्ट्स कारमधून गेला असेल. त्यानं शिवी घातली. त्यानं एवढा वेळ फुकट घालवला होता. मेन रोडवर जायचं, रस्ता अडवायचा आणि येणारं पहिलं वाहन ताब्यात घ्यायचं किंवा एखाद्या घरात घुसून कारची किल्ली मिळवायची, आणखी काही लोकांना दहशत दाखवायची, या विचारांनी तो नाउमेद झाला. त्याच्या योजनेत दळणवळणाची अडचण त्याच्यासाठी अतिशय त्रासदायक होती.

"मी कदाचित ती सुरू करू शकेन," डिंग मिंग म्हणाला. "इग्निशनखाली चार वायर्स असतात, त्यातल्या तीन तुम्ही एकमेकींना जोडायच्या आणि त्यांनी चौथीला स्पर्श करायचा. मी तुम्हाला मदत केली, हे कोणाला सांगू नका. तुम्ही स्वत:च ते केलंत, असं त्यांना सांगा."

"त्याला किती वेळ लागेल?"

"मला ते पाहायला लागेल."

दोघांनी मिळून स्टिअरिंग व्हीलमागचं कनेक्शन पाहिलं.

"आधी तुम्हाला ते काढावं लागेल, त्यासाठी स्क्रू-ड्रायव्हर हवा."

जिआनला डिकीत हातोडी मिळाली. तिच्या साहाय्यानं त्यानं कनेक्शन हाउसिंग फोडलं. आतल्या वायर्स उघड्या पडल्या.

"हे मी केल्याचं कोणाला कळलं, तर तुम्ही मला ते करायला लावलंत," डिंग मिंग म्हणाला. "ते करण्यावाचून मला गत्यंतर नव्हतं."

"बरोबर. मी तुला धमकी दिली, की तू ते कलं नाहीस, तर मी तुझी करंगळी मोडेन."

डिंग मिंगनं स्टिअरिंग व्हीलखाली डोकं घातलं आणि जिआननं वरून पोलीस टॉर्च धरली.

"माझ्या चुलत भावानं मला हे दाखवलं. तो लॉरी ड्रायव्हर आहे. त्यांना सगळ्यांनाच हे माहीत असतं, कारण ते पिऊन तर्र होतात आणि गाडीच्या किल्ल्या हरवतात. इथे उजेड पाडा. हां, वायर्स सापडल्या."

"तुला ती सुरू करता येईल की नाही?"

"जरा अडचणीचं आहे आणि इथल्या सेक्स पार्टीतल्या लोकांचं काय? मला त्यांच्याविषयी वाईट वाटलं. त्यांना प्रेमळ जोडीदार मिळाले नसणार."

"लवकर सुरू कर. ही न्यायला कोणीतरी एवढ्यात परतेल."

पण डिंग मिंगनं डोकं बाहेर काढलं.

"मला एक सवलत दिलीत, तर मी इंजीन सुरू करेन."

"धोरणी शेतकरी."

"मी आईला फोन करू, प्लीज? मला तिची काळजी वाटत्ये. त्यांनी तिला बांधून ठेवलंय."

"मी तुला तुझ्या बॉसकडे सोडेन, मग सगळं ठीक होईल."

"पण मला फोन करायचाय."

"तुझी आई ठीक आहे. नीट विचार कर. तुझ्या बॉसनं आणि त्याच्या माणसांनी व्हॅन पाण्यात बुडलेली पाहिली आहे. ते समजले असतील की, तिच्यात माझ्याबरोबर तूही होतास. त्यांनी गृहीत धरलं असणार, आपण दोघंही मेलो. तुझ्या बॉसनं ते चीनमधल्या सर्पमस्तकांना कळवलं असणार आणि त्यांनी ते तुझ्या आईला सांगून तिला दु:खात लोटलं असणार."

"मग तर मला तिला फोन करायलाच हवा."

एक वाहन येत होतं. त्याचे दिवे खाली होते. ती स्पोर्ट्स कार होती.

"व्हॅन चालू कर," जिआन म्हणाला. "तू तिला फोन करू शकतोस; पण तू तिच्याशी मॅन्डरिनमध्ये बोलशील आणि तू जिवंत असल्याचं तेवढं सांगशील, बाकी काही नाही."

"तिला मॅन्डरिन समजत नाही."

"ती तुझा आवाज ओळखेल."

त्यानं पोलीस कारचा सायरन चालू केला. तिच्या टपावरचे लाइट्स फिरू लागले आणि त्यांच्या उजेडात जिआनला डिंग मिंग स्पष्ट दिसू लागला, म्हणून येणाऱ्या पाहुण्यांचे डोळे दिपवण्यासाठी जिआननं हेडलॅम्प्स अपरवर टाकले.

स्पोर्ट्स कार थांबली आणि तिच्यातून उतरलेला मनुष्य डोळ्यांवर हात ठेवून ओरडून बोलू लागला.

''त्याला तिथेच थांबायला सांग,'' जिआननं डिंग मिंगला सूचना केली. डिंग मिंगनं ओरडून सांगितलं; पण उलट तो पाहुणा दोन पावलं पुढेच आला. डिंग मिंगनं पुन्हा ओरडून सांगितलं, मग मात्र पाहुणा थांबला. त्याच्या अंगावर शर्ट होता, पण पायांत बूट आणि कमरेला पॅन्ट नव्हती. तो एकसारखा एक पायावरून दुसऱ्यावर उभा राहत होता. त्याला बहुधा जमीन टोचत होती.

डिंग मिंग म्हणाला, ''आपण काय करतोय, ते तो विचारतोय. म्हणतोय, त्याच्या काही वस्तू घेण्यासाठी त्याला व्हॅनमध्ये जायचंय.''

''उलटं फिरून हात डोक्यावर घ्यायला सांग त्याला.''

डिंग मिंगच्या सूचनेप्रमाणे पाहुण्यानं केल्यावर डिंग मिंगनं पुन्हा आपलं काम सुरू केलं; पण आता एक स्त्री कारमधून उतरून ओरडू लागली. ''जमिनीवर पालथं पडून हात डोक्यांवर घ्यायला त्यांना सांग. तू चिडल्याचं त्यांना कळू दे,'' जिआन म्हणाला.

पुरुषानं जमिनीवर हात टेकले, पण स्त्री बधायला तयार नव्हती. ती पुढे आली.

डिंग मिंग म्हणाला, ''आपण चिनी पोलिस आहोत का आणि आपण काय करतोय, असं ते विचारताहेत. ते म्हणाताहेत की, ते केवळ पार्टी करत होते आणि ते बेकायदेशीर नाहीए.''

''त्यांना म्हणावं आम्हाला बॉम्ब सापडलाय.''

''ते इंग्लिशमध्ये कसं सांगायचं, ते मला माहीत नाही.''

जिआननं वैतागून केसांमधून हात फिरवला. त्याच्या मनात आलं की, तो जगाच्या दुसऱ्या कोपऱ्यात स्वच्छंदी लोकांची कार चोरण्यात फसला होता.

''त्यांना सांग, की इथे एक सशस्त्र इसम आहे. तो इथेच कुठंतरी लपलाय. त्यांच्या स्वत:च्या सुरक्षिततेसाठी त्यांनी जमिनीवर आडवं पडून राहावं, असं त्यांना सांग.''

''हे खूपच कठीण आहे.''

पण तरी तो काहीतरी ओरडला आणि या वेळी त्याच्या आवाजात जरब होती. स्त्री जमिनीवर आडवी झाली आणि कारमधून आणखी एक पुरुष उतरला आणि तोही आडवा झाला. डिंग मिंगचं काम पुढे चालू झालं. व्हॅनचं इंजीन चालू झालं आणि स्वत:वर खूश होत तो हसू लागला.

जिआन व्हॅनमध्ये बसला. अचानक त्याच्या लेकीची प्रतिमा त्याच्यासमोर साकारली. त्याच्या शेजारच्या सीटवर बसून ती त्याच्याशी एका सिनेमावर बोलू लागली. तिनं सीट बेल्ट लावला. तेवढ्यात प्रतिमा विरली. जिआनच्या मनात पोकळी निर्माण झाली. त्याच्यासाठी ती नसलेली उपस्थिती नव्हती, तर असलेली अनुपस्थिती होती. तशीच तिची आईदेखील. केवढ्या पोकळ्या तो वागवत होता.

डिंग मिंगनं विचारलं, ''काय झालं?''

''नाही, काही नाही.'' त्यानं स्टिअरिंग व्हील वळवलं, पण ते वळलं नाही त्यानं रागानं त्याच्यावर थाप मारली. ते लॉक झालेलं होतं. हे आधीच त्याच्या लक्षात यायला हवं होतं. त्याच्या खात्याच्या गाड्यांनाही ही सुविधा होती. डिंग मिंगच्या चेहऱ्यावरचं हसू मावळलं.

५६

''शी!'' जिआन ओरडला आणि गाडीबाहेर येऊन त्यानं पाहुण्यांवर पिस्तूल रोखलं. पाहुणीचा श्वास रोखला गेला आणि एका पाहुण्यानं तिचा हात धरला.

स्पोर्ट्स कारची किल्ली अजून इग्निशनलाच होती. जिआन तिच्यात जाऊन बसला. तिची लेदर सीट करकरली. ही सीट मागे झुकलेली होती आणि पायांतली पेडल्स एकमेकांजवळ होती. त्याला अशी सवय नव्हती.

''पटकन, पटकन,'' डिंग मिंग म्हणाला आणि जिआन शेजारी बसला.

जिआननं गिअर्स शिफ्ट करून पाहिले आणि पेडल्सचं प्रेशर तपासलं. हे यंत्र एवढं शक्तिशाली होतं की, सराव व्हायला वेळ लागणार होता.

त्यानं स्पोर्ट्स कार पोलीस कारजवळ नेली आणि तिच्यातले बेल्ट्स मेडिकल किट, टूल किट आणि नकाशा स्पोर्ट्स कारच्या बकेट सीट्समागच्या छोट्या मोकळ्या जागेत टाकल्या.

''पटकन, ते उठतायत.''

जिआननं गिअर टाकला आणि वेगात गाडी वळवत रस्त्यावर घातली.

''याला म्हणतात कार!'' डिंग मिंग म्हणाला. ''हे पाहिलंत? आरशांची दिशा बदलण्यासाठी इथे बटण आहे. शिवाय सीडी प्लेअर. ही एखाद्या स्पेसशिपसारखी आहे.''

''कशालाही हात लावू नकोस.''

बकेट सीटमध्ये मागे झुकलेल्या, डोळ्यांसमोर लखलखणाऱ्या डायल्स पाहणाऱ्या जिआनला वाटलं की, तो ड्रायव्हर नसून पायलट होता. गाडी अत्यंत वेगात रस्ता कापत होती, पण जिआनला अजून पत्ता नव्हता की, तो योग्य दिशेनं जात होता की नाही.

''तो नकाशा बघ. आपण कुठं आहोत ते शोध.'' तो म्हणाला. ''सगळीकडे फलक आहेत.''

''ती जहिरात आहे. चालवत राहा. आपण शहरात पोहोचल्यानंतर कळेलच. इथे तुम्हाला लाइट लावता येईल?''

ही कार चोरून काहीच लाभ झाला नव्हता. ते पोलिसांना फोन करतील आणि सगळीकडे संदेश जाईल. आत्ता या क्षणी जातही असेल. 'चिनी अपहरणकर्त्यानं

अमुकअमुक नंबरची काळी स्पोर्ट्स कार चोरली. त्याला जिवंत अथवा मृत पकडा.' पुरं खातं पिसाळलेलं असेल, कारण चोरानं त्यांच्या खात्याची गाडीही पळवली होती. त्यामुळे त्याला पकडण्यासाठी देशातला प्रत्येक पोलीस आसुसलेला असेल.

''तुम्ही म्हणाला होतात की, मी फोन केला तरी चालेल. मी तुमचा फोन वापरू?''

''नाही.''

जिआनकडे त्याच्या लेकीचा गुलाबी फोन आता नव्हता. तो त्याच्या पाकिटाबरोबर तलावात हरवला. तो पोहत असताना तो पडला असावा. त्याचं सारं ध्यान त्या पत्त्यांच्या डायरीवर एकवटलेलं असल्यामुळे इतर वस्तूंकडे त्याचं दुर्लक्ष झालं होतं.

''तुम्ही म्हणाला होतात की, मी तिच्याशी मॅन्डरिनमध्ये बोललो, तर तुम्ही मला बोलू द्याल. तुम्ही कबूल केलं होतंत की, मी व्हॅन चालू करून दिली, तर तुम्ही मला तिच्याशी बोलू द्याल. मी व्हॅन चालू केली.''

''पण त्याचा उपयोग झाला नाही. तू स्टिअरिंग लॉक केलंस. आपला करार रद्द झाला.''

''प्लीज.''

''माझा मोबाइल डिस्चार्ज झालाय.''

''मला आईशी बोलायला हवं. त्यांनी तिला खुर्चीला बांधून ठेवलंय.''

हा इसम जुन्या रेकॉर्डसारखा आहे. स्वरात अधीरपणा येऊ न देण्याचा प्रयत्न करत जिआननं पुन्हा तीच कारणं दिली.

''नीट विचार कर. त्यांना वाटतंय, की तू मेला आहेस, माझ्याबरोबर व्हॅनमध्ये बुडलास. आता तुझ्या आईला त्यांनी धमकावण्याचं कारणच उरलं नाहीए किंवा तुझ्या कुटुंबातल्या कुणालाही धमकावण्याचं. तू मुक्त झाला आहेस. तुला कळतंय? खरंतर तू त्यांना फसवलंयस. ते समजलेत, की तू मेला आहेस. याचा अर्थ ते तुझं कर्ज वसूल करणार नाहीत, ते त्यांनी बुडीत खाती टाकलं.''

''छे; त्यांनी तसं आम्हाला स्पष्ट सांगितलं होतं. आम्ही मेलो, तरी आमचं कर्ज तसंच राहतं. ते आमच्या कुटुंबाकडून वसूल करतील.''

''सगळं काही ठीक होईल. मी जिथे चाललोय, तिथे जाईपर्यंत तू मला मदत कर, म्हणजे सगळं ठीक होईल.''

स्वत:ला वाटत नसलेला हुरूप त्यानं शब्दांतून व्यक्त केला. हे म्हणजे लहान मुलांशी बोलण्यासारखं होतं. जे त्याच्या स्वभावात नव्हतं. वास्तविक शांतपणे, काही न बोलता प्रवास करणं त्याला पसंत होतं; पण पोरगं निराश झालेलं त्याला नको होतं.

''तुला सापडलं?''

"गाव दाखवलेलं नाहीए. नकाशात फक्त शहरं दाखवल्येत"

"राज्य शोध."

डिंग मिंगनं त्याला नकाशाची मागची बाजू दाखवली, अख्ख्या बेटाची.

"आपण इथे आहोत. पाहिलंत? इंग्लंडचा आकार उकिडव्या बाईसारखा आहे आणि आपण आता तिच्या पुष्ट नितंबांवर उतरत आहोत."

"आणि ती दिशा कोणती आहे?"

"मला माहीत नाही. तुम्ही मला परत सोडाल." डिंग मिंगची भुणभुण सुरू झाली, "तेव्हा ते मला शिक्षा करतील, असं तुम्हाला वाटतं?"

"त्यात त्यांचा काय फायदा आहे? ते तुला सरळ कामाला लावतील."

"मला वाटतं त्यांना कळेल की, मी तुम्हाला मदत केली."

"तू सांगायचंस की, तू माझ्या तावडीतून निसटलास आणि तुझ्या बॉसला फोन केलास आणि ती व्हॅन पाण्यात बुडल्यानंतर परत जाण्यासाठी तू त्या छान चिनी मुलीची मदत घेतलीस."

स्वरात विश्वास प्रकट करण्याचा प्रयत्न करत तो बडबडत राहिला.

"सरळ विचार कर आणि त्याला चिकटून राहा. तू एवढा मार खाल्ला आहेस, हे एका दृष्टीनं बरंच आहे – ते पाहून त्यांना तुझं पटेल. त्यांना दिसेलच की, तू खूप भोगलं आहेस."

डिंग मिंगनं बोटानं टेंगूळ चाचपलं.

ते भविष्य एवढ्या दूरवरचं होतं की, त्यावर विचार करण्यात अर्थच नव्हता. त्याची चिंता समजण्यासारखी होती; पण संदर्भहीन. पोराला वाटतंय, की सगळं काही ठीक होईल. त्यांना जिथे जायचंय, तिथे ते जातील आणि जी माणसं मरायला हवीत, ती मरेपर्यंत तो कारमध्येच अंगठे चोखत बसून राहील आणि मग ते काही झालंच नसल्याप्रमाणे परततील.

"सगळं काही ठीक होईल. आपण कोणत्या रस्त्यावर आहोत, ते तुला कळलं?"

"शोधतोय. कठीण आहे. तुम्ही एवढ्या वेगात जात आहात, मला फलक दिसत नाहीएत. तुम्ही नंतर काय करणार आहात?"

"कशानंतर?"

"मला समुद्रकिनाऱ्यावर सोडल्यानंतर."

जिआनला अपराधी वाटलं, कारण गुलाबी फोनमधल्या एसएमएसमधल्या पत्त्याशिवाय या पोराला परत सोडणं खूप कठीण होतं, किंबहुना अशक्यच होतं.

"त्याच्याशी तुझा काही संबंध नाही."

जिआननं त्याचा विचारही केला नव्हता आणि तो त्यानं आता करावा, असंही

त्याला वाटत नव्हतं. त्याच्या लेकीचा खून केलेल्या नराधमांना तो ठार मारील, तेव्हा तो पुढच्या शक्यता तपासेल. योजना आणि फलितंचा विचार करेल; पण त्यानंतरच्या जीवनाची तो कल्पना करू शकत नव्हता. आणखी जगण्याची कल्पना सुखकर नव्हती. त्याला जाणवलं की, तो मरणाची अपेक्षा करत होता.

५७

जिआननं वेग वाढवला, पण ते त्याला जाणवतही नव्हतं. विंडशिल्डपलीकडे पाहणं त्याला टीव्ही पाहण्यासारखं वाटत होतं, कार जणू रेल्वेच्या रुळांवरून चालत होती.

"ही अप्रतिम कार आहे. काडतुसासारखी सुसाट जाते. खालच्या गिअरवर कुरकुरते, पण पन्नासच्या वर ती उडत जाते. तिचा आवाज बघ."

त्याचं डिंग मिंगकडे लक्ष गेलं. तो सीटच्या कोपऱ्यात बसून होता आणि आता कुठल्याही क्षणी त्याला रडू फुटेलसं वाटत होतं.

"आता काय झालं?"

"मला कधी वाटलंही नव्हतं, की मी कधी एवढ्या भारी कारमध्ये बसेन, पण मला त्याचा आनंदही घेता येत नाहीए."

एवढी भारी गाडी तुम्हाला रडवू कशी शकते? पण पोराला सांभाळून घ्यायला हवं.

"तू फार विचार करू नकोस. तुझी आई ठीक आहे, तू ठीक आहेस. मी तुला परत सोडेन, तू बचत करशील आणि एक दिवस तूही अशी गाडी घेशील."

त्याच्या हुंदक्यांनी जिआन वैतागला. जणू त्याला त्याच्या समस्या पुरेशा नव्हत्या. या पोरानं निदान त्याच्या लेकीच्या खुनाची फिल्म तरी पाहिलेली नव्हती. त्याची स्टिअरिंगवरची पकड घट्ट झाली आणि ॲक्सिलरेटरवरचा पाय दबला गेला. रस्त्याकडेच्या एका खोक्यातून फ्लॅश उडाला.

"तो कॅमेरा होता," डिंग मिंग म्हणाला. "त्यानं फोटो घेतला. आता त्यांना कळलंय आपण कुठं आहेत ते."

"तू बिथरलायस. ती पाटी बघ. आपण कुठं आहोत?"

ते शहराजवळ पोहोचले. जिआननं वेग कमी केला. वाहतुकीत, पादचाऱ्यांच्या आणि इमारतींच्या मध्ये त्याला उघडं वाटू लागलं. तो लाल सिग्नलवर थांबला.

डिंग मिंगनं बोट दाखवलं. "ती पोलीस कार आहे?"

होय, ती पोलीस कारच होती, जय्यत तयारीत. उलटं फिरून पळून जाण्याचा जिआननं विचार केला, पण तसं केलं, तर ते नक्कीच पाठलाग करतील. तो एकीला मागे टाकेल, पण आणखी किती येतील? रस्ते अडवले जातील, नेमबाज नेमले जातील.

कदाचित काहीच घडणार नाही. सिग्नल मिळाल्यावर तो त्यांच्यावरून सरळ पुढे निघून जाईल. तो स्टिअरिंग व्हीलवर बोटांनी ताल धरू लागला. त्याच्यासमोरून कुत्र्याला घेऊन एक इसम रस्ता ओलांडत होता. या लोकांचं कुत्र्यांवर एवढं प्रेम का? त्यांना ते आपल्या पोरांहून अधिक आवडतात असं दिसतं. त्यांच्यामागे आणखी एक कार येऊन थांबली. अडकलं जाण्याच्या भावनेनं जिआन अस्वस्थ झाला. डिंग मिंग मागची सीट चाचपडत होता.

"तू काय करतोयस?"

"मी तुमचा ओलीस आहे." तो बेडी अडकवत होता आणि ती बंद करण्याच्या बेतात होता.

"मूर्खपणा करू नकोस." म्हणत जिआननं ती त्याच्याकडून काढून घेतली आणि तो तिच्यावर बसला. सिग्नल हिरवा झाला. डिंग मिंगनं दार उघडलं. जिआननं त्याचं बखोट धरून त्याला मागे खेचलं.

"मी जात नव्हतो; फक्त ते उघडं ठेवत होतो."

मागच्या कारनं हॉर्न वाजवला. डिंग मिंगच्या मांडीवरून नकाशा खाली पडला आणि दाराच्या फटीतून रस्त्यावर गेला. जिआननं त्याला सांगितलं, "बाहेर पड, तो उचल आणि दार लावून घे."

पुन्हा हॉर्न.

"ठीक आहे?"

"हं."

त्यानं नकाशा उचलला आणि दार लावून घेतलं. जिआननं कार पुढे घातली, पोलीस कारशेजारून तो पुढे गेला. ती रिकामीच होती. तो वळला आणि थांबला.

"तू सारखा घाबरणारेस? माकडचेष्टा करत राहणारेस? तू असाच खुळेपणा करत राहणार असशील, तर मला तुझा काही एक उपयोग नाही. तुला तणाव जाणवायला लागला, तर तू एक ते तीन आकडे म्हण."

त्यानं बेडी मागे टाकली.

"झटकन कृती केली पाहिजे, असं समजू नकोस. आधी विचार कर, मग कृती कर. सावकाश करणं खातरीशीर असतं आणि खातरीशीर असतं ते गतिशील. नकाशा पाहा. आपण कुठं आहोत?"

"आपण..." तो इंग्लिशमध्ये बडबडला. "आपण शहर पार करायला हवं – मग आपण... सरळ दक्षिणेकडे जायचं. त्यानंतर आपण योग्य प्रदेशात पोहोचू."

"ते किती दूर आहे?"

"दोनशे किलोमीटर्स."

"तिथे पोहोचल्यावर आपण चांगला नकाशा मिळवू."

शहरातून गाडी चालवणं तणावपूर्ण होतं. घरी जिआन क्वचितच सिग्नल देत असे, त्याला वाटेल, तेव्हा तो उलटा फिरत असे, वळत असे, त्याला हटकणारं कुणी नव्हतं तिथे; पण इथे त्याला कुणाचं लक्ष वेधून घ्यायचं नव्हतं, त्यामुळे तो काळजीपूर्वक नियमांचं पालन करत होता; पण खरंच, ते अति होते. काही रस्त्यांवर एकाच दिशेनं वाहतूक होती, तर काहींवर उजवीकडे किंवा डावीकडे वळणं प्रतिबंधित होतं, हा रस्ता वळण्यासाठी होता, हा सरळ जाण्यासाठी, तर हा केवळ बसेससाठी. सिग्नल्स, पादचारी आणि स्पीडब्रेकर्स यांमुळे रस्त्यावरचा प्रवास म्हणजे अडथळ्यांची शर्यत वाटत होता. त्यातून त्याच्या कारला खालच्या गिअर्सवर चालणं पसंत नव्हतं.

निदान डिंग मिंग तरी त्याच्या कामात व्यग्र दिसत होता. फलकांचे अर्थ सांगणाऱ्या पानावर तो होता आणि एखादा फलक दिसला, की तो ओरडून सांगत होता, ''तिथे तुम्ही थांबणं अपेक्षित होतं, पुढे रस्ता बंद आहे,'' किंवा, ''हा एकदिशा मार्ग आहे, वळा, वळा.''

अद्याक्षर आणि ४६ आकडा असलेल्या मार्गाच्या दिशेनं ते चालले होते. अनेक वळणं, आडवळणं करून ते त्याच्यावर आल्यासारखं त्यांना वाटत होतं. जिआनला जाणवलं की, तो एवढा झुकून बसलेला होता की त्याची हनुवटी जवळजवळ स्टिअरिंगला टेकतच होती.

समोर रस्ता खुला होता. त्यावर तुरळक मानवी खुणा होत्या – केवळ रेषा आणि दिवे आणि कडेला आकडे आणि आकृती. यांत्रिक आणि मंत्रमुग्ध करणारं, गतीसाठी केलेली सोय. जिआननं पाय खाली दाबला. त्याच्या स्पीडोमीटरचा काटा नव्वद जवळ पोहोचला, म्हणजे जवळजवळ ताशी एकशे पंचेचाळीस किलोमीटर्स. त्यानं जीवनात एवढी गती कधीच अनुभवली नव्हती. रेल्वेसुद्धा या वेगानं जात नाही.

डिंग मिंग एकसारखा खिडकीतून बाहेर वाकून पाहत होता. कोणती गोष्ट त्याचं लक्ष वेधत होती, ते जिआनला कळत नव्हतं. रस्त्याकडेला काहीही नव्हतं, त्यांच्याकडल्यासारखे ना नाष्ट्याचे स्टॉल्स ना हॉटेल्स, केवळ कुंपणं आणि शेतं होती. या दृश्यानं त्याला त्याच्या घरच्या परिसराची, तिथल्या वैराण वातावरणाची आठवण आली, जिथे मनुष्याची एकाकीपणाची भावना वाढते.

त्याला जाणीव झाली की, गेल्या काही तासांमध्ये प्रथमच त्याला घरची आठवण झाली होती. जीभ दुखऱ्या दाताकडे सारखी आकर्षिली जाऊन तिथे कळ उठावी, तशी त्याच्या मनानं घराकडे धाव घेतली. त्याला त्याच्या सहकाऱ्यांचे चेहरे आणि तो रत झालेल्या मुलींचे देह आठवत नव्हते. त्यानं शेजारच्या आकृतीकडे पाहिलं, जी आपल्या नात्यांमध्ये रममाण होती, स्वत:ची ऑडी असण्याचं स्वप्न बाळगून होती आणि त्याला वाटलं, की ती आकृती म्हणजे मूर्खपणाचे विचार

करणारा यःकश्चित मनुष्य होता. तिथे त्याचं मोठं घर होतं, मोठ्ठा टीव्ही असलेलं. सगळा दिखावा आणि क्वचितच वापर. ते सगळं केवढं व्यर्थ होतं.

फोन वाजला आणि त्यानं तो उचलला. त्यानं तिच्या अभ्यासाची आणि खाण्या-पिण्याची चौकशी केली. संभाषण पटकन संपावं, असं त्याला वाटत होतं, कारण त्यानं पिण्याची तयारी करून ठेवली होती. त्याला पुन्हा दुःख झालं, तिथेच. त्याला बोलायचं नव्हतं, कारण त्याला पर्वा नव्हती.

''तुमचं काय चाललंय?'' पोरगा ओरडला आणि रस्ता सोडून चाललेली कार जिआननं पुन्हा सरळ केली. ''नीट लक्ष ठेवा.''

''हां, हां. तू काय पाहतोयस?''

''गायी.''

''कुठं आहेत?''

''सगळीकडे. तुम्ही एक पाहिलीत, की तुम्हाला शेकडो दिसतात. कुत्र्याच्या छत्र्यांसारख्या. मला त्या आवडत नाहीत. त्या स्वार्थी दिसतात. ''

''काय?'' न उमजून जिआननं विचारलं.

''एका गायीकडे एवढी जमीन आहे, जेवढी चीनमधल्या एका कुटुंबाकडेही नसते. काहीतरीच आणि आणखी एक. जिकडे पाहावं तिकडे गायींची शेती दिसते. भाज्या कुठं आहेत? आणि कारखाने आणि खाणी कुठं आहेत? हे सगळं न पटणारं आहे.''

''शेती, कारखाने आणि खाणी दुसऱ्या देशांमध्ये असतात.''

''हे सगळे गायमानव आहेत.''

''म्हणजे?''

''तेही त्यांच्या गायींसारखेच बथ्थड आहेत. त्यांचं जीवन केवढं सोपं आहे. त्या कशा त्यांच्या शेतात काही न करता फक्त चरत राहतात. कसलीही चिंता नाही. दिवसभर मूर्खासारखं फक्त चरत राहायचं आणि माझ्यासारखी माणसं म्हणजे उंदीर. आम्ही बिळांमधून राहतो, घाणेरडं अन्न खातो, ससाण्यांच्या भीतीखाली वावरतो आणि आमचं जीवन म्हणजे कटुता आणि संघर्ष आणि आम्ही सदोदित भयग्रस्त असतो.''

''उंदीर घाणेरडं अन्न खात नाहीत.''

त्यांनी बाजूला उभी असलेली एक पोलीस कार ओलांडली.

''पोलीस, पोलीस. ''

''शीः!''

जिआननं आरशात पाहिलं, पोलीस कार त्यांच्या मागावर निघाली होती.

५८

पोलीस कार त्याला गाठू शकणार नाही, यात शंकाच नव्हती; पण त्यानं समस्या सुटणारी नव्हती. आणखी कार्स त्याचा पाठलाग करतील, रस्ते अडवले जातील, वगैरे वगैरे. त्याच्याकडे एकमेव मार्ग होता आणि तो म्हणजे पुन्हा वाहन बदलेपर्यंत पाठलाग चुकवायचा. त्यानं वेग वाढवला, एकशे वीस.

''पुढचा मोठा चौक कुठं आहे?''

पोरगा घाबरलेला होता. ''तुम्ही खूप जोरात जाताय.''

''पुढचा चौक... कुठाय?''

पोराच्या थरथरत्या हाताचं बोट लाल रेषेवरून फिरलं.

''चौतीस. जवळच आलाय. तिथून तुम्ही दक्षिणेकडे किंवा उत्तरेकडे जाऊ शकता.''

''आपण वेगात तिथे पोहोचू. आपण कुठं गेलो, ते त्याला कळणार नाही आणि त्याच्याकडे चार पर्याय असतील. आपण आलो त्या दिशेला उलटे फिरू, त्याला त्याची अपेक्षा नसेल. तू तुझा सीट बेल्ट लाव आणि मग माझा लावायला मदत कर.''

पोलीस कारचा सायरन वाजत होता, पण तो क्षीण होत चालला होता आणि जिआनला त्याच्या आरशात तिचे दिवे दिसेनासे व्हायला लागल्याचं दिसलं. ते जर चौकात काही सेकंद आधी पोहोचू शकले, तर त्यांना ते जमेल; परंतु कारवरचा ताबा ढिला होऊ न देता उलटं फिरणं, म्हणजे जिआनच्या कौशल्याची परीक्षा ठरणार होती.

''चौकापूर्वी खुणा असतील. तीन रेषा, दोन रेषा, एक रेष... त्यानंतर तुम्हाला हवा असलेला बाजूचा रस्ता. ओह, तुम्ही खूप जोरात जाताय, खूपच.''

जिआननं स्वत:ला श्वासावर नियंत्रण ठेवण्याची सूचना केली. त्याला वाटून गेलं की, तो आता उड्डाण करेल. रस्ता म्हणजे धूसर रेषा दिसत होत्या. त्याची पापणीही लवत नव्हती, कारण त्याला धोक्याची कल्पना होती. केवळ रेषाच तर होत्या, त्यानं फक्त त्यांच्या मध्ये राहायचं होतं. त्यांचा वेग काय होता, याचा त्याला प्रश्न पडला; पण स्पीडोमीटरकडे कटाक्ष टाकण्याचंही धाडस त्यानं केलं नाही.

''इथे,'' डिंग मिंग ओरडला.

जिआननं ब्रेकवर पाय दाबला आणि बाजूच्या रस्त्याकडे गाडी वळवली.

रस्ता चढाचा होता आणि एक्स्प्रेस वेपासून वळत होता, पण खूप अरुंद होता, खूपच अरुंद. तो ब्रेक लावत होता आणि गाडी थरथरत होती. तरीही वेग पुष्कळच

होता आणि आता वळण आलं होतं. आणखी काही रेषा. उलटं फिरण्याएवढा वेळच नव्हता. त्यानं कारची दिशा बदलली नाही. ती उंचवट्यावर चढली आणि थरथरली आणि क्षणार्धात पलीकडे गेली. जिआननं ब्रेकवरचा पाय काढला आणि पहिल्या वळणाच्या दिशेनं स्टिअरिंग वळवलं.

डिंग मिंग श्वास रोखून होता. तो भीतीनं आणि जिवंत राहिल्याच्या आश्चर्यानं किंचाळला आणि त्यानं जिआनला नकाशा दाखवला, जो त्यानं फाडला होता.

ते कुठं होते, ते शोधायला जिआननं त्याला सांगितलं. त्यानं आशा केली, की जवळच एखादं शहर असावं, जेणेकरून ते त्यात गडप होऊ शकतील. तो केवळ नशिबानं वाचला होता आणि त्यामुळे स्वत:वर चिडला होता. त्यानं बेपर्वाई दाखवली होती. त्यानं डिंग मिंगचा जीव धोक्यात घातला होता.

"तुम्ही वेगमर्यादा मोडलीत. म्हणून ते तुमच्या मागे लागले."

"ते आपल्याला शोधत असतील. आता आपण ही कार सोडून देऊ आणि दुसरी चोरू."

"पुन्हा नाही. ते अशक्य आहे."

"मग तुझं काय मत आहे? आपण ट्रेननं जायचं?"

"तो माझा प्रश्न नाहीए. तुम्ही दुसरा पर्याय शोधा."

"एखाद्या घरात शिरून मी कारच्या किल्ल्या चोरू शकतो." या योजनेबद्दल स्वत:ला वाटत होता, तेवढा अविश्वास स्वरात डोकावू न देता जिआन म्हणाला. त्याला कुणा निष्पाप व्यक्तीचं नुकसान व्हायला नको होतं आणि एकंदरीतच घरफोड्यांच्या बाबतीत त्याच्या मनात रोष असे. "ते सोपं असेल. त्यांच्या खिडक्यांना गजही नसतात."

"त्यांच्याकडे रखवलदार, कुत्री आणि बंदुका असतात."

"त्या पाटीवर काय लिहिलंय?"

"सर्व्हिस स्टेशन."

"आपल्याला तिथे कार मिळेल."

"लाओ टिआन ए..."

"तू बायकी शिव्या देतोस. जरा मर्दासारख्या दे. म्हण, साओ नी डा ये डे."

"नाही."

"साओ नी डा ये डे."

"मी म्हणणार नाही."

"साओ नी डा ये डे."

"साओ नी डा ये डे," डिंग मिंगनं शांतपणे म्हटलं.

"हं, आता कसं?"

“साओ नी डा ये डे. साओ नी डा ये डे.”

“आता बरं वाटतंय?”

“नाही.”

“हेच ना ते सर्व्हिस स्टेशन?”

“होय. साओ नी डा ये डे.”

“आपण पुन्हा एक कार चोरणार आहोत आणि पुन्हा तूच ती चालू करणार आहेस.”

“लाओ टिआन ए.”

५१

कार पार्कच्या सगळ्यात काळोख्या कोपऱ्यात जिआन थांबला. त्यानं गाडी बंद केली, शांततेचा वेध घेतला आणि मंदावणाऱ्या डायल्सकडे नजर टाकली.

"हे बघा," डिंग मिंग त्याला म्हणाला.

डिंग मिंगला गाडीच्या मागच्या भागात एक पॅन्ट सापडली. तिच्या खिशातलं पाकीट जिआननं घेतलं. त्यात पुष्कळ नोटा होत्या, शंभराहून जास्त पाउंड्स होते. एका स्त्रीचा आणि मुलांचाही फोटो पाकिटात होता. कारच्या डिकीत त्याला पेट्रोलचा कॅन आणि गोल्फ बॅग मिळाली. त्यानं बॅग रिकामी केली आणि त्यात कॅन, नकाशा आणि बाकीच्या वस्तू ठेवल्या. त्यानं पिस्तूल पॅन्टमध्ये खोचलं आणि पोलीस स्प्रे तिच्या खिशात.

लहान मुलांच्या प्लेग्राउंडमधल्या प्लास्टिकच्या किल्ल्याच्या काठावर तो बसला आणि डिंग मिंग त्याच्या पायांशी.

"कारमध्ये कसं शिरायचं, ते मला माहीत नाही – मला फक्त चालू करता येते. स्टिअरिंग लॉकसुद्धा कसं काढायचं, ते मला माहीत नाही."

"तू त्याची चिंता करू नकोस. तू सतत कशाची ना कशाची चिंता करत राहतोस."

पण जिआनला स्वत:ला विश्वास वाटत नव्हता. कार पार्कमध्ये खूप उजेड होता आणि समोर सर्व्हिस स्टेशनच्या खिडक्या होत्या. अनेक ठिकाणी व्हिडिओ कॅमेरे होते आणि आजूबाजूला पुष्कळ माणसं वावरत होती.

"आपण जुनी कार शोधू. तिला अलार्म्स आणि स्टिअरिंग लॉक वगैरे आधुनिक सुविधा नसतील. मी जरा पाहणी करून येतो. याचा अर्थ मी तुला एकटा सोडून जातोय. तू काहीतरी उपद्व्याप करणारेस?"

"नाही."

"मी आपल्यासाठी काहीतरी खायला घेऊन येतो. मला तो कोट दे."

"का?"

"म्हणजे मी भिकारी दिसणार नाही. काळजी करू नकोस – मी तो तुला परत देईन. आता तुझे खिसे रिकामे कर."

"का?"

"तुझ्याकडे पैसे नाहीत ना, ते मला पाहायचंय."

"मी काय करेन, असं तुम्हाला वाटतंय?"

"चोरून बॉसला फोन करशील. गेल्या खेपेसारखं. दाखव मला."

"पाहिलंत? माझी डिक्शनरी आणि माझा टूथब्रश एवढंच माझ्याकडे आहे."

जिआननं त्याचे खिसे तपासले आणि अंगावर चाचपडलं. त्याच्या जखमांना स्पर्श झाल्यावर तो ओरडला.

"कारमधून उड्या मारणं तू बंद कर आणि इथेच थांब."

कार पार्कमध्ये दहाएक वाहनं होती, पण सगळी आधुनिक. तेवढ्यात एक 'बीएमडब्ल्यू' आली आणि दाराजवळ थांबली. सुटाबुटातले दोन तरुण तिच्यातून उतरले. सार्व्हिस स्टेशनमधून एक स्त्री बाहेर आली आणि एका हॅचबॅकमध्ये बसून निघून गेली. त्या साऱ्या व्यवस्थेमध्ये कोणता कच्चा दुवा नव्हता, ना कुठे अंधारा कोपरा होता; मात्र सुरक्षारक्षक कुठं दिसत नव्हते. कर्मचारी वर्ग मागच्या भागात गाड्या पार्क करतो का, असा त्याला प्रश्न पडला, पण मागच्या भागात जाणारा रस्ता त्याला दिसला नाही.

त्याला एखाद्या एकांड्या प्रवाशाला, तो कारमध्ये बसत असताना गाठावं लागेल, त्याच्यावर स्प्रेचा प्रयोग करून किंवा पिस्तुलानं धमकावून, त्याला डिकीत कोंबून, त्याची कार लांबवावी लागेल. तो सकाळी कुणाच्यातरी दृष्टीस पडेल अशा बेतानं त्याला नंतर सुरक्षितपणे शेतात सोडून देता येईल.

या सगळ्यानं त्याचा उत्साह वाढला नाही. आणखी निष्पाप नागरिकांना धोका पोहोचवण्याची कल्पना त्याला पटत नव्हती, अर्थात निर्णय बदलता येणार नव्हताच.

ऑटोमॅटिक दरवाजा उघडला आणि तो सार्व्हिस स्टेशनच्या उबेत शिरला. ते ठिकाण त्याला एअरपोर्टच्या वेटिंग लाउंजसारखं वाटलं. अत्यंत प्रखर उजेडामुळे प्रदर्शनी वस्तू आकर्षक दिसत होत्या, तर माणसं निस्तेज.

त्यानं सॅन्डविचेस, वेफर्स आणि कोल्ड्रिंक्स, तसेच कॉफीचे पॉलिस्टरीन ग्लासेस खरेदी केले. दुकानातल्या आरशात त्यानं पाहिलं, तर तो एवढा कठोर दिसत होता की, कोणाही सुरक्षारक्षकाला तो संशयित अथवा संभाव्य गुन्हेगार वाटेल. किंबहुना एव्हाना कॅमेऱ्यातून त्याच्यावर नजर ठेवली जात असेल. त्यानं दोन इंग्लिश फुटबॉल शर्ट्स आणि एक स्वेटशर्ट खरेदी केला.

तिथे नकाशांचा रॅकच होता. त्यानं चार खरेदी केले. काउंटरवर त्यानं सिगारेट पेटवण्याची नक्कल करून दाखवली. त्याला वाटलं होतं की, त्या सिगारेटी सोन्याहूनही जास्त महाग असतील; पण विश्वास बसणार नाही इतक्या कमी किमतीला त्या होत्या. त्यानं तीन लायटर्सही खरेदी केले.

वॉशिंग रूममध्ये जाऊन त्यानं अंगावरचा शर्ट काढून टॉयलेटमागे कोंबला आणि दोनपैकी एक फुटबॉल शर्ट घातला. बाकीची खरेदी त्याच्या गोल्फ बॅगमध्ये गेली.

एक टकलू लघवी करत होता. तो बहुधा निघून जाण्याच्या बेतात होता. जिआन रेंगाळला आणि त्याच्यामागोमाग बाहेर पडला, तेव्हा त्याचा हात खिशातल्या पिस्तुलावर होता. त्यानं टकलूच्या मानेवर वरच्या बाजूला नजर रोखली होती, तिथे मारण्याची धमकी देण्याचा तो विचार करत होता. तो टकलू एका स्त्रीला आणि एका लहानग्याला जाऊन मिळाला, तसा जिआन थांबला.

ऑटोमॅटिक दरवाजा उघडला आणि दोन गणवेषधाऱ्यांनी प्रवेश केला. पैकी एक वॉकीटॉकीवर बोलत होता, तर दुसऱ्यानं दोन्ही हातांचे अंगठे बेल्टमध्ये खोचून ठेवलेले होते. आणखी पोलीस. जिआन एका फोटो बूथमध्ये घुसला आणि पडदा ओढून घेत स्टुलावर बसला. जिकडेतिकडे सुरक्षारक्षक होते – हे टिचभर राष्ट्र सुरक्षा कवचात बंदिस्त होतं.

त्यानं डोकावून पाहिलं. गणवेष त्याच्याच दिशेनं येत होते. त्यांच्या वॉकीटॉकीवर आलेल्या संदेशांची त्यानं कल्पना केली : 'मध्यमवयीन चिनी इसमाच्याबाबतीत सावध. अपहरणकर्ता आणि कारचोर, सशस्त्र, घातक, माथेफिरू.'

टकलू आणि मंडळी बाहेर पडत होती. ती त्याच्या आणि गणवेषांच्यामध्ये येत होती. हीच त्यानं हालचाल करण्याची संधी होती. तो बूथमधून बाहेर आला आणि कॅफेत शिरला. तिथे रांगेत थांबला. याचा अर्थ त्याची पाठ त्यांच्या दिशेला होती. तो रांगेबरोबर पुढे सरकत होता. तिथे कॉफीचा दरवळ येत होता. सोनेरी केसांची तरुणी त्याला विचारत होती. त्यानं बोटानं दाखवलं आणि तिनं त्याला केक दिला.

गणवेषांकडे जाणारं लक्ष रोखण्यासाठी तो समोरच्या तरुणीकडे पाहत राहिला. ती सुंदर होती, फिक्या त्वचेची आणि मुसमुसत्या देहाची आणि तिनं त्याला सुटे पैसे दिले, तेव्हा ती त्याच्याकडे पाहून हसली. गंमत म्हणजे तिच्या हातावर दोन चिनी अक्षरं गोंदवलेली होती– 'नु' आणि 'लि' – स्त्रीशक्ती. पण हस्ताक्षर बालिश आणि प्रमाणबाह्य होतं.

तो केक घेऊन एका कोपऱ्यात गेला आणि त्यानं नजर फिरवली. तो एका तरुण जोडप्याशेजारी बसला होता. टकलू आणि मंडळी दरवाजाबाहेर पडत होती आणि गणवेष अधिकच जवळ येत होते. त्याला मागच्या बाजूला दरवाजा दिसत नव्हता. त्याच्या मनात आलं की, तिथे संकटकालीन दरवाजे असतील; पण ते उघडले, तर अलार्म्स वाजतील. वॉशिंग रूममध्ये खिडक्या पाहिल्याचं त्याला स्मरत नव्हतं. गणवेषांनी त्याला आव्हान दिलं, तर त्याला त्यांच्यावर पिस्तूल रोखावं लागेल. मग काय? ओलीस घ्यायचा? लोक त्याच्याभोवती पळत, लपत असल्याची, किंचाळत असल्याची त्यानं कल्पना केली. तो काय काय भानगडी करत होता.

शेजारी पडलेलं एक मासिक घेऊन, कपाळाला हात लावत ते वाचण्याचा तो बहाणा करू लागला, जेणेकरून त्याचा चेहरा स्पष्ट दिसू नये. मासिकात कॅमेरे, गाड्या

आणि मुलींचे फोटो होते, जवळजवळ नग्नावस्थेतल्या. त्याला वेई वेईच्या अल्बमची आठवण झाली. त्याच्या मनोपटलावर धूसर चित्रफित पळू लागली – अंग चोरत असलेली वेई वेई, लखलखणारा सुरा, रक्ताचं थारोळं. जुन्या आठवणी पृष्ठभागावर आल्या, त्याच्या पत्नीच्या मृत डोळ्यांच्या, तिच्या गालावरल्या रक्ताच्या ओघळाच्या, फुटलेल्या हेडलॅम्पच्या. त्यानं चेहऱ्यावरून हात फिरवला. ते सगळं संपलं होतं, गेलं होतं आणि तो इथे होता आणि त्याला त्याचं काम पुरं करायचं होतं.

वाढलेल्या आवाजांची त्याला जाणीव झाली. त्याच्या शेजारचं जोडपं हुज्जत घालत होतं. त्यातली ती टेबलावर नखानं टकटक करत तोंडाचा पट्टा चालवत होती. ती थकलेली भासत होती. तिच्या मेकअपखालीही तिचे गाल आरक्त झाल्याचं दिसत होतं. तिचा नवरा मान खाली घालून नाकावरून बोट फिरवत बसला होता आणि जिआननं त्याच्या मन:स्थितीचा अंदाज केला की, तो केवळ तिचा आवाज कमी व्हावा, अशी अपेक्षा करत होता. त्याच्या कारच्या किल्ल्या टेबलावर चमकत होत्या.

जिआननं त्याच्या खांद्यावर थाप मारली आणि आपल्याकडच्या मसिकातल्या बिकिनीवाल्या छकडीचा फोटो त्याच्यापुढे धरला.

तो त्याला मॅन्डरिनमध्येच म्हणाला, ''मी तुमची कार नेतोय. मी तुमच्या किल्ल्या खिशात घालतोय, तोवर तुम्ही हिचं दर्शन घ्या.''

जोडपं गोंधळलं. जिआननं दुसऱ्या रिकाम्या हातानं किल्ल्या उचलल्या आणि मासिकामागे धरल्या. पुरुषाकडे स्मित करत त्यानं डोळा मारला आणि तो त्याला 'गुडबाय' म्हणाला. गोल्फ बॅग खांद्यावर टाकून तो तिथून निघाला.

जराही गडबड न करता तो चालत राहिला आणि त्यानं गणवेषांकडे दृष्टिक्षेप टाकला. त्यांची त्याच्याकडे पाठ होती आणि ते हातात ट्रे घेऊन एका रांगेत उभे होते. मुख्य दरवाजा जवळ आला, तरी त्याला कुणी हटकलं नाही.

त्यानं स्मित आवरलं. त्यानं त्याच्या काळात अनेक खिसेकापूंना पकडलं असल्यामुळे त्याला त्यांच्या युक्त्या माहीत होत्या; पण अर्थातच त्याला स्वत:ला त्याचा सराव नव्हता. त्याला यश लाभण्याचं बहुधा एकमेव कारण असावं; ते म्हणजे कृती करण्यापूर्वी तो फार विचार करत बसला नाही, नपेक्षा ते त्याला जमलंच नसतं.

ऑटोमॅटिक दरवाजाचा उघडण्याचा आवाज त्याला सुटकेच्या नि:श्वासासारखा वाटला. आता त्यानं केवळ किल्ल्यांची योग्य कार निवडणं बाकी होतं आणि तिथेही नशिबानं त्याला साथ दिली, कारण त्यानं प्रयत्न करून पाहिलेली ती तिसरीच निघाली, छोटीशी लाल कार, जिच्यात बाळं किंवा कुत्री नव्हती आणि पेट्रोल टँक फुल होता. त्यानं कार सुरू केली. ती लहान मुलांच्या प्लेग्राउंडकडे नेली, जिथे त्यानं डिंग मिंगला सोडलं होतं. डिंग मिंग तिथून गायब झाला होता.

६०

जिआन दोनदा कारपार्कमधून आणि जोडणीच्या रस्त्यावरून जाऊन आला. पोरटा बहुधा पळून गेला... नाही, कारण आईला फोन करण्याचं त्यानं डोक्यात घेतलंय किंवा त्याच्या बॉसला – तेही त्याच्या डोक्यातून घालवणं जिआनला जमलं नव्हतं. त्यानं स्वत:जवळ कुठंतरी पैसे लपवून ठेवलेले असणार. शेवटी त्यानं कार पार्क केली आणि शिव्या हासडत तो स्टिअरिंगवर थापट्या मारत बसला.

मग तो सर्व्हिस स्टेशनमध्ये परतला. एक गणवेष अजून रेस्तराँमध्ये होता आणि त्या जोडप्याची हुज्जत, एकतर्फी, चालूच होती. नाही – ते निघण्यासाठी उठत होतं. पोरगा फोनपाशी नव्हता. जिआनला आता तणाव जणावू लागला होता. जोडपं इकडेतिकडे पाहत होतं आणि त्यांना तो दिसण्याची शक्यता होती. तो पटकन बाथरूममध्ये घुसला.

पोरगा तिथे हात धूत होता.

जिआननं त्याची मानगूट धरली, ''इथून बाहेर चल, मूर्खा.''

डिंग मिंगनं हिसड्यानं त्याची पकड सोडवली.

''बाहेर पोलीस आहेत आणि मी आत्ताच एक कार चोरल्ये. चल, आपण निघू.''

''तिथे पोलीस असतील, तर मी बाहेर येणार नाही. आपण इथेच टॉयलेटमध्ये लपू.''

जिआननं त्याचा हात धरून त्याला बाहेर आणलं. तिथे एवढा लख्ख प्रकाश नको होता, असं त्याला वाटून गेलं.

''मी तुला तिथेच थांबायला सांगितलं होतं. तुझ्यामुळे आपण दोघंही मरू.''

''पण मला जायचं होतं.''

''बाहेर झाडीत जाता आलं असतं तुला.''

''पण ते मुलांचं प्लेग्राउंड आहे.''

''आपण बाहेर पडत असताना बोलत राहा आणि चालण्याचा वेग सामान्य राख. इकडेतिकडे पाहू नकोस आणि कोणाच्याही नजरेला नजर देऊ नकोस. तू त्यांच्याकडे पाहिलं नाहीस, तर त्यांना तू दिसणार नाहीस.''

मात्र जिआन स्वत:च स्वत:च्या आज्ञा पाळू शकत नव्हता. गणवेषांचा शोध घेत त्याची नजर भिरभिरत होती.

"मी काय बोलू?"

"काहीही."

"इथली टॉयलेट्स कसली भारी आहेत, सार्वजनिक असली तरी. बटण दाबल्यावर तोटीतून साबण बाहेर येतो."

"अस्सं?"

तेवढ्यात जिआनला दुसरा गणवेष दिसला. चालण्याची गती सामान्य राखण्यासाठी त्याला प्रयास पडत होते.

फोन दिसल्यावर डिंग मिंग म्हणाला, "मला आईला फोन करायचाय."

"आत्ता नाही."

पोरानं हात सोडवून घेतला.

"फोन केल्याशिवाय मी जागचा हलणार नाही."

"मूर्ख. सांगितलं ना की, ती ठीक आहे."

जोडपं टेबलखाली शोधत होतं. आजूबाजूची माणसंही बघायला लागली. दुसरा गणवेष जोडीदाराच्या दिशेनं जाऊ लागला.

जिआननं पोराला फोन बूथमध्ये लोटलं. प्लास्टिकचा बुडबुडा. तिथे निदान ते तेवढे उघडे नव्हते, बाहेरच्याएवढे. त्यानं नाणं टाकलं. "तू तिच्याशी मॅन्डरिनमध्येच बोल. तू ठीक आहेस, एवढंच तिला सांग. मला पुरुषाचा आवाज ऐकायला आला, तर मी फोन बंद करेन."

डिंग मिंगनं फोन लावला. तो वाजतच राहिला. जिआनच्या मनात आलं की, त्याच्या लेकीलाही हाच अनुभव आला असेल? तिनंही फोन लावून केवळ रिंग्ज होताना ऐकल्या असतील? नाही. तो बोलला होता. तो चुकलाच असेल, तर त्यांचं बोलणं चालू असताना.

"चल, ती घरात नाहीए. आपण निघू." जिआननं त्याच्या हातातून रिसीव्हर घेऊन ठेवून दिला. त्यानं तो कानाला एवढा दाबून धरला होता की, त्याचा कान लाल झाला होता.

जिआननं त्याच्या खांद्याभोवती हात टाकला आणि तो त्याला घेऊन निघाला.

"मी मूर्ख नाहीए," तक्रारीचा सूर.

"पुन्हा कधीही मी तुला मूर्ख म्हणणार नाही. तू फक्त सरळ पाहत राहा आणि तोंड चालू ठेव. माझ्याशी बोलत राहा."

कॅफेमध्ये ती खुर्चीच्या पाठीची भेग चाचपडत होती.

"मला मूर्ख म्हटलेलं मला आवडत नाही. मला तुम्ही ओढत नेऊ नका आणि थोडं सन्मानानं वागवा."

आणखी निरीक्षणं करण्यापासून आणि डिंग मिंगला घाई करायला लावण्यापासून

जिआन स्वत:ला आवरत होता. तो बोलत होता, पण त्याला ते ऐकू येत नव्हतं. त्याचं लक्ष केवळ ऑटोमॅटिक दरवाजावर केंद्रित झालं होतं.

"स्टेशनवर एक अगडबंब इसम आहे. सगळे जण त्याला 'छोट्या' म्हणतात. मी तुला मूर्ख म्हणतो, तेही तसंच आहे. ते पूर्णपणे उलटं असल्यामुळेच ते मजेशीर आहे."

"मला ते मजेशीर वाटत नाही."

"मी पुन्हा म्हणणार नाही."

ते रेस्तराँवरून चालले होते. गणवेषांची त्यांच्याकडे नजर गेली, तर ते नजरेतून सुटणं अशक्य होतं.

"ते बघ तिथे आहेत," जिआन म्हणाला, "सामान्य असल्यासारखंच वाग."

"ते? ते पोलीस नाहीएत."

"त्यांच्याकडे पाहू नकोस."

"मी तेच तर तुम्हाला सांगतोय, ते पोलीस नाहीएत. त्यांच्या पाठीवर काय म्हटलंय माहीत आहे का? 'इमर्जन्सी ब्रेकडाउन.' म्हणजे ते मेकॅनिक आहेत."

६१

कार पार्कमध्ये डिंग मिंगनं जिआनला विचारलं, "बेल्टला पाना लावलेला पोलीस तुम्ही कधी पाहिलात? तुम्हाला तिथे स्टेशनमध्ये काय म्हणतात? ते तुम्हाला 'बुद्धिवंत' म्हणतात?"

"ए. ते मला 'डोकंफोड्या' म्हणतात. मजेशीर लोकांना मी जे काही करतो त्यावरून. तुला माझा शर्ट आवडला? मी तुझ्यासाठीही एक आणलाय. ही ती कार."

"मी चालवू म्हणताय?"

जिआनला कळलं नव्हतं की, तो पॅसेंजर सीटचं दार उघडत होता. अरे, स्टिअरिंग व्हील दुसऱ्या बाजूला आहे; विसरायलाच होतं सारखं. ते गाडीत बसले आणि जिआननं डिंग मिंगला त्याची भेट दिली.

"चांगलं कापड आहे. केवढं ताणतंय पाहा... याला म्हणतात दर्जा. यावरचे हे सिंह पाहा – ते चिनी सिंहांसारखेच आहेत. यापूर्वी कधी मी एवढा चांगला कपडा वापरला नव्हता. त्यावर म्हटलंय की, तो चीनमध्ये बनलाय; पण हा रूनी कोण, ते मला माहीत नाही."

बऱ्याच कालावधीनंतर मिळालेल्या सिगारेटच्या पहिल्या झुरक्याचा आस्वाद जिआननं डोळे मिटून घेतला. स्वाद एकदम छान होता, शेवटपर्यंत. त्याचा रोम-रोम खुलला.

"तो मॅन्चेस्टरचा खेळाडू आहे. एकदम आक्रमक. छान बॉल मारतो, स्ट्रायकर आहे. तू खूश व्हायला हवंस आणि मला कोण मिळालाय?"

तो होता लॅम्पार्ड. चिनी भाषेतला उच्चार 'लान पा डु.' चेल्सीचा वीर. स्थिर चारित्र्याचा कणखर खेळाडू, हिशेबी डावपेच टाकणारा. हा शुभसंकेत होता.

"मला माझा कोट द्याल?"

"तुला तो चांगला दिसत नाही."

"मला माहीत आहे."

"त्यात तू बाळासारखा दिसतोस."

"मला माहीत आहे."

"त्याचं हूड डोक्यावर घेऊ नकोस. तुझं बोलणं मला ऐकू येत नाही."

निघताना जिआननं कॅफेच्या खिडकीतून आत नजर टाकली. किल्लीची शोधाशोध चालूच होती. त्याचा विश्वासच बसत नव्हता. ते जमलं होतं आणि अजून त्यांना त्याचा संशयही आला नव्हता. आता असंच त्याला सगळं काही शेवटपर्यंत जमेल – ज्या माणसांनी मरावं, असं त्याला वाटतं आहे, ती मरेपर्यंत.

जोडणीच्या रस्त्याला लागल्यावर त्यानं गती पकडली. ते पुन्हा एक्स्प्रेसवेवर आले. ही कार तेवढी बरी नव्हती, पण लक्ष वेधून घेणारीही नव्हती. तिच्यातला रेडिओ चालू होता.

"मला हे गाणं आवडतं. त्यावरून मी इंग्लिश शिकायचो."

"या नकाशांकडे पाहा."

पाच मिनिटं गेल्यावर डिंग मिंग म्हणाला, "मला सापडलं – इथे दाखवलंय. बघा."

जिआननं गाडी बाजूला उभी केली. डिंग मिंगनं त्याला पांढऱ्या जमिनीवर तपकिरी पट्टे दाखवले.

"हे ते गाव."

फुली केलेल्या एका चौकटीवर जिआननं बोट ठेवलं.

"या खुणेचा अर्थ काय?"

"देऊळ."

"गावात पोहोचल्यावर कुठं जायचं, ते तुला माहीत आहे?"

"हिल ऑफ द ब्लडी गेट."

"तू मूर्ख आहेस, असं मला वाटत नाही. माझ्या मते मला भेटलेल्या सर्वांत हुशार लोकांपैकी तू एक आहेस. तुझ्यासारख्यानं शिक्षण घेणं, म्हणजे अजबच. खरंच. तू हिरो आहेस, कळलं?"

"तुम्ही तिथे जा, तुम्हाला हवं ते करा आणि मला परत सोडा."

"मी प्रयत्न करतो."

६२

फार्मकडे जाण्याचा मार्ग दाखवणारी प्लास्टिकची प्रचंड स्ट्रॉबेरी दाखवत डिंग मिंग म्हणाला, "खरी स्ट्रॉबेरी एवढी असली, तर काय मजा येईल ना. तिच्यात उडी मारायची आणि खात खात दुसऱ्या बाजूनं बाहेर पडायचं."

त्यांनी आता एक्स्प्रेस वे सोडला होता. आता जमीन हिरवीगार आणि सपाट होती. घरं एकमेकांपासून दूर, झाडांच्या सावलीत सुरक्षित आणि स्वतंत्र होती. अशा छोट्या रस्त्यांवर जिआनला सुरक्षित वाटत होतं; पण इथे खूप वळणं आणि आडवळणं होती. वेग पन्नासच्या आसपास ठेवण्याची आणि गावांमधून त्याहून कमी ठेवण्याची काळजी तो घेत होता.

"येणाऱ्या वाहनांसाठी तुम्ही डिपर टाकावा, असं मला वाटतं. बघा, त्यानं तुमच्यासाठी डिपर टाकलाय, तर तुम्हीही त्याच्यासाठी तसंच करायला हवं."

जिआनला भास झाला की, उलट्या दिशेनं गेलेल्या कारच्या मागच्या सीटवर आपली लेक बसली होती. रस्ते त्याला मंत्रमुग्ध करत होते. जणू त्याच्या मनाचा ताबा घेत होते. सजग राहण्यासाठी तोंडाचा पट्टा चालू ठेवणं आवश्यक होतं.

"तुझी बायको कशी आहे? आधुनिक सोडून."

"सुंदर."

"छान?"

"हं, खूप छान आहे."

"आज्ञाधारक?"

"तेवढी नाही."

"ती इंग्लिश बोलते?"

"बारा वर्षांची असतानाच तिनं शाळा सोडली."

"म्हणजे तुझं शिक्षण तिच्यापेक्षा जास्त झालेलं आहे."

"त्यानं मला काही फरक पडत नाही."

"अर्थातच तुला फरक पडत नाही; पण त्यांना ते पटत नाही."

"नाही."

"तिला त्याची काळजी वाटते, याची तुला काळजी वाटते, बरोबर?"

"बरोबर."

“तिची अनुपस्थिती तुला जाणवते आहे का?”

“सतत. ती कुठं आहे, ते मला माहीत नाहीए.”

“ते का?”

“त्यांनी तिला फुलं निवडण्याच्या कामावर नेलंय.”

डिंग मिंगनं हुंदका गिळला. भावना लपवण्यासाठी त्यानं चेहऱ्यावरून हात फिरवले. त्यात त्याच्या हातातला नकाशा गळून पडला. जिआनचंही मन द्रवलं, त्यानं स्टिअरिंग व्हील आवळलं. मनुष्याच्या दुःखाला काही सीमाच नसते का? त्याच्या मनात येऊन गेलं की, त्यानं याची सुरुवातच करायला नको होती.

“ती ठीक असेल, याची मला खातरी वाटते,” स्वर शक्य तेवढा हळुवार ठेवण्याचा प्रयत्न करत जिआन म्हणाला. “ती ठीक असेल, ती नक्कीच ठीक असेल आणि लवकरच तू तिला भेटू शकशील.”

“तुम्हाला असं वाटतं?”

“निश्चितपणे. तू नकाशा खाली पाडलास.”

ते एका तिठ्ठ्यावर पोहोचले.

“मला काळजी वाटते. ते आमची ताटातूट करतील, याची मला कल्पना नव्हती. माझा बॉस म्हणाला, तिला फोन करण्यासाठी तो मला नंबर देईल; पण...” हातांवर बसून तो मागे-पुढे हलत होता.

“तुम्ही दोघंही घरी जायला हवं. तुमचं सगळं काही नीट होईल, याची मी काळजी घेईन.”

“खरंच?”

“खात्याला चांगल्या नागरिकांची गरज असते. तुम्ही खात्याचं भांडवल व्हाल.”

“तुम्ही खरंच सांगताय?”

“अर्थात. तू नकाशा खाली पाडलायस.”

या वेळी त्यानं तो उचलला.

“तरीही सर्पमस्तकांचं कर्ज आमच्या डोक्यावर राहीलच.”

“तुम्ही आमच्यासाठी काम करत असाल, तर ते तुम्हाला काही करू धजणार नाहीत.”

“तिथे वळायचंय.”

जिआनला उमजलं की, डिंग मिंगच्या डोक्याला चालना मिळाली होती आणि तो पुढे काय बोलणार आहे, याचाही अंदाज त्याला आला.

“ब्लॅक फोर्टला मारू नका. त्यानं काही फरक पडणार नाही. त्याला सोडून द्या. तुम्ही घरी जा.”

“मी ते करायलाच हवं. मी माझ्या लेकीला परदेशी पाठवलं, कारण ती

माझ्यासाठी अडचण ठरत होती. एका खुन्याला सोडून देण्यासाठी मी लाच घेतली होती.''

''याचा अर्थ?''

''वाईट पिता आणि वाईट पोलीस म्हणून मला मरायचं नाहीए.''

आणखी काही मुद्दे निघतील का, असा जिआनला प्रश्न पडला. खरंतर असंख्य सुचतील. उदाहरणार्थ, अनेकांच्या विरुद्ध तो एकटा होता, तसंच, ''त्यानं ती परत येणार नव्हती,'' आणि ''माफ करा आणि पुढे व्हा,'' वगैरे वगैरे; पण डिंग मिंगनं तशा कशालाही हात घातला नाही.

''तुमची मुलगी कशी होती?''

''त्रासदायक आक्रमक.''

''तिच्या वडिलांसारखी.''

''ती वाईट संगतीत राहिली.''

''तिच्या वडिलांसारखी.''

''म्हणजे काय?''

''पोलीस त्याचा वेळ गुन्हेगारांच्या संगतीतच घालवतो, नाही का?''

''त्यांना अटक करण्यासाठी, त्यांच्या... जाऊ दे, तुला त्यातलं काही कळत नाही.''

''तिला फक्त तुमचा थोडा वेळ हवा होता, तुम्ही तिचे असल्याची भावना हवी होती, मला वाटतं. तिनं काही आगळीक केली, तरच तुम्ही तिची दखल घेत होतात. म्हणूनच ती मुद्दाम तसं वागत राहिली.''

''तुमचं मत नोंदवलं गेलंय, आजीबाई. नकाशात बघ. स्ट्रॉबेरीचा विचार कर.''

जिआनला झुडपांची कुंपणं आवडली नाहीत. ते रस्त्यांचं रूपांतर बोगद्यांमध्ये करतात. त्यामुळे आपण उंदीर असून, झाडाझुडपांतून पळतोय, असं त्याला वाटत होतं. उंदीर... या पोरानं उंदराच्या सारख्या सारख्या केलेल्या उल्लेखाचाच हा परिणाम असेल, तो त्याच्यासारखाच विचार करायला लागला होता.

डिंग मिंगनं बोट दाखवलं. ते तटबंदीसारखं काहीतरी होतं. आकाशाच्या पार्श्वभूमीवर ते ठळकपणे दिसत होतं.

''तेच ते देऊळ.''

जिआननं गाडी थांबवली.

''नक्की? तेच ते?''

''गाव जवळ आलंय.'' डिंग मिंग उल्लसित झाला. त्याच्या उद्दिष्टाजवळ तो आणखी एका पावलानं पुढे सरकणार होता.

शंभर किलामीटर्समध्ये प्रथमच एक वयस्क पादचारी त्यांना दिसला. जिआन

मनातून त्याला दूर घालवत होता. त्याला पोक होतं आणि त्याच्या जाड चश्म्यामुळे तो घुबडासारखा भासत होता. त्यानं लाकडी फाटक उघडलं आणि त्यांना पाहिलंही नसल्याप्रमाणे तो देवळाच्या बागेतून चालू लागला.

"आता कुठं?"

"इथे कुठंतरी रस्ता असायला हवा."

"म्हणजे?"

"मला माहीत नाही."

"मग पत्ता बघ."

"तो पुसट झालाय."

जिआननं चेहऱ्यावरून हात फिरवला, डोळे मिटून घेतले आणि स्वरात चिडचिड व्यक्त होऊ न देण्याचा प्रयत्न करत तो म्हणाला. "तुला तो वाचता येत नाहीए आणि तुझ्या लक्षातही नाहीए."

"मी इथपर्यंत आणलं तुम्हाला. इथून फार दूर नाहीए. ते इथेच कुठंतरी असणार."

जिआन त्याच्याकडे रोखून पाहू लागला आणि त्यानं नजर फिरवली. जिआनला त्याच्या पलीकडे देऊळ दिसत होतं. त्याच्या बागेची आणि फरसबंदीची दुरवस्था झालेली होती. छोट्या खिडक्या आणि चिऱ्याच्या भिंती यामुळे खरंच तो किल्ला वाटत होता. म्हातारा कुलूप उघडत होता.

"त्याला जाऊन विचारून ये."

६३

अंधाऱ्या प्रार्थना-मंडपामध्ये भयाण शांतता होती. प्रार्थनावेदीवर, लटकणाऱ्या मनुष्याची – मृत अथवा मरत असलेल्या मनुष्याची प्रतिमा होती. तो वृद्ध इसम मान झुकवून बाकावर बसला होता. जिआननं देवळात प्रवेश केला आणि त्याच्या मागोमाग डिंग मिंगनं. देवळाच्या फरसबंदीवर त्यांच्या पावलांचा आवाज उमटत होता आणि त्यांच्या श्वासांचा आवाजही तिथे शांतताभंग करतोय असं भासत होतं.

"लाओ टिआन ए," डिंग मिंग म्हणाला अन् त्यानं हातांची घडी घातली.

"हिल ऑफ द ब्लडी गेटवर कसं जायचं, तेवढंच म्हाताऱ्याला विचार – तेवढंच."

म्हातारा निरुपद्रवी दिसत होता; पण कोणीही पोलिसांना फोन करू शकतं. जिआननं पोराला पुढे ढकललं. त्यांचं संभाषण चालू असताना पोरगा मान डोलवत होता आणि म्हातारा हातवारे करत होता. जिआनच्या मनात आलं की, दोघंही एकमेकांना नम्रतेनं पराभूत करू पाहत होते.

डोक्यावर काट्यांचा मुकुट ल्यालेल्या मरणाच्या वाटेवरल्या मनुष्याच्या प्रतिमेकडे त्यानं पाठ फिरवली. मानवकल्याणासाठी त्याच्याकडे तूर्त वेळ नव्हता. स्वत:च्या संपत्तीच्या आणि सत्तेच्या समर्थनार्थ सत्ताधारी लोकांनी निर्माण केलेली ती धूळफेक आहे, ती केवळ अंधश्रद्धा आहे, मृत्यूचं भय आणि आपण बिनमहत्त्वाचे असल्याची वस्तुस्थिती स्वीकारण्याची अक्षमता यांमुळे लोक त्याच्या प्रलोभनाला बळी पडतात. या कमकुवतपणावर विजय मिळवण्याचा आधुनिक लोकांनी प्रयत्न केला पाहिजे. त्याला मृत्यूचं भय नव्हतं आणि त्याला माहीत होतं की, त्यानंतर काही नसतं, तसाच तोही कोणीही नव्हता आणि त्याला सामोरं जाण्याचंही त्याला भय नव्हतं. प्रार्थनावेदीवरल्या साधनांवर त्याची नजर गेली – क्रूस वाहणारं करडू, विविध प्रकारचे रंगीबेरंगी कपडे घातलेल्या माणसांचे पुतळे – आणि शेवटी त्याची नजर वाळलेल्या फुलांवर स्थिरावली.

पोरग्यानं पुन्हा माना हलवल्या आणि म्हाताऱ्यापुढे एकदा लवून त्यानं त्याचा निरोप घेतला.

"हं, काय?"

"ते म्हणाले की, एवढ्या सकाळी प्रार्थनेसाठी आलेले भाविक पाहून ते धन्य झाले. ते म्हणाले – "

"त्यानं तुला मार्गदर्शन केलं?"

"त्यांच्यामते ते गावाच्या दुसऱ्या टोकला आहे."

"तिच्या आयला!"

"कृपा करून शिव्या देऊ नका."

"चल, आपण निघू."

"थांबा."

पोरानं प्रार्थनावेदीसमोर तीनदा जमिनीवर डोकं टेकवलं. "मला काहीतरी द्या," त्यानं निकरानं जिआनकडं मागणी केली.

"हा धर्म कुठला आहे, ते तरी तुला माहीत आहे?"

"ते या ठिकाणचे देव आहेत. आपल्या कार्यसिद्धीसाठी आपण त्यांना काहीतरी देऊ केलं पाहिजे. प्लीज."

पाकिटात आता पंचवीस पाउंड्स शिल्लक होते. त्यानं एक नोट बाहेर काढली, ती विसाची होती, मग त्यानं पाचाची नोट काढली; पण त्याच्या मनात आलं, की एव्हाना उशीर झाला होता. तिथे नसलेल्या देवांना त्याची कंजुषी दिसेल, दानत नाही. त्यानं विसाची नोट प्रार्थनावेदीवर ठेवली आणि त्याचा विश्वास नसलेल्या देवाकडे त्यानं मागणं मागितलं की, त्यानं त्याच्यावर आणि त्याच्या उद्दिष्टावर कृपादृष्टी ठेवावी आणि विशेषत: अस्तित्वात नसलेल्या आत्म्यांच्या विश्वात स्थायिक झालेल्या त्याच्या लेकीवर त्यानं कृपादृष्टी ठेवावी.

नंतर काहीसं वाटून त्यानं पाकीटच तिथे ठेवलं. ते त्याच्या मालकाला परत केलं जाईल, जो आपली क्रेडिट कार्ड्स आणि फोटो मिळाल्यानं धन्य होईल. हं, त्या कृतीमुळे तो खूश झाला; परंतु त्याला आता नागवं असल्यासारखं वाटू लागलं. त्यानं स्वत:ला सांगितलं की, तो आता जीवन-मरणाच्या संघर्षासाठी तयार होता.

बोटानं निर्देश करत जिआन म्हणाला, "ही थडगी आहेत."

"देवळाभोवती थडगी कोण उभारेल?"

"त्यांनी उभारल्येत. त्यांच्यावर तारखा दिसताहेत बघ."

पंख असलेल्या स्त्रीचा पुतळा असलेल्या एका थडग्यावर जिआनची नजर आणि मनही स्थिरावलं. तिचे नेत्र मिटलेले होते आणि तिच्या मुखावर शांत भाव होता. म्हणजे सगळीकडची माणसं आपल्या अभद्र शेवटावर सौंदर्याचा साज चढवतात. त्यावरून त्याला काही दशकांपूर्वी त्यानं पाहिलेल्या बुद्धमूर्तीचं स्मरण झालं. रेड गार्ड्सनी ती पाडली होती आणि तिच्या खांद्यावर उभं राहून त्यानं तिच्या शांत मुखावर घणाचे घाव घातले होते. त्या वेळी त्याला ते छान वाटलं होतं आणि त्यानंतर कायम कटू.

"म्हणजे हे मृतांच्या देवाचं स्मारक आहे," डिंग मिंग म्हणाला.

“तो आपल्याबरोबरच इतरांवरही कृपादृष्टी ठेवील. कदाचित अधिक चांगली.”

“भुतं अस्तित्वात असतात. चला, आपण निघू.”

रस्त्यावरून जात असणाऱ्या एका गाडीच्या दिव्यांचा उजेड त्या सुंदर पुतळ्यांवर पडला आणि त्या उजेडात तिच्या गालावरली बुरशी आणि तिच्या पंखांच्या पिसांचं कोरीवकाम स्पष्ट दिसलं. जिआनला त्या कारचं पिवळं टप आणि मागल्या चाकावरचं भडक रंगाचं आगीचं डिझाइन दिसलं. त्याच्या कमरेतून कळ गेली आणि त्या कारनं त्याचा कसा समाचार घेतला होता, ते आठवलं. त्यानं डिंग मिंगचा खांदा धरून त्याला जवळ ओढलं आणि तो पुटपुटला, “तोच आहे तो. तो ब्लॅक फोर्ट आहे.”

६४

जिआन पळत कारकडे गेला आणि त्यानं स्टार्टर मारला; पण डावी-उजवी वळणं घेत पोरगा अजून दफनभूमी पार करत होता. ते म्हणजे रानातल्या रस्त्यांच्या जाळीतून उंदीर पळत असलेला पाहण्यासारखं वाटत होतं. मूर्खाला थडग्यांवर पाय टाकायचे नव्हते. तो रस्त्यावर आला आणि त्यानं धाव घेतली. गाडीत शिरला न शिरला तोच जिआननं ॲक्सिलरेटर दाबला आणि त्याला शिव्या घातल्या. डिंग मिंग धडपडला आणि कारचं दार त्याच्या पायावर आपटलं.

रस्ता अरुंद आणि वळणदार होता, त्यामुळे ब्लॅक फोर्ट दूर गेला नसणार. जिआन स्टिअरिंगवर झुकला. त्यानं वेगात वळण घेतलं आणि दार बंद झालं. पोरानं नडगी चोळली आणि दुसऱ्या हातानं त्यानं डॅशबोर्डचा आधार घेतला.

वाटेत त्यांना देखणी घरं लागत होती. रस्त्याला लागून लाल विटांची ठेंगणी कुंपणं होती आणि त्यांच्या पलीकडे बहरलेले बगिचे.

पुढच्या वळणावर, त्याला वाटलं की, त्याला पुढच्या बाजूला साधारण दोन-एकशे मीटर्सवर पिवळं टप दिसलं. पिस्तूल, पिस्तूल कुठं होतं. त्याच्या पॅन्टमध्ये खोचलेलं आणि खिशात स्प्रे. त्याची बाकीची शस्त्रं मागच्या सीटवरल्या गोल्फ बॅगमध्ये होती. ठोकरून चुराडा करू शकेल, अशा मोठ्या वाहनात तो नसल्याबद्दल त्याला स्वत:ची कीव आली. त्याला सुरसुरी आली होती. त्यानं ओठांवरून जीभ फिरवली. त्याचा थकवा कुठच्या कुठं पळाला होता.

त्यांनी गावात प्रवेश केला आणि रस्ता रुंदावला. त्यांनी चौक पार केला आणि ते बदकांच्या तळ्यापाशी आले. पलीकडच्याच रस्त्यावर ब्रेक लाइट्स चमकले. जिआन त्यांच्या दिशेनं गेला. कुंपणावरली झुडपं घनदाट आणि उंच होती, त्यामुळे त्याला फार दूरचं दिसत नव्हतं. त्याचा शत्रू कदाचित पुढच्याच वळणावर असेल; पण तसं नव्हतं, तो वळला, तर पुढे कोणीच नव्हतं. तो निराश झाला. आता जर तो हातचा सुटला, तर त्यासारखं दुसरं दु:ख नव्हतं.

डिंग मिंग आपल्या हातांवर बसून पुढे-मागे झुलत होता.

जिआननं त्याला सूचना केली. ''तुझा सीट बेल्ट लाव आणि संपर्क झाला, तर तू डोकं खाली घालून राहा.''

पण कार चढावावर गेली, तर समोर केवळ झाडं आणि रिकामा रस्ता होता.

कदाचित त्या इसमाला संशय आला असावा, की कोणीतरी आपल्या मागावर आहे आणि तो दबा धरून बसला असावा. त्यानं गाडी थांबवली, इंजीन आणि रेडिओ बंद केला आणि खिडकीची काच खाली केली.

"तुम्ही काय करताय?"

"शांत राहा. मी ऐकतोय. एवढ्या जोरात श्वासोच्छ्वास करू नकोस."

"सॉरी."

"हां. ऐकू आली." खालच्या गिअरमधल्या शक्तिशाली इंजीनची घरघर. डावीकडे, मागच्या बाजूला. जिआननं गाडी मागे घेतली आणि त्याला ते वळण दिसलं. ते नजरेतून सुटण्यासारखंच होतं, कारण एका झाडाची फांदी वेडीवाकडी वाढून मध्ये येत होती. तिथली झुडपं एवढी वाढलेली होती की, त्यांच्या फांद्या कारला घासत होत्या. रस्ता खराब होता आणि त्यावर मध्येमध्ये गवत उगवलं होतं. गाडीचा आवाज कमी ठेवण्यासाठी जिआननं गतीही कमी राखली. त्याचा शत्रू आता खूप पुढे गेला असेल. काही हरकत नाही. तो त्याला आता त्याच्या मुक्कामी गाठेल. त्यानं दिवे बंद केले.

"हे काय?"

बाजूला एक कच्चा रस्ता होता.

"हाच तो रस्ता असू शकतो."

जिआननं कार थांबवली.

"इथेच थांब."

तो गाडीतून उतरला आणि त्यानं हळूच दार लावलं. वाऱ्याबरोबर हलणाऱ्या फांद्या करकरत होत्या आणि रातकिडे किरकिरत होते. जवळपास एकही इमारत दृष्टीस पडत नव्हती. ते कुठंही असतील. त्या विचारानं जिआनच्या मनात एक आठवण जागी झाली, टीव्हीच्या एका मातबर कलाकाराविषयीची – सन्मान गमावून बसलेला मॅन्डरिन इसम, मुंडण केलेला, गणवेष उतरवलेला आणि ग्रेट वॉल पलीकडच्या वैराण प्रदेशात एकाकी सोडून दिलेला.

जवळच एक पाटी होती. लाकडात जाळून उमटवलेले शब्द. न बोलण्याची खूण करून त्यानं डिंग मिंगला जवळ बोलावलं आणि पाटी दाखवली.

"हेच ते ठिकाण," डिंग मिंग पुटपुटला. "द फार्म ऑफ द होप."

"गाडीत बस आणि शांत राहा."

त्यानं गाडी मागे घेतली आणि कुंपणाला खेटून उभी केली. त्याच्याकडे आता वेळ होता, तो तयारी करेल. तो मागच्या सीटवर गेला आणि सर्व्हिस स्टेशनवर त्यानं खरेदी केलेल्या कोल्ड्रिंक्सच्या काचेच्या बाटल्यांमध्ये त्यानं कॅनमधलं पेट्रोल भरलं. त्या फेकण्याच्या दृष्टीनं योग्य आकाराच्या होत्या. मग त्यानं पॉलिस्टरीनच्या ग्लासेसचे छोटे-छोटे तुकडे केले आणि ते बाटल्यांमध्ये टाकले.

डिंग मिंगला ते आरशात दिसल्यावर त्यानं विचारलं, "ते तुकडे का टाकले?"

"त्यामुळे ते नापामसारखे चिकटतील."

एका हुशार गुन्हेगारानं त्याला ते शिकवलं होतं. शेवटी त्या गुन्हेगाराला संपवणं त्याला भाग पडलं, कारण तो सरकारी इमारती जाळण्यापासून स्वत:ला रोखू शकत नव्हता.

जिआननं आपल्या शर्टच्या दोन पट्ट्या फाडल्या, पेट्रोलमध्ये भिजवल्या आणि बाटल्यांच्या तोंडांमध्ये गच्च बसवल्या. रेड गार्डमधून बाहेर पडल्यापासून त्यानं कधी पेट्रोल बॉम्ब तयार केला नव्हता, पण ते तेवढं अवघडही नव्हतं. पेट्रोलचा वास सुटला होता. आता सिगारेट ओढण्याला मज्जाव असल्याचं त्यानं स्वत:ला स्मरण दिलं.

त्याचे हात कापत नव्हते, हे चांगलं होतं. तो तयार असल्याचं त्याला वाटत नव्हतं, पण त्याला अनुभवातून कल्पना होती की, तुम्ही स्वत:ला कधीच तयार असल्याचं समजत नाही. तुम्हाला काय करायचंय, ते तेवढं तुम्हाला माहीत हवं आणि ते करण्याची मनाची तयारी हवी. त्यानं पोलीस बेल्ट कमरेला लावला. त्याला त्यानं गॅसचे दोन स्प्रे, दांडका, बेड्या आणि टॉर्च लावला. टूलकिटमधला एक हातोडा त्यानं पट्ट्यात खोवला. काचांचा आवाज येऊ नये म्हणून त्यानं पेट्रोल बॉम्ब्स त्याच्या शर्टमध्ये गुंडाळले आणि एका प्लॅस्टिकच्या पिशवीत भरले.

प्लॅस्टिकचा चुर्र चुर्र आवाज त्याला जाणवला. डिंग मिंग अधिक जोरजोरात डोलत होता. जिआननं त्याच्या खांद्यावर हात ठेवला.

"आता तू लपून बस. त्यांना सर्वांना ठार मारल्याची खातरी पटली, की मी कारजवळ येईन आणि तुला नावानं हाका मारेन."

"पण तुम्हीच मारले गेलात तर?"

"तसं झालं, तर देवळात जा. ते कदाचित मदत करतील किंवा पोलिसांकडे. ते जेवढे वाईट असल्याचं चित्र रंगवलं गेलंय, तेवढे ते वाईट नाहीएत."

त्यानं दार उघडलं.

"थांबा. वेळ बघा. प्लीज, एक मिनिट थांबा."

तो डॅशबोर्डवरच्या घड्याळाकडे पाहत होता. त्यावरले आकडे होते, चार चार चार – सी सी सी – त्यांचा संकेत होता मृत्यू, मृत्यू, मृत्यू. "ही वेळ चांगली नाही. एक मिनिट थांबा."

जिआन गाडीतून खाली उतरला. वाऱ्यानं समुद्राचा गंध वाहून आणला की तो भास होता? एवढा वेळ गाडी चालवण्यानं त्याचं अंग अखडलं होतं, पण ते लवकरच पूर्वस्थितीला येईल. त्यानं आशा केली की, त्याचे गुडघे निभावून नेतील.

"कोणाला ठार मारू नका. प्लीज. मला परत न्या."

''स्वत: जिवंत राहण्याचा मी कसोशीनं प्रयत्न करेन.''

डिंग मिंगनं पॅसेंजर डोअर उघडलं. त्याचा चेहरा घामानं किंवा अश्रूंनी ओला होता. ''तुम्ही म्हणालात की, तुम्हाला चांगला पोलीस व्हायचंय. त्याचा अर्थ फक्त गुन्हेगारांचा निकाल लावणं होत नाही. तुम्ही माझं अपहरण केलंय, म्हणजे तुम्ही मला परत सोडायला हवं.''

जिआननं त्याची मानगूट पकडली.

''तू पुढे जाऊन त्याला सावध करशील असं मला वाटलं, तर मी तुला आत्ताच संपवून टाकेन.''

''नाही, मी तसं करणार नाही.''

''जा, लपून बस.''

डिंग मिंग पळाला. चेहरा आणि हातोडा चमकू नये, म्हणून जिआननं त्यावरून माती फिरवली आणि हूड असलेला शर्ट आपल्या शर्टवर घालून हूड डोक्यावर ओढून घेतलं. ''विजयप्राप्तीसाठी सर्व अडथळ्यांवर मात करा,'' तो पुटपुटला आणि निघाला.

६५

जिआन वेशीवरून पुढे सरकू लागला. गवतात थोडी खसखस होऊ लागली, दवामुळे त्याची पॅन्ट ओली होऊ लागली. त्याचे डोळे अंधाराला सरावले, तसं त्याला फुलं आणि छोटी फळं दिसू लागली. झाडांच्या फांद्यांमधून चंद्रप्रकाश रस्त्यावर झिरपत होता. कच्च्या रस्त्यावरून नुकत्याच गेलेल्या जड वाहनांच्या चाकांचे पट्टे उठले होते. एक काळी छाया त्याच्या कानाजवळून गेली आणि तो दचकला. काही नाही, ते एक वाघूळ होतं. त्यानं स्वत:ला शांत राहण्याची आज्ञा दिली.

एका काटेरी फांदीनं धरून ठेवलेली बाही सोडवण्यासाठी तो थांबला. आपल्या प्रगतिआड मानसिक अडथळे येत नसल्याचं जाणवून त्याला बरं वाटलं; पण तो तटस्थ होता, स्वत:चाच निरीक्षक. विचार बाजूला ठेवून अनुभव घेण्याचा त्यानं निर्णय घेतला. वाऱ्यावर सळसळणारी पानं, जलद होणारा त्याचा श्वासोच्छ्वास आणि त्याच्या हृदयाची धडधड, तळव्यांना आणि बोटांना जाणवणारा प्लास्टिकच्या हॅन्डलचा स्पर्श. एका झुडपाआडून त्यानं आवाराचं निरीक्षण केलं. एका दुमजली इमारतीसमोर ब्लॅक फोर्टची कार उभी होती. इमारतीच्या खालच्या मजल्यावर दोन, तर वरच्या मजल्यावर एक दिवा पेटलेला होता.

खडीवरून दबकत चालत तो एका पडक्या खोपटाकडे जाऊ लागला. प्रवेशद्वार अडवून ठेवलेल्या एका पत्र्याशेजारून तो पुढे झाला आणि अंगण, कार आणि इमारत यांच्यामधल्या अंतरांचा अदमास घेण्यात त्यानं मन व्यस्त ठेवलं. निदान तिथे कुत्रा तरी नव्हता – नाहीतर एव्हाना तो भुंकला असता.

इमारतीजवळ जाऊन तो खिडकीतून डोकावला. खिडकीवर एक जुनाट जाळीदार पडदा होता. किचनमध्ये एक बल्ब पेटला होता. जमिनीवरल्या टाइल्स खिळखिळ्या झाल्या होत्या, काही गायब झालेल्या होत्या. ती वापरात असल्याच्या खुणा म्हणजे फ्रिज, हॉटप्लेट आणि सिंकच्या कडेला असलेली खरकटी भांडी.

खिडकीला वाळवी लागलेली होती. साहजिकच ती हातानं मोडता येण्याजोगी होती; पण तसं करताना ती खूप आवाज करेल. खिडकीच्या काचा पातळ होत्या, त्यामुळे पेट्रोल बॉम्ब टाकल्यावर ते काचेवर आपटून खाली पडतील किंवा काचेवरच फुटतील, अशी धास्ती बाळगण्याचं कारण नव्हतं.

समोरचं दार उघडलं. जिआन भिंतीला चिकटला. तो दिसू शकला असता. त्यानं गोल्फ बॅग खाली ठेवली आणि पिस्तुलाला हात घातला. त्यांना त्याची चाहूल लागली होती का?

टॉर्चचा उजेड अंगणातून, कारवरून, खांबांच्या राशीवरून आणि जुन्या टायर्सवरून फिरला. प्रवेशद्वारावरल्या पत्र्यावर तो स्थिरावला. दोन इसम इमारतीतून अंगणात आले. जिआननं पोनीटेल आणि हॅट ओळखली. या दोघांना त्यानं द फ्लोटिंग लोटस रेस्तराँबाहेर पाहिलं होतं. ते दोघं ब्लॅक फोर्टचे गुंड होते. हॅटवाल्याच्या हातात टॉर्च होता. जांभई देत त्यानं तोंडावर हात घेतला आणि पोनीटेलनं पत्रा सरकवला. ते दोघं खोपटात गेले.

ही उत्तम संधी होती. तो दाराजवळ गेला. कठीण आणि जाड पिस्तुलाचा स्पर्श दिलासादायक होता. हिशेब चुकले, तर त्यांना धमकावण्यासाठी तो त्याचा वापर करू शकणार होता. काँक्रीटवर आवाज न करणं सोपं होतं; पण तो खड्ड्यांपासून आणि खडीपासून सावध होता.

खोपटात उजेड फिरत होता. हातातला हातोडा उंचवून बाजूला उभा राहून, काय, कसं करता येईल, याचा विचार तो करू लागला. प्रथम तो आडदांडाला आडवा करेल आणि दुसरा पळून जाण्यापूर्वी त्याला गाठेल. ते सोपं नव्हतं आणि अशा गोष्टी बहुतकरून नशिबावर अवलंबून असतात; पण ते शक्य होतं : टॉर्चमुळे त्यांना अंधारातलं काही दिसणार नाही आणि पहिल्या हल्ल्यानंतर दुसरा हादरून गोठून जाईल. त्यानं केवळ पहिला आघात अचूक करणं आवश्यक होतं.

त्याचं हृदय जोरात धडधडत होतं आणि हातोडीवरची त्याची पकड एवढी घट्ट होती की, ती त्याच्या हातामागच्या स्नायूंना जाणवत होती. कामगार वर्ग आणि भांडवलदार मध्यम वर्ग यांच्यातली दरी मिटवली जाते समाजवादी क्रांतीच्या मार्गानं. शब्दरचना आपसूक साकारली गेली. खसखस, पावलांचे आवाज, कॅन्टॉनीजमधली कुजबुज त्याला ऐकू येऊ लागली. हातोडा थरथरू लागला आणि ते बाहेर यावेत, असं त्याला वाटू लागलं, फक्त बाहेर यावेत. समाजवादी व्यवस्थेमधील कामगार वर्ग आणि शेतकरी यांच्यामधली दरी मिटवली जाते सहकाराच्या तत्त्वावर.

छोट्या, किडकिडीत मुलीला बरोबर घेऊन ते दोघं आले. तिचे हात पाठीमागे घेऊन कोपरं एकत्र बांधलेली असल्यामुळे तिला नीट चालता येत नव्हतं. तिचे तक्रारीचे सूर तोंडावर बांधलेल्या कपड्यामुळे अडत होते. तिची मनगटं वायरनं बांधली होती आणि जणू एखाद्या गाढवाला कोणी ओढत न्यावं, त्याप्रमाणे तो आडदांड तिला ओढत होता. त्याच्या हातात टॉर्च होता आणि तो त्या मुलीला ओढत होता तेव्हा टॉर्चचा उजेड बेछूट नाचत होता. दुसरा तिचे केस धरून तिला दिशा देत होता. ते भराभर पुढे सरकत होते आणि आडदांड पुष्कळच पुढे होता.

जिआननं हातोडा उगारला आणि पोनीटेलवर घाव घातला, तो त्याच्या मानेच्या आणि कवटीच्या जोडावर पडला. तडकल्याचा आवाज झाला आणि तो खाली कोसळला. मुलीच्या केसांवरची त्याची पकड ढिली पडली नसल्यामुळे ती मागे ओढली गेली. आता ती त्याच्या आणि त्याच्या नव्या सावजाच्या मध्ये होती. आडदांडनं तिला सोडून दिलं आणि त्यानं इमारतीकडे धूम ठोकली.

जिआननं त्या मुलीला दूर लोटलं आणि पिस्तूल काढलं; पण तेवढ्यात आडदांड इमारतीत शिरला आणि त्यानं दार बंद केलं. जिआननं शिवी हासडली आणि पोनीटेलच्या घावावर हात लावून पाहिलं. त्यानं त्याला यापूर्वी पाहिलं होतं, त्या वेळचं दृश्य त्याला दिसलं – मित्राचा हात खांद्यावर असल्याच्या स्थितीत झिंगल्याच्या अवस्थेत तो चालत होता, तांबारलेल्या चेहऱ्यानं, तोंड उघडं ठेवून. आता त्याचा कणा मोडून पडला होता आणि तो मरण पावला होता. हे महाभयंकर होतं.

ती मुलगी दूर जाण्याच्या प्रयत्नात होती. त्यानं तिला थांबवलं आणि तिच्या चेहऱ्यावरचे केस दूर केले. ती चिनी तरुणी होती आणि तिच्या डोळ्यांत मूर्तिमंत भीती उभी होती. त्यानं तिच्या तोंडावरचा कपडा दूर केला आणि तिच्या हनुवटीला हातानं आधार देत तिला विचारलं, "इथे ते किती जण आहेत?"

तिनं त्याच्याकडे शून्य नजरेनं पाहिलं. त्याला वाटलं की, तिला मॅन्डरिन समजत नसावं किंवा ती मतिमंद वगैरे असावी. तिचा मळलेला चेहरा डोळ्यांखाली तेवढा अश्रूंनी धुऊन काढल्यामुळे स्वच्छ दिसत होता. तिच्या गालांवर ओरखडे होते.

"ते म्हणाले की ते आम्हाला सोडणार आहेत."

"किती जण?"

"माहीत नाही," ती म्हणाली आणि तिला हुंदका फुटला. "तुम्ही आम्हाला सोडवायला आलायत?"

"नाही. तू पळ काढ."

जिआननं तिला सोडलं आणि इमारतीकडे मोर्चा वळवला. अचानक हल्ला, हे त्याचं एकमेव प्रभावी अस्त्र होतं आणि आता तो ते गमावून बसला होता. त्यांना परिसर परिचित होता आणि त्यांच्याकडे शस्त्रं असण्याची शक्यता होती. त्यांना बसलेला धक्का हलका होईपर्यंत त्यानं कृती करणं आवश्यक होतं.

त्यानं लक्ष केंद्रित करायला हवं होतं. पहिलं म्हणजे तो बॉम्ब्स पेटवेल, तेव्हा हातोडा कुठं ठेवायचा? तो त्यानं दातांमध्ये धरला, त्याबरोबर माती आणि खताची चव जाणवली. लायटर, तो कुठं होता? या खिशात? आता तो घे. त्याला वाटला होता त्यापेक्षा तो आता त्याला छोटा वाटत होता. दोनदा ठिणगी पडली आणि तिसऱ्या वेळेला ज्योत निर्माण झाली.

त्यानं पेट्रोल बॉम्बची वात पेटवली. पेटलेला बॉम्ब त्यानं नेम धरून भिरकावला. तो भिरभिरत गेला आणि किचनची खिडकी फोडून पलीकडल्या भिंतीवर आपटला. उच्छ्वासासारख्या आवाजानंतर आगीचा लोळ उठला आणि त्याला तेवढ्या अंतरावरही तिची धग जाणवली. हां, आता हल्ल्याला सुरुवात झाल्यामुळे तो सुखावला. त्यानं दुसरा बॉम्ब तयार केला आणि तळमजल्यावरच्या दुसऱ्या खिडकीवर फेकला. दुसऱ्या बॉम्बनंही आगीचा लोळ उडवला.

पुढे होत त्यानं झळ रोखण्यासाठी तोंडासमोर हात धरला. आगीनं आता पडद्यांना आपल्या कवेत घेतलं होतं. करकरण्याचा आवाज झाला आणि पुरी इमारत आगीच्या झळीत बुडाली.

दार धाडकन उघडलं आणि कमरेत झुकून आणि हात हवेत उंच धरून आडदांड बाहेर आला. तो अचानक थांबला आणि आपल्या खांद्यावरच्या आणि पाठीवरच्या ज्वाळा विझवण्याचा प्रयत्न करू लागला. जिआननं त्याच्यावर हातोड्यानं घाव घातला आणि तो जमिनीवर कोसळला, ज्वाळा त्याच्यावर निर्विघ्नपणे नर्तन करू लागल्या.

हालचाल जाणवल्यामुळे त्यानं वर पाहिलं. वरच्या मजल्यावरच्या खिडकीत एक आकृती होती. तिचा चेहरा फिका होता, भांग मध्यभागी आणि तिच्या चेहऱ्यावर मेणबत्तीचा प्रकाश पडला होता, ज्यामुळे तिच्या निमुळत्या हनुवटीचा आणि गालांच्या उंच हाडांचा आकार स्पष्ट दिसत होता.

त्या शांत, अविचल आकृतीकडे जिआन पाहत राहिला. ती आकृती त्याला आपल्या सावलीपेक्षा अधिक परिचित होती. पोटात ठोसा बसावा, तसा तो मागे धडपडला.

"वेई वेई?"

चेहऱ्याच्या ठेवणीवर भाव उमटले नाहीत. तो तेवढाच कोरा राहिला, जेवढे त्या देवळातले पुतळे. आगीच्या झळीवर तो चेहरा थरथरत होता. डोळे शून्यात रोखलेले होते.

जिआननं लेकीच्या आकृतीला पुन्हा एकदा साद घातली.

"वेई वेई?"

पण चेहरा मागच्या अंधारात अंतर्धान पावला.

सर्पमस्तक

६६

वेई वेई जेव्हा फ्लोटिंग लोटसमध्ये गेली आणि तिनं नोकरीच्या जहिरातीविषयी चौकशी केली, तेव्हा तिला कल्पना आली की, ती तिला मिळेल; परंतु तिला याची खातरी नव्हती की, तिला ती नोकरी हवी होती की नाही. तिनं स्वत:ला समजावलं की, शिस्तीमुळे तिला स्वत:च्या नव्या पैलूचा शोध लागू शकेल, त्यामुळे निदान काही आठवड्यांकरतातरी तिला ती नोकरी इतकी काही वाईट वाटली नाही.

एका चिनी माणसाच्या प्लेट्स उचलत असताना तिच्या मांडीवरून हात फिरल्याचं तिला जाणवलं. तिनं त्याच्या तोंडात लगावून दिली. तो नाराज झाल्याचं दिसलं नाही, उलट त्याला न जाणवलेलं अपराधीपण दाखवण्यासाठी त्यानं हात वर केला. त्या वेळी तिला त्याच्या ओठाखालची जन्मखूण, दागिने आणि आकर्षक केशभूषा दिसली. वास्तविक तो चिनी दिसायला चांगला होता. त्यानं तिला 'सॉरी' म्हटलं, तेव्हा तो हसत होता आणि तो चावत असलेली टूथपिक त्यानं सूचकतेनं उंचावली.

त्यानं तिच्यासाठी वीस पाउंड्सची टीप ठेवली. तिला ते आवडलं नाही. ते अतिशय बाजारू वाटलं. तिनं ती नोट घेतली आणि शिताफीनं नाणी सरकवली. ते कौशल्य तिला दुसऱ्या एका रेस्तराँनं शिकवलं होतं.

तिचं काम संपलं, तेव्हा तो चिनी रस्त्याच्या पलीकडे भपकेबाज पिवळ्या कारपाशी उभा होता. त्यानं तिला इंग्लिशमध्ये विचारलं, "तू काय करत्येस?"

"टॅक्सी बघत्ये."

"माझ्याबरोबर येतेस?"

"मुलींना पिडण्याशिवाय दुसरं काही तू करत नाहीस का?"

"मी ते नेहमी करत नाही – तू खूश व्हायला हवंस."

"नाही, आणि विकत घेण्याएवढी मी स्वस्तही नाहीए."

ती तिथून निघाली, तेव्हा तिला तिच्यावर रोखलेली त्याची नजर जाणवली आणि मागे पाहण्यापासून तिला स्वत:ला रोखावं लागलं.

घरी येऊन ती जेवली. कोणीतरी टेबलवर टेक्स्ट बुक्स ठेवली होती. अपराधी भावनेनं तिनं ती नजरेआड लोटली. कॉलेज सोडण्याचा निर्णय तिनं विचार करून घेतलेला नव्हता, ती केवळ जाईनाशी झाली होती. तिकडे चीनमध्ये इंग्लिशची

विद्यार्थिनी म्हणून तिची उत्तम प्रगती होत होती – तिला ज्या विश्वात प्रवेश करायचा होता, त्या विश्वाची ती पहिली गरज होती, त्यासाठी ती खूप मेहनत घेत होती; पण पर्यटन? ते सर्वसामान्य वाटत होतं, काठावरचं. टुरिस्ट एजन्सी स्थापण्याची कल्पना... ती केवळ लहरीहून थोडं अधिक काहीतरी होतं एवढंच आणि लवकरच ती हवेत विरली. अधिक माहिती मिळवल्यावर असं दिसलं, की क्षेत्र कष्टाचं आणि अप्रिय सेवेचं होतं. तिला कल्पना आली की, त्याच्यासाठी आवश्यक तो धीर तिच्याकडे नव्हता.

ती फॅशन मॅगझिन चाळत बसली. ते पूर्ण विश्वास देणारं होतं. ''तुम्हाला जमेल ते बना, स्वत:ची नवी ओळख निर्माण करा — '' जाहिरातही जणू तिच्याशी बोलत होती. तिला हवं होतं, ते हेच झगमगीत विश्व; परंतु तिथे जायचं कसं, याची तिला कल्पना नव्हती. तिला नको असलेली स्वत:ची जुनी ओळख तिनं पुसून टाकली होती – गावठाणातल्या पोलिसाची पोर – कात टाकावी तशी, पण नवी अजून निर्माण झाली नव्हती.

साँग आत आली. वेई वेईचं मत होतं की, त्या दोघींमध्ये चांगले संबंध असावेत, कारण तिथल्या सर्व मुलींमध्ये केवळ त्याच दोघी चिनी होत्या, पण तिला साँग आढ्यताखोर आणि निरस वाटायची. तिच्याबरोबर तिचा गोरा मित्र होता. तो दिसायला बरा होता. त्याचं नाव पॉल असल्याची तिला कल्पना होती. ती दोघं नेहमी एकमेकांना कवेत घेऊन टीव्ही बघत आळसावलेले असत. आता ती दोघं कोको तयार करत होती. काहीतरी बोलायचं म्हणून वेई वेईनं आपलं खाणं केवढं गार होतं, ही तक्रार केली.

साँगनं चिनी भाषेत विचारलं, ''मग ते तू मायक्रोवेव्हमध्ये गरम करून का घेत नाहीस?''

''हां, करते ना.''

हे नित्याचंच होतं. ती नेहमी शहाणपणा शिकवते आणि वेई वेईला त्यातला गर्भित संदेश कळत असे, 'तू गावठी आहेस आणि मी खरी शहरी तरुणी.'

''ते नाही, हे इथलं बटण दाब.''

''मला माहीत आहे.''

पॉल मॅगझिन चाळत होता. ''ही फारच लुकडी आहे.'' वेई वेईकडे पाहत तो म्हणाला, ''मला बांधेसूद आवडतात.''

''ड्रेस छान आहे,'' साँग म्हणाली.

''साधा आणि सुटसुटीत आहे,'' वेई वेई म्हणाली.

''भपकेबाज नाहीए,'' पॉल म्हणाला. ''दिमाखदार आणि मादक आहे.''

''बरोबर,'' वेई वेई.

"आणि नको एवढा महागडा," साँग म्हणाली. तिनं ड्रिंक्स बाहेर काढली आणि पॉल म्हणाला, "मी आलोच बिस्किट्स घेऊन."

मायक्रोवेव्हमध्ये फिरत असलेलं आपलं खाणं पाहत वेई वेई ओव्हनवर बोटं वाजवत उभी होती.

तिच्या खांद्यावर हात ठेवत पॉल म्हणाला, "तू मला पागल केलंयस." तिनं चेहरा कोरा ठेवला. तो पुढे म्हणाला. "तुझी चाल, तुझं नाइट ड्रेसमधलं दिसणं, विचार करताना तू मान तिरपी करतेस ते, सगळ्यानंच मला वेड लागतं." त्याची बोटं तिच्या गालावर आली. "तुझं म्हणणं मला पटतं. कलाकारासारखं जगायचं. क्षणापुरतं जगायचं, पूर्णपणे वर्तमानात." तिच्या पाठीमागे काउंटर होता, मागे सरकायला वाव नव्हता. "हं? मग?"

मायक्रोवेव्हनं टिंग केलं.

"सरक. मला प्लेट घ्यायच्ये."

तिचं चुंबन घेण्यासाठी तो पुढे सरकला. एका दिवसात दोघं – असं कधी घडलं नव्हतं. अर्थात, दोघांपैकी एकही अनुरूप नव्हता. त्याला दाढीचे खुंट होते आणि याचा गंध चांगला नव्हता. तिनं एका पुस्तकात वाचलं होतं की, चुंबनांना रंग असतात. त्याप्रमाणे तिनं याच्या चुंबनाचा रंग ठरवला फिकट हिरवा.

डोळ्यांच्या कोपऱ्यातून तिला हालचाल जाणवली आणि ती कोकोमध्ये भिजल्यामुळे किंचाळली. कप जमिनीवर पडला. साँग तिथे आली होती. तिनं त्यांना नको त्या अवस्थेत पाहिलं होतं आणि आता तिच्यावर कोको ओतून ती तिच्याकडे पाहत उभी होती. वेई वेईनं मॅगझिन हवेत हलवलं, जणू ती दुक्कल मॅगझिन हलवल्यामुळे किड्यांप्रमाणे तिथून नाहीशी होईल.

साँगचा चेहरा कठोर झाला आणि तिनं पॉलवर बोट रोखलं. पुढचा अप्रिय प्रसंग टाळण्यासाठी वेई वेई तिच्या रूममध्ये निघून गेली. तिच्या मनात आलं की, ती तिची अपेक्षा नव्हती, पण असं काही तिच्याबाबतीत घडतं अधूनमधून. ती अजून भुकेली होती; पण आत्ता किचनमध्ये जाण्यात तिला रस नव्हता. त्यामुळे ती तिच्या छोट्या टीव्हीवर 'ईस्टएन्डर्स' पाहत बसली. तिला ती मालिका आवडत असे, कारण त्यातल्या करारी स्त्रिया ढिल्या चारित्र्यांच्या पुरुषांना वठणीवर आणतात. तिनं आशा केली, साँगही एव्हाना पॉलचा तसाच समाचार घेत असेल.

दुसऱ्या दिवशी सकाळी उठून ती कोऱ्या चेहऱ्यांसमोर नाश्त्यासाठी दाखल झाली, तेव्हा तिला कळलं, की तिचं खलनायिकेचं रूप प्रसृत करून स्वीकारलं गेलं होतं. घरातल्या सर्व मुलींची सही असलेली चिठ्ठी तिला दिली गेली, ज्यावर लिहिलं होतं, 'तुला कॉव्हेन्ट्रीत टाकलं आहे,' व्वा, काय वाक्प्रचार आहे. त्याचा अर्थ होतो की, तिला वाळीत टाकलं होतं. म्हणजे इंग्लिश गोरेसुद्धा चिन्यांप्रमाणेच अप्रिय

शब्दांना पाकात घोळवतात तर. असो, तिला तरी कुठं या बिनडोक पोरींसमवेत बडबड करण्याची हौस होती.

ती रेस्तराँमध्ये काम करत असताना गर्दीमुळे तिची बेफिकिरी तशीच राहिली; पण तिथून बाहेर पडण्याची वेळ जशी जवळ येऊ लागली, तशी बेफिकिरी मावळू लागली. तिनं घातलेल्या किपाओमुळे तिच्या हालचालींना निर्बंध येत होते, ग्राहक निरस होते आणि टिप्स छोट्या. गेल्या दोन प्रसंगांमुळे ती काही इशाऱ्यांच्याबाबतीत अवास्तव जागरूक झाली असावी; पण तरीही तिच्यामते तिला म्हाताऱ्या मिस्टर लीची नजर खरी आवडली नव्हती. हे अति होत होतं. तिच्या हव्या असलेल्या क्षेत्रातल्या माणसांना तिचा शोध लागावा, असं ते ठिकाण नव्हतं. ती तिचा वेळ फुकट घालवत होती. ती लेडिज रूममध्ये गेली आणि तिथल्या टाइल्सच्या मधल्या जागेवर 'माझा बॉस रंगेल लांडगा आहे' अशी अक्षरं कोरून तिनं आपल्या भावनांना वाट मोकळी करून दिली. ती वैतागली होती. तिचं काम उत्साहजनक नव्हतं. तिला जे बनायचं होतं, ते ती बनली नव्हती आणि स्वत:ची नवी ओळख कशी निर्माण करायची, याची तिला कल्पना नव्हती.

त्यामुळे रेस्तराँमधून बाहेर पडताना समोर पिवळी कार पाहून तिला खरंतर चक्क बरं वाटलं. तो चिनी पोरगा कारला टेकून उभा होता.

"तू आत का आला नाहीस?"

"मला भूक नव्हती."

"मग तुझं इथे येणं फुकट गेलं. मला आवडावास, असा तू नाहीस."

त्यानं तिला लाल गुलाब दिला. तो टपोरा होता आणि त्याचा गंध मदहोश करणारा होता. "थँक्स, पण याचं मी काय करू?"

"झोपताना तुझ्या शेजारी ठेव."

"किंवा बाथरूममध्ये. गुड नाइट."

"तुझं नाव तरी सांग, अनोळखी सुंदरी."

"तेच ठीक आहे."

ती तिथून निघाली. तिला मागे पायरव जाणवला. मागे वळून पाहिलं, पण तो चिनी नव्हता, पॉल होता.

"मी कुठं काम करते, ते तुला कसं कळलं?"

"तुझा फ्लायर होता घरी. मी आणि सॉंगनं एकमेकांना सोडलंय. आता आपण बाहेर जाऊ शकतो."

"मला नाही तसं वाटत."

"का?"

"जाऊ दे रे, तू — "

"हां, मी — " म्हणत त्यानं तिचा हात धरला. त्याच्या तोंडाला दारूचा वास येत होता. ती हात सोडवू लागली, "मला सोड."

"पण काल तर तुला..."

तेवढ्यात पॉलला मागून कोणीतरी खेचलं. त्या चिनी तरुणानं त्याच्या पोटात ठोसा लगावला. पॉल खाली कोसळला. चिनी तरुणानं त्याच्यावर कोपरानं प्रहार केला. तिनं चिनी तरुणाला थांबवलं आणि त्याच्या नजरेला नजर मिळविली. त्याच्या चेहऱ्यावर विजयी भाव होता.

"थांब, प्लीज थांबव."

त्यानं पॉलच्या पायावर टाचेनं दाब दिला.

"तुझं काय चाललंय?"

तो मागे झाला आणि त्यानं तिच्या केसांतून हात फिरवला. पॉल उठला आणि पळून गेला. तिचं डोकं जडावलं. तिनं जे पाहिलं होतं, ते तिला आवडलं होतं आणि तिला त्यामुळे स्वत:चा राग आला होता.

"माझं नाव ब्लॅक फोर्ट. चल, आपण ड्रिंक्स घेऊ."

"तो ठीक आहे ना, ते मला बघायचंय."

"ठीक आहे, मग आपण उद्या जाऊ."

त्यानंतर बऱ्याच रात्री, तो तिला त्याच्या कारमधून वेगवेगळ्या हॉटेल्समध्ये घेऊन जायचा; जे घरी जाण्यापेक्षा बरं होतं. तिला नंतर कळलं की, तो गुंड होता, त्याची टोळी होती आणि अमर्याद संपत्ती आणि सन्मान, हे त्याचं स्वप्न होतं. तो आपल्यायोग्य नसणं तिला आवडलं होतं, त्यामुळे ती स्वत:ला करुण नायिका समजू लागली. प्रत्येक गाणं आता तिला स्वत:वर बेतलेलं वाटू लागलं होतं. आता काहीच निरस राहिलं नव्हतं. बहुधा तिच्या बऱ्याच चुकीच्या सुरुवातीनंतर तिचं खरं जीवन सुरू होत होतं.

६७

पाय अंगाखाली दुमडलेल्या, हात पाठीमागे बांधलेल्या अवस्थेत वेई वेईनं अंग चोरलं. तिचे डोळे पाणावलेले होते. ती म्हणत होती, "नाही, प्लीज नको."

ब्लॅक फोर्टनं तिच्यापुढे कॅमेराफोन धरला आणि ती मागे हटली. मागे सरकत सरकत ती शेवटी भिंतीला टेकली.

"प्लीज, नको."

'सिक्स डेज'नं तिचे केस धरले आणि तिचं डोकं मागे खेचलं. त्यानं काळे बॅगी कपडे घातले होते, चेहऱ्यावर स्कार्फ बांधला होता आणि डोक्यावरची लोकरी टोपी त्यानं कपाळावर ओढून घेतलेली होती. त्याच्या डोळ्यांवर प्लास्टिकचा गॉगल होता. सुऱ्याचं पातं लखलखलं.

तिचे डोळे विस्फारले. तिच्या मनात आलं, आता सारं संपलं, मी मरणार आहे, मी मरणार आहे आणि त्याविषयी मी काही करू शकणार नाहीए. त्यानं केस सोडले, ते तिच्या चेहऱ्यावर आले.

"नको, प्लीज नको." तिच्या गालावरून अश्रू ओघळला. तिचं मन आक्रोश करत होतं, 'मला मरायचं नाहीए, मला मरायचं नाहीए.' 'सिक्स डेज' खाली वाकला आणि दहा-बारा वेळा त्यानं हातातला सुरा तिच्या पोटाच्या आसपास खुपसला.

वेई वेईनं तोंड उघडलं आणि मिटलं आणि तिचं सारं अंग थरथरलं. ती मलूल पडली आणि तिच्या खाली रक्ताचं थारोळं तयार झालं. ब्लॅक फोर्टनं कॅमेरा तिच्या चेहऱ्याजवळ आणला, तेव्हा त्याचा उष्ण श्वास तिला जाणवला.

तिच्या मनात आलं, आता सारं संपलं, मी चालले, मी मरणार आहे. तिची दृष्टी अस्थिर झाली. धूसर दिसणारा ब्लॅक फोर्ट मागे सरकला आणि त्यानं फोन बंद केला. सारं संपलं होतं.

ती उठून बसली आणि म्हणाली, "कट!" आणि त्या एका शब्दानं वातावरणातलं गांभीर्य दूर झालं. ते ठिकाण अस्वस्थ करणारं होतं आणि ती पुन्हा स्वतःच्या भूमिकेत आली. ती गोंधळली. तिनं हात-पाय आणि अंग झाडलं, आळोखेपिळोखे दिले.

तिनं पाय सोडवले आणि पोटावर बांधलेली रक्ताची पिशवी काढून टाकली. त्या पिशवीत खुपसून ठेवलेला हूक दोऱ्याच्या साहाय्यानं तिच्या अंगठ्याला

बांधलेला होता. तिच्या पोटावर सुऱ्याचे वार झाले, तसं तिनं अंगठा ओढला, त्याबरोबर पिशवीत खुपसलेला हूक ओढला जाऊन रक्ताची पिशवी फाटली आणि रक्त सांडू लागलं.

ती तिची कल्पना होती, तशीच ज्यादा लाइटस् आणि दोन रीहर्सल्सचीही – याबाबतीत टोळी कुचकामाची ठरली होती. नाटकांमध्ये वापरतात, तसा सुरा तिनं वेबसाइटवरून मिळवला होता आणि खाण्याचा रंग आणि कॉर्न सिरप वापरून तिनंच रक्त तयार केलं होतं.

तिनं टिश्यूनं हनुवटीवरचं रक्त पुसलं आणि आय शॅडोनं तयार केलेल्या 'जखमा'ही पुसून टाकल्या.

ब्लॅक फोर्टनं फिल्म पाहिली. त्या फिल्मचा दुरुपयोग केला जाणार होता, हे तिला माहीत होतं; पण तिचं कौशल्य दाखवण्याचं ते एक माध्यमही होतं.

स्वत:ला मरताना पाहून आपल्या व्यावसायिक कामावर ती बेहद्द खूश झाली. पटण्यासारखं मरणं खूप कठीण होतं. यशाची पावती देण्यासाठी तिनं टाळ्या वाजवल्या आणि ती वेदनेनं किंचाळली. ती हूक विसरली होती आणि आता तो तिच्या तळव्यात घुसला होता.

ब्लॅक फोर्टनं तो बाहेर काढला; पण काढताना कातडी फाटली आणि तिच्या तळव्यातून कल्पनेपलीकडे रक्त वाहू लागलं. ब्लॅक फोर्टनं 'सिक्स डेज'ला बॅन्डेज आणायला पाठवलं.

तिला गरगरलं आणि आपला चेहरा फिका पडत असल्याचं जाणवलं. त्याबद्दल तिला स्वत:चा राग आला. तिला ही कमजोरी पसंत नव्हती. तिला कणखर व्हायचं होतं.

ब्लॅक फोर्ट तिला म्हणाला, ''हात हवेत उंच धर आणि बसून राहा.''

ती म्हणाली, ''यातलं थोडं रक्त त्या फोनवर लाव!''

''तू म्हणजे कमालच करतेस,'' म्हणत त्यानं तिच्या ओठांवर ओठ टेकले. ''तू तिकडे बघू नकोस. सगळं ठीक होईल. मी आहे ना.''

६८

नाटक चांगलं वठण्यासाठी वेई वेईनं शहर सोडणं क्रमप्राप्त होतं. त्याबद्दल तिला वाईट वाटत नव्हतं. तिच्या घरच्या सर्व मुली कॉलेजमध्ये असताना ब्लॅक फोर्टनं तिचं बस्तान तिथून हलवलं. त्यानं तिला लिव्हरपूलला नेलं. तिला वाटलं होतं, त्यापेक्षा तिथली खोली छोटी होती. त्यानं तिला दिलासा दिला की, ते तात्पुरतं होतं आणि लवकरच ती दोघं महालात राहायला जातील.

त्यानं तिला एक नवा, काळा मोबाइल दिला होता. तिनं वडिलांना फोन लावला.

''कसं काय चाललंय?'' त्यांनी विचारलं.

''छान.''

''आणि कॉलेज?''

''ठीक चाललंय.''

''मार्क कसे मिळतायत?''

''पासष्ट टक्क्यांच्या आसपास.''

''सत्तरचा प्रयत्न कर. हवा कशी आहे?''

''थंडी खूप कमी झाल्ये आणि शेवटी सूर्यदर्शन घडायला लागलंय.''

''या आठवड्यात काय काय खाल्लंस?''

''काल स्फोटी खाल्ली.''

''चांगली होती?''

''ठीक होती. सॉरी बाबा, जरा थांबा. मला दुसरा फोन येतोय.'' तिनं त्यांना होल्डवर ठेवलं.

''हाय, बेब.''

''मी बाबांशी बोलत्ये. चीनमध्ये. तू येतोयस? बऱ्याच दिवसांत आला नाहीस.''

''जमतंय का ते बघतो. खूप बिझी आहे. तू काय घातलंयस?''

''काहीच नाही. बेडवर पडलीए आणि अंगावर काही नाहीए. तुझीच आठवण काढत होते. तू येणारेस की नाही?''

''तशीच राहा, म्हणजे मी निश्चितच येईन.''

''मी तुला होल्डवर ठेवत्ये.''

"नाही नको, मी नंतर करेन."

ती बाबांशी बोलू लागली.

"सॉरी, वर्गमैत्रीण होती. तिला होमवर्क हवा होता."

"तू आत्ता कुठं आहेस?"

"कॉलेजमध्ये. एका मिनिटात पुढचं लेक्चर आहे."

"कठोर परिश्रम घे, तीच यशाची गुरुकिल्ली आहे."

अध्यक्षांची वाक्यं तिच्यावर फेकताना त्याला ते कळतही नसे, एवढी ती त्याच्या मनावर पक्की कोरली गेली होती. "अच्छा, बाबा."

"बाय."

"पुढच्या आठवड्यात याच वेळी."

तिला जाणवलं की, ती बेडशीट चुरगळत होती. तिनं हातानी ती सारखी केली. तिचं चुकलंच होतं. बाबांना फोन लावण्यापूर्वी तिनं उठायला हवं होतं. नाइट ड्रेसवर त्यांना फोन करणं, म्हणजे काहीतरीच. त्यांच्याशी खोटं बोलणं तिला पसंत नव्हतं, पण नेहमीप्रमाणेच पुन्हा एकदा तिनं स्वत:ला समजावलं की, ते केवळ तिचं बस्तान ठीक होईपर्यंत. तिच्या मनात आलं की, त्यामुळे तिचा दिवस बिघडायला नको. नाही, तसं होणार नाही, कारण आज 'फिनिक्स डे' होता.

नाश्त्याला तिनं कॉफी घेतली आणि मार्लबोरो लाइट शिलगावली. तिच्या खोलीतल्या एकमेव खुर्चीवर कपडे होते आणि ती बेडवर बसलेली होती. धुवायचे कपडे जमिनीवर होते.

कपडे धुऊन टाकावेत, असं तिच्या मनात येतं न येतं तोवर तिला जाणीव झाली, की ते 'फिनिक्स डे'साठीचे नव्हते. नाही, ती सरळ बस करेल आणि शहरात फेरफटका मारेल. गल्लीबोळांमधून फिरत छोटे बागिचे बघेल आणि पारंपरिक कपड्यांत नटूनथटून बसलेले स्थानिक नागरिक पाहील.

पण लिव्हरपूल तिला लीड्ससारखंच भासलं. ती तूर्त मोकळेपणाचा आनंद घेत होती. तिच्यासाठी सगळं नवं आणि सुखकर होतं. ती एका गल्लीत गेली; पण तिथे दुर्गंधी होती. एक भिकारी तिच्याकडे रोखून पाहू लागला. स्थानिक उच्चारांत मोठमोठ्यानं बोलण्याव्यतिरिक्त इतर कोणतंही वैशिष्ट्य तिला लिव्हरपूलच्या रहिवाशांमध्ये दिसलं नाही.

ब्लॅक फोर्टच्या आगमनाची तयारी करण्यासाठी ती घरी परतली आणि तिच्या कल्पनेप्रमाणे बौद्ध लोक स्फटिकाच्या गोळ्याकडे पाहून ध्यान धरतात, तसंच त्याच्या देहाचा विचार करत ती त्याला साद घालू लागली. त्याच्या हातावरचं गोंदण, ती जन्मखूण, केसविरहित गुळगुळीत छाती, ओठांमधली काडी. तिनं त्याला मनात साकारलं आणि प्रतिमा परिपूर्ण झाल्याबरोबर विरली, त्यामुळे तिनं

उशीत डोकं खुपसलं आणि त्याच्या हेअर जेलचा गंध नाकात साठवून घेतला. तिनं तिच्या लॅपटॉपवरून त्याला ई-मेल पाठवली – "हॅलो, तुझ्याच विचारात मग्न आहे," आणि केवळ तिलाच समजेल, अशा पराकोटीच्या समर्पणवृत्तीचं प्रतीक म्हणून तिनं स्वत:चा हॉटमेल पासवर्ड बदलला – 'ब्लॅक फोर्ट.'

अपेक्षेच्या किणकिणीमुळे स्वस्थ राहणं शक्य होत नव्हतं, म्हणून ती मॅगझिन्स चाळत बसली. मॅगझिन्सनी तिचा शब्दसंग्रह वाढला होता – 'क्युलॉटस,', 'ऑरगॅझ्म', 'ॲनोरेक्झिया,' 'जिगोलो,' आणि त्यात आता आणखी दोन शब्दांनी भर पडली– 'कंपॅटिबिलिटी' आणि 'निट-पिक'. मध्यरात्र झाली, तरी त्याच्या येण्याचं काही चिन्ह दिसेना. हे अत्यंत संतापजनक होतं. शेवटी तिनं मादक द्रव्याची सिगारेट पेटवली आणि ती तिची झिंग अनुभवू लागली. तिला नशा आवडत असे, ती शांततेची आणि हलकेपणाची भावना; पण आताशा तिथे पोहोचण्यापर्यंतचा प्रवास खडतर, उंचसखल झाला होता, बिथरवणारा झाला होता. अमूर्त स्वरूपात तिची स्थिती उत्तेजनाजनक होती – वाईट सखा, परदेशात वास्तव्य, धोकादायक विश्वात प्रेम – पण वास्तव जीवनात हे असं नखं कुरतडत बसणं स्वीकारार्ह नव्हतं. त्यातून तिनं तिच्या निवासाची सोय एवढ्या वाईट ठिकाणी करून ठेवली होती की, खोलीतून हलताना कशा ना कशाचातरी स्पर्श किंवा दणका तिला बसला नाही, तरच नवल.

विचार स्फुरत होते, तरंगत होते आणि विरत होते आणि मागे उरत होता केवळ एकाकीपणा. 'किचनेट' हा मजेशीर शब्द होता. त्या अर्थानं, ती वापरत होती, ते 'बाथरूमेट' होतं आणि या क्षणी तिच्या मनात भावना होती की, ती 'लाइफेट' कंठणारी 'गर्लेट' होती. हा काही फिनिक्स डे नव्हता. तो आणखी एक डॉग डे होता.

तिचे विचार वडिलांकडे वळले. त्यांनी त्यांच्या फ्लॅटवर एक बाई ठेवली होती, अशीच. तिनं त्या पोरीला पोलीस कारच्या पॅसेंजर सीटवर बसलेली पाहिलेलं होतं ती खेडवळ होती, जाडीभरडी बोटं असलेली आणि निष्पाप स्मित करणारी. तिनं त्यांना तिच्याबद्दल विचारलं होतं, तेव्हा त्यांनी होकार दिला होता आणि ते तिची देखभाल करत असल्याचं सांगितलं होतं. कदाचित तीसुद्धा असाच दिवस ढकलत असेल. अर्थात, त्याला अनेक वर्षं होऊन गेली होती – एव्हाना त्यांनी तिला सोडून दिलं असेल आणि दुसरीला आणून ठेवलं असेल किंवा दोघींनाही, कदाचित. कदाचित शहरभर वेगवेगळ्या फ्लॅट्सवर अनेक जणींना ठेवलं असेल. प्रत्येक प्रसंगाला वेगवेगळी.

ती एवढी पटकन उठली की, तिला गरगरलं. हां, आता तिच्या डोक्यात प्रकाश पडला होता की, तिचा प्रियकर का गैरहजर राहतो, टाळाटाळ करतो आणि

विचलित होतो? तिच्या पोटात गोळा उभा राहिला. डोळ्यांसमोर असलेली बाब तिला दिसली नसल्याबद्दल ती स्वत:च्या मूर्खपणावर हसली. होय, त्याची दुसरी कोणीतरी 'मैत्रीण' होती.

तिला एक लेख दिसला – 'प्रेमातली आणीबाणी! तुमच्या प्रियकरानं विश्वासघात केल्यावर काय करायचं.' त्यालाच जाब विचारायचा आणि अद्दल घडवायची. अर्थातच तिनं स्वत:ला नाही विचारायचं, की आपण कुठं चुकलो?

तिनं स्वत:ला विचारलं की, ती कुठं चुकली होती. ती नको तेवढी आगाऊ होती की नेमस्त की नको तेवढी साधी होती, की अनाकलनीय की भोळी आणि खेडवळ होती? आणखी जाणून घेण्याची, खातरजमा करून घेण्याची गरज तिला भासली.

डोअर बेल वाजली. ती तयारीत नव्हती, नशेत आणि गोंधळलेली होती, तिनं नट्टापट्टा केला नव्हता आणि खोलीभर पसारा होता. त्याला खूश करण्यासाठी ती उतावीळ झालेली होती, त्याच्याविषयी तिला तिरस्कार वाटत होता, तसंच प्रेमही; पण तसंच तिला त्याला भेटावंसंही वाटत नव्हतं. हे सगळं आपल्या चेहऱ्यावर दिसेल, या धास्तीतच तिनं त्याला आत घेतलं आणि धुवायच्या कपड्यांचा ढीग बाजूला रचायला सुरुवात केली.

ब्लॅक फोर्टनं तिच्या गालावर ओठ टेकले, तो बेडवर आडवा झाला, त्यानं सिगारेट शिलगावली आणि तो कपडे उतरवू लागला. तो प्यायलेला होता.

"तुला उशीर झाला," ती म्हणाली. तिला नाराजी व्यक्त करायची होती; पण त्याचा सामना करण्याचं तिचं धाडस होत नव्हतं. तिच्या जिभेच्या टोकावर आलं होतं – 'दुसरी कोणी आहे का? तू मला सांगू शकतोस'; पण त्याऐवजी तिनं विचारलं, "बऱ्याच दिवसांनी आलास तो?"

"कामानं पिकवलंय."

"का?"

तो कधी कामाचं बोलत नसे आणि तीही कधी विचारत नसे. आता जेव्हा सारी माहिती हवी होती, तेव्हा खूप उशीर झाला होता. नियम तयार झाले होते.

"तू डोक्याला ताप करून घेऊ नकोस. तुझ्या सुंदर मुखड्यावर मला आठ्या पाहायच्या नाहीएत."

"तू मला काहीच सांगत नाहीस."

"ते तुझ्याच सुरक्षेसाठी."

"हे खूप जुनं वाक्य आहे. वापरून गुळमुळीत झालेलं."

तो तिच्या अंगावरून हात फिरवू लागला.

"खरोखर, तू काय करतोस?"

"मी एका बँकेवर दरोडा घातला आणि एका पोलिसाची हत्या केली. नंतर दुपारी..."

"प्लीज..."

"मी क्लब चालवतो. लोकांना वेळेवर पैसे दिले जातात ना, ते मी पाहतो. इतर लोक वेळेवर पैसे देतील, असं मी बघतो. आज मी अकाउंट्स पाहिले."

त्यानं त्याच्या गॅम्बलिंग क्लबचं वर्णन एवढ्या चांगल्या प्रकारे केलं की, तिला तो माहीत झाला असणार, अशी त्याची कल्पना झाली. लोखंडी दार, फॅनटेल टेबल असणारी खोली. तिथला क्रुपिए, काउंटर्सची थप्पी करून चार गटांत विभागणारा आणि शेवटी किती राहतील शून्य, एक, दोन की तीन यावर बेट लावणारे पंटर्स, बस्. तेवढंच कोरडं पुरुषी वातावरण.

पुन्हा तिला विचारावंसं वाटत होतं, दुसरी कोणीतरी होती का; पण तिनं विचारलं, "मला वाटतं की, कुठंतरी जॉब करावा. काही न करण्याचा मला कंटाळा आलाय."

"माझ्या कुठल्याही पोरीला काम करण्याची गरज नाही." माझी कुठलीही पोरगी? म्हणजे ती अनेकींमधली एक होती? "लवकरच मी तुला चांगल्या जागेत हलवेन. खरंच." त्यानं तिच्या मानेवरून हात फिरवला. "आज तू बाबांशी बोललीस? त्यानं तुझं नेहमीच बिनसतं."

"हं, खरंय."

"अलीकडे त्यांनी कोणा गुन्हेगाराला ठार मारलंय?"

"ते कागदपत्रं चाळतात आणि पार्ट्या उडवतात."

"मारामारीत मी त्यांना हरवू शकेन? ते जर तुझा मान राखण्यासाठी आले तर?"

"त्यांना याच्यापासून दूर ठेव. आपण प्रथम भेटलो, त्याला उद्या चार महिने होतील. त्यामुळे आपण उद्या आपण बाहेर जाऊ आणि गज्जा करू."

"उद्या नको. उद्या मला माझ्या काकांना रेसला घेऊन जायचंय. पुढच्या आठवड्यात जाऊ, ठीक आहे?"

पुन्हा काका. या काकाला किंवा ब्लॅक फोर्टच्या अन्य कोणा कुटुंबीयाला ती कधी भेटली नव्हती, त्यांच्याविषयी त्यानं तिला काही माहिती दिली नव्हती आणि आता तिला प्रश्न पडला की, तसं कोणीच नसून, तो केवळ त्यांची नावं वापरतो की काय.

त्यानं तिच्या पोटाचं चुंबन घ्यायला सुरुवात केली. तिला त्याच्याशी आणखी गप्पा मारायच्या होत्या, पण आपल्या पोटावरल्या त्याच्या चेहऱ्याच्या स्पर्शानं तिला जाणीव झाली की, त्याला अजूनही तिच्यात रस होता.

तिनं त्याच्या ड्रॅगनच्या टॅटूवरून बोट फिरवलं, त्याच्या मिश्यावाल्या, मोठाले डोळे असलेल्या डोक्यापासून त्याच्या कमरेवरच्या शेवटापर्यंत. तो विंग चुनचा सराव करत असे आणि त्याचं पोट पीळदार होतं. त्याचा देह एकाच वेळी मुलायम आणि कडक होता. ती सगळ्या पुरुषांची अभिलाषा असते.

"तू का नाही टॅटू करून घेत? इथे, मांडीवर. माझ्या अंगावरच्या ड्रॅगनसारखा? ड्रॅगन राणीसाठी ड्रॅगन."

"मी राजकन्या आहे, राणी नव्हे आणि मुलांसाठी ड्रॅगन नाही, फिनिक्स असतो."

त्याच्यात आवडण्यासारखं पुष्कळ होतं. तसंच पाहायचं झालं, तर त्याची जन्मखूण. तिनं तिथे स्पर्श केला की, तो झटकन बाजूला होत असे. त्याबाबतीत तो संवेदनशील असल्याचं तिलाही आवडत असे. तो जणू एक वेगळा देश होता आणि ती एक उत्तेजित पर्यटक.

तिचा श्वास स्थिरावला. कायम मीच त्याच्या आकर्षणाचा केंद्रबिंदू असणं किती छान असेल. त्याच्या संगतीत ती परिपूर्णता आणि सुरक्षा अनुभवत असे; पण तो पूर्णपणे तिचा असायला हवा.

नंतर, तो झोपल्यावर तिनं त्याचे कपडे बाथरूममध्ये नेले, जिथे अधिक चांगला उजेड होता. ती त्या कपड्यांची तपासणी करू लागली आणि एकीकडे स्वत:च्या मूर्खपणाला हसत होती. त्याच्या शर्टला लागलेला एक पिवळा केस तिला सापडला, मुळाशी काळा असलेला. त्याच्या शॉर्टवर तिला लिपस्टिकचे डाग दिसले.

तिला क्षणभर दिलासा लाभला – तिचं डोकं फिरलं नव्हतं, तिचा बायकी संशय खरा ठरला होता, त्या केसाकडे रोखून पाहत ती त्याच्या मालकिणीचा अंदाज करू लागली आणि ती प्रतिमा साकार झाल्यावर तिला दु:ख जाणवू लागलं.

त्याचं पाकीट टेबलावर होतं. त्यात तिला काहीशे पाउंड्सच्या नोटा, तशीच युरोची दोन नाणी दिसली. त्याच्या जीन्सच्या मागच्या खिशात तिला बोर्डिंग पासचा तुकडा सापडला – रोटरडॅमहून आलेल्या फ्लाइटचा, आजच्या तारखेचा, म्हणजेच तो तिला थापा मारत होता – सरळ सहजपणे. तो युरोपमध्ये काय करत होता?

तो झोपेत कण्हला आणि कुशीवर वळून त्यानं हात टाकला, तो तिच्या उशीवर पडला. तिच्याशी खोटं बोलल्याबद्दल आणि तिच्या मनाचा ताबा घेतल्याबद्दल ती त्याला शिव्या देत होती. एक प्रकारचं वेड तिच्या डोक्यात शिरलं होतं, जे आणखी पुराव्यांनीच शमणार होतं. ती आणखी तपशीलवार सगळं पुन्हा तपासू लागली. आपल्या फुललेल्या श्वासानं त्याला जाग येईल, अशी तिला धास्ती वाटत होती; पण तरी तिला थांबता येत नव्हतं.

त्याच्या डेबिट कार्डमागे त्याच्या गॅम्बलिंग क्लबचं कार्ड होतं – ओठ, कॉकटेल ग्लास, चिनी अक्षरं. त्याच्या मागच्या बाजूला बायकी अक्षरात पत्ता खरडलेला होता – होप फार्म, साउथ क्रीकजवळ. त्या खाली वेळ दु. ४:०० आणि तारीख उद्याची, जेव्हा तो त्याच्या काकाला रेसला घेऊन जाणार असल्याचं त्यानं सांगितलं होतं. त्या खाली होतं, ''उशीर करू नकोस! के.''

काका काय! तिनं तिच्या प्रतिस्पर्धीची, मिस केची कल्पना केली – कोवळ्या चेहऱ्याची, स्कार्फ बांधलेली खेडवळ मुलगी, कोंबड्यांना खाऊ घालताना गुणगुणणारी. तिनं ठरवलं, की काय चाललं होतं, त्याचा ती छडा लावेल आणि ते बंद पाडेल. तिनं त्या पत्त्याचा फोनवरून फोटो काढला आणि त्याचा आवाज झाल्यावर जीभ चावली. त्यानं कूस बदलली, पण त्याला जाग आली नाही.

६१

ब्लॅक फोर्टला दहा वाजता जाग आल्यावर आपल्या नित्याच्या सवयीनं झटकन उठला, तेव्हा वेई वेईनं झोपेत असल्याचं नाटक केलं. त्यानं तिला निघताना किस केलं – तो अजून कसा एवढा हळुवार होता? आणि तिनं दार बंद होण्याची वाट पाहिली.

इंटरनेट कॅफेमध्ये जाऊन साउथ क्रीक कोठे आहे, ते शोधणं, सगळ्यात जवळचं शहर असलेल्या किंग्ज लिनचं बसचं तिकिट काढणं, स्थानिक बस सेवेचं वेळापत्रक पाहून घेणं आणि गाव आणि परिसराच्या नकाशाची प्रिंट आउट काढणं, हे काही मिनिटांचंच काम होतं.

तिनं वडिलांना फोन लावला.

"तुमचं अकाउंट्सचं काम झालं?"

"का? काही चुकलंय?"

"माझ्या कोर्सच्याबाबतीत."

"त्याचं काय?"

"मी... मी तुम्हाला खरं सांगत नव्हते."

तिला सांगायचं होतं, मी सगळ्याचा विचका करून ठेवलाय, मी कॉलेज सोडलंय, आता या गुंडाची पोरगी होऊन राहिले, जे माझ्या कल्पनेएवढं उत्तेजित करणारं नाहीए आणि आता मला असं वाटत आहे की, तो माझी फसवणूक करतोय.

"माझे मार्क खाली गेलेत. पन्नासवर."

"तेवढे काही वाईट नाहीएत आणि हवामान कसं आहे?"

"तापमान वाढतंय, सूर्यदर्शन होतंय."

सवयीचा अडथळा दूर करण्यासाठी तिनं पुन्हा एकदा बळ एकवटलं.

"बाबा?"

"हं?"

"मला वाईट वाटतंय."

दुसरीकडे शांतता. तिला वाटलं की, त्या क्षणी तिला त्यांचा चेहरा दिसायला हवा होता.

"तू चिकटून राहा. कधीतरी थोडे कमी मार्क मिळाले, तर काही बिघडत नाही. एकमार्गी मेहनत घेत राहणं महत्त्वाचं. कशानंही तू थांबू नकोस."

त्यांच्या शब्दांचा ओघ चालू होता आणि पार्श्वभूमीवर तिला हसण्या-खिदळण्याचे आणि गप्पांचे आवाज ऐकू येत होते. ती बहुधा चुकीची वेळ होती.

"आज मला... आज माझा चांगला दिवस नाहीए."

ती अपरिचित प्रदेशात चाचपडत होती आणि तिला जाणवलं की, ते त्यांनाही जड जात होतं.

"ठरल्याप्रमाणे वागणं सोपं नसतं. त्यासाठी तू ठाम राहणं आवश्यक आहे. तू निग्रह करायला हवास."

"मी काय करावं, ते मला सुचत नाहीए. सगळं चाललंय तसं चालू द्यावं, असं एकदा वाटतं, तर सगळं बदलावं, असंही वाटतं."

"नेहमीच गोष्टी अधिक चांगल्या करण्याचा प्रयत्न करावा. सुधारणेसाठी सतत प्रयत्नशील राहायला हवं."

तिला ते त्या क्षणी कुठल्या जुन्या फिल्ममधल्या पार्टी कॉमिस्सारसारखे वाटले, भाषणबाजी करणारे आणि घोषणा करणारे. तिला त्या खुराड्यात राहायचं नव्हतं.

"आज नाश्त्याला मी चिकन सॅन्डविच खाल्लं."

"कसं होतं?"

"कोरडं वाटलं. मला तिकडच्या स्टीम्ड बन्सची आठवण येते."

"तुझ्यासाठी ब्रेडच चांगला."

"ठीक आहे बाबा, आता ठेवते, गुडबाय."

"ठीक आहे, गुडबाय."

तिला तिचं फोन करणं मूर्खपणाचं वाटलं. त्यातून तिनं साध्य काय केलं होतं, तर त्यांची चिंता वाढवणं. तिनं निश्चय केला की, पुढच्या वेळी ती त्यांच्याशी एकदम उत्साहात बोलेल.

तिनं डोळे घट्ट मिटून घेतले. म्हणजे जेव्हा ती ते उघडेल, तेव्हा गेली काही मिनिटं नाहीशी झालेली असतील. त्यावरून तिला बाबांची एक विशिष्ट लकब आठवली, चेहऱ्यावरून हात फिरवण्याची, जिचा हेतूही तोच होता. तिनं डोळे उघडले आणि खरंच, ते सगळं नाहीसं झालं होतं. ती दुसरीकडेच होती.

ती चारच्याच दरम्यान तिथे पोहोचेल आणि त्यांना रंगेहात पकडेल. तिनं कल्पनाचित्र रेखाटलं – मध्यभागी ती अपराधी छोकरी, तिचा दिमाखदार संताप आणि तिचा पश्चात्तापदग्ध प्रियकर तिच्यापुढे मान तुकवून उभा आहे. ती छोकरी, तिला एका अंधाऱ्या कोपऱ्यात टाकलेलं आहे. टीव्हीतल्या स्त्रियांप्रमाणे ती बोट रोखेल आणि म्हणेल, "तू निकामी झालेली आहेस!" ती प्रतिमा एवढी उल्लासजनक होती की, तिच्या गालांवर गुलाब फुलले.

७०

स्थानिक बस ग्रामीण नॉर्फोकमधून चालली असताना वेई वेईच्या मनात आलं की, इथली ताजी हवा आणि निसर्ग, वेगळ्या परिस्थितीत उत्साहजनक वाटला असता. तिला जाणीव नव्हती की, असं ग्रामीण सौंदर्य इंग्लडनं राखलेलं असू शकतं. तिला साउथ क्रीक एवढं आवडलं की, ती स्वत:शीच हसू लागली. ब्लॅक फोर्टची प्रेयसी राहत असलेल्या घराची ती कल्पना करू शकली, जिथे भिंतींवरून वेली चढलेल्या असतील आणि पोर्चमध्ये फुलांच्या बास्केट्स लटकत असतील.

तिच्या गुगलमॅपनुसार तिला बदकांच्या तलावावरून चालत जाऊन डावीकडे वळावं लागणार होतं. जिथे ब्लडगेट हिलवर जाणारा रस्ता असेल. तिला तो रस्ता सापडला नाही, म्हणून तिनं तिथल्या एकमेव दुकानात चौकशी केली. दुकानदारानं तिला सांगितलं की, तो रस्ता कुठं जात नसून नवा रस्ता बांधला गेलाय, आत्ता ब्लडगेट हिलवर केवळ पक्षिनिरीक्षक जात असून, बाकी कोणासाठी ते निरुपयोगी होतं आणि सरतेशेवटी सांगितलं की, कच्चा रस्ता बदकांच्या तलावापुढे लागूनच होता.

टेकडी चढत असताना दिसणारा देखावा तिच्या मन:स्थितीला साजेसाच होता. तिथे घनदाट झाडी आणि उजाड शेतं होती आणि मानवी वावराची एकही खूण नव्हती. ते बहुधा, तिनं अंदाज केला, समुद्रकिनाऱ्यावरून येणाऱ्या सोसाट्याच्या वाऱ्यांमुळे असावं. झाडं सळसळत आणि हलत होती आणि माथ्यावरली झाडं झुकलेली आणि त्या अव्याहत माऱ्यानं खुंटलेली होती. तिनं तिचं कल्पनाचित्र बदललं – ती दुसरी पोरगी भटक्या जमातीतली, रानातल्या खोपटात राहणारी होती.

बहुधा काहीतरी चुकलं होतं. इथे खरंच काहीही नव्हतं. जवळजवळ चार वाजले होते. तिचं मन सांगत होतं, घरी जा, शहाणपणा कर. तिनं सूचनेकडे दुर्लक्ष केलं आणि अधिक पाहणी करत असताना तिला रस्त्यावर गाडीच्या चाकांच्या खुणा दिसल्या. तो रस्ता कुंपणालगत जाऊन वळला आणि रानात गडप झाला.

कुंपणात तिला एक कुजकं फळकुट सापडलं. ते तिनं उचकटून काढलं. त्यावर जाळून कोरलेले दोन शब्द होते : 'होप फार्म.' तिनं ते फळकूट बाजूला टाकून दिलं. उंच झाडांच्या आणि झुडपांच्या जाळ्यातून रस्ता एका जुनाट घराकडे गेला होता. जंगल जणू त्या घराला व्यापायला निघलं होतं. अंगणातल्या फरसबंदीच्या

फटींमधून गवत डोकं वर काढत होतं आणि जुनी, गंजलेली यंत्रं झुडपांच्या जाळीत अर्धीअधिक लपली होती. घराच्या फुटक्या छतांमधून पक्षी उडत होते आणि तिथे केवळ त्यांचा चिवचिवाट आणि पानांच्या सळसळीचा काय तो आवाज होता.

घरासमोर एका घाणेरड्या पांढऱ्या व्हॅनशेजारी ब्लॅक फोर्टची कार उभी होती. अर्थातच तो इथे होता, पण हे सारं ठीक वाटत नव्हतं. तिला प्रथमच जाणवलं की, तिनं पूर्ण चुकीची कल्पना केली होती. असं घर कोणती मुलगी स्वीकारेल? एखादी अगदीच पोहोचलेली असावी – या एकांतामुळे कदाचित त्यांच्या मिलनात वेगळीच खुमारी येत असेल.

ती घराजवळ गेली आणि तिनं खिडकीतून डोकावून पाहिलं, पण आतल्या पडद्यांव्यतिरिक्त काहीच दिसलं नाही. तेवढ्यात, शरीरसुखानं विव्हळणाऱ्या स्त्रीचा आवाज तिच्या कानांवर पडला आणि ती स्तब्ध झाली. तिचा संताप जागा झाला आणि नैराश्य एकवटलं. सगळं बाहेर येऊ पाहत होतं. तिच्या हृदयाच्या ठोक्यांची गती वाढली आणि तिच्या डोक्यात घणाघात होऊ लागले.

तिनं पुढलं दार उघडलं आणि घरात प्रवेश केला. ती सावध झाली होती, तिच्या संवेदना जागृत झाल्या होत्या आणि ती थरथरत होती. सामना करण्यासाठी ती अधीर झाली होती, तरी ती दबकत, सावकाश पावलं टाकत होती. तिला स्वत:ची चाहूल लागू द्यायची नव्हती. तिला त्या दोघांना नको त्या अवस्थेत पकडायचं होतं. काय बोलायचं, हे तिला ठाऊक नव्हतं, पण तिला खातरी वाटत होती की, योग्य शब्द उचित स्वरात येतील. कदाचित शब्दांची गरज भासणारही नाही. दारामागून पुन्हा विव्हळणं. आता ते तिच्या सोसण्यापलीकडे गेलं होतं. तिला विध्वंस करावासा वाटत होता, आदळआपट करावीशी वाटत होती. तिनं दार ढकललं आणि खोलीत प्रवेश केला.

चकित झालेले सहा-सात चेहरे तिच्या दिशेला वळले. त्या छोट्या खोलीत अनेक मोठे लोक बसले होते. 'कॅटरपिलर' आणि 'सिक्स डेज' सोफ्यावर बसून सिगारेट फुंकत होते. खोलीभर धूर भरलेला होता. मोडक्या टीव्हीवर लॅपटॉप होता. त्याच्या स्क्रीनवर समागमाचं दृश्य चालू होतं.

ती स्वत:च चकित झाली. तिच्या घशातून घुसमटता आवाज निसटला आणि तिनं तोंडावर हात दाबला. एक ॲशट्रे जमिनीवर पडला आणि बिअर कॅन गडगडला. सगळे पुरुष आता उठून उभे राहिले होते.

एक ढोल्या गोरा ओरडला, "हे काय?" आणि स्क्रीनमधली ललना सुखानं चित्कारली.

ब्लॅक फोर्टनं तिचे खांदे धरून तिला उलटं फिरवलं. बाहेर अंगणात नेलं.

"तू इथे काय करत्येस?"

''मला वाटलं कुणा दुसऱ्या मुलीला तू इथे ठेवलंयस.''

''तू माझी झडती घेतलीस? मी आता तुझं काय करू? तू जा इथून.''

त्यानं हात उचलला. तिला वाटलं, आता तो मला मारणार; पण नाही, त्यानं रस्त्याकडे निर्देश केला.

तिनं स्वत:ला त्याच्या नजरेतून पाहिलं आणि तिला ती केविलवाणी भासली. ती बसली. तिला डोळे डबडबत असल्याचं जाणवलं.

''तुझ्याकडे बघ. तुझा अवतार झालाय.''

होय, ती अवतारच होती. तशी ती बराच काळ अवतारच होती आणि तिच्यात काहीतरी चुकीचं होतं. ती नालायक होती, त्यानं तिला मारायला हवं होतं, ती त्याच लायकीची होती.

''मी खूप एकाकी आहे.''

''चल, ऊठ.''

रडण्याशिवाय कसलाही विचार ती करू शकत नव्हती. किती लाजिरवाणी गोष्ट होती ही; पण ती थांबूही शकत नव्हती. आतले इतर पुरुष दाराशी आले, त्यांनी तिला पाहिलं आणि ते पुन्हा आत गेले.

''चल, आता तू इथून जा बघू.''

ब्लॅक फोर्टनं तिला आधार देऊन उठवलं. तिचे डोळे पाणावले होते आणि तिला समोरचं सगळं हिरवं दिसत होतं. एकसंध, तपशिलांविना. तिचे हुंदके आता कमी होत होते. चालताना तिचा तोल जात होता आणि ती त्याच्यावर रेलत होती. त्याच्या मजबूत बाहूंचा आधार तिला दिलासादायक वाटत होता.

''मला वाटलं दुसरी मुलगी आहे,'' ती पुन्हा म्हणाली.

''नाही गं, तू एकटीच आहेस.''

तिनं बाहीनं डोळे पुसले. तिला सुटल्यासारखं वाटत होतं, तसंच स्वत:ची शरम वाटत होती आणि कीवही येत होती. थोड्या वेळापूर्वीची तिची मन:स्थिती केवढी वेगळी होती – तिनं असा विचार कसा काय केला?

''मी... मला कळत नाहीए, की मी इथे काय करतेय. मी हरवलेय. मी कॉलेजमध्येच राहायला हवं होतं. सगळा विचका झालाय.''

''ए, सगळं काही ठीक आहे. तूही ठीक आहेस. तू एक साहस करते आहेस, हो की नाही? तू स्वत:ला शोधत्येस. तुला तेच तर हवं होतं. आठवतंय, तू मला एकदा सांगितलं होतंस? ही तूच आहेस, स्वत:ला शोधणारी.''

''आपण थोडं बोलू या का?''

''हं; का नाही. मी लवकरच तुझ्याकडे येईन. प्रॉमिस.''

''खरंच प्रॉमिस?''

"खरंच."

"ठीक आहे," म्हणत तिनं बाहीनं तोंड पुसलं. "चार वाजता काम होणारे?"

"धंद्यातलं काम."

"एवढंच?"

मागे धुळीचे लोळ उठवत कच्च्या रस्त्यावरून ट्रक येत होता.

ब्लॅक फोर्ट म्हणाला, "चल, तू आता निघ इथून. मी फोन करेन."

त्यानं तिला रस्त्यावर सोडलं आणि तिला आपल्या पाठीमागे त्याची नजर जाणवली. ज्या त्वरेनं त्यानं तिला घालवलं होतं, ती अस्वस्थ करणारी होती. त्याचा चेहरा पुन्हा पाहण्याच्या, त्याचं दिलासा देणारं स्मित पाहण्याच्या आशेनं तिनं वळून मागे पाहिलं; पण तो पळत घराकडे चालला होता.

पुरुष घरातून बाहेर येत होते. काय चाललंय, ते पाहण्यासाठी ती झाडामागे उभी राहिली. ते तिला आवडले नाहीत. ते गुंड दिसत होते आणि भीतिदायक. त्याला त्यांच्या संगतीत पाहणं, ही त्याची दुसरी बाजू पाहणं होतं. तो तिथला होता की तिचा होता? म्हणजे बहुधा तिचे प्रतिस्पर्धी इथे होते. तिला त्याला तिथून बोलावून घ्यायचं होतं. तो त्यांच्याहून किती चांगला होता. त्याच्याकडे गुण होते – विनोदबुद्धी, आस्था – जे त्यांच्याकडे निश्चितपणे नव्हते.

ट्रक तिच्या बाजूनं गेला. आता तिची सुटल्याची भावना रागात रूपांतरित होत होती, म्हणजे दुसऱ्या मुलीची कल्पना, हे अति विचाराचं आणि दुःखी मनःस्थितीचं फलित होतं; पण वास्तव हे होतं, की तो तिच्याशी खोटंच बोलला होता. ते काकाचं प्रकरण आणि रॉटरडॅम होतंच. खरंच, त्यानं तिला असं घाईघाईनं घालवून देणं तिला बिलकूल आवडलं नव्हतं. अजून बऱ्याच गोष्टींचा उलगडा व्हायला हवा होता. ती चुकली नव्हती आणि त्याचं निर्दोषत्व सिद्ध झालं नव्हतं. ती त्याच्याकडे स्पष्टीकरणं आणि खुलासे मागणार होती. तिचं एक मन तिला सांगत होतं, आत्ताच उलटी फीर आणि तिथेच त्याला जाब विचार.

तिनं आरडाओरड ऐकली आणि वर पाहिलं. ट्रक अंगणात उभा होता आणि पुरुष त्याच्या मागच्या दारापाशी गोळा झाले होते. तिचंही कुतूहल जागं झाल्यामुळे ती झाडामागून डोकावून पाहू लागली.

एक पुरुष ओरडला, "हॅलो? हॅलो? ए, ऊठ!" आणि पुढे होत त्यानं एक मलूल हात हलवला.

दुसऱ्यानं शिव्या हासडल्या.

ब्लॅक फोर्ट म्हणाला, "हा सगळा विचका झालाय."

"काही जण ठीक असतील. त्यांना आपण खाली उतरवायला हवं. एक आरसा घ्या – त्यांचा श्वास चालू आहे का, ते पाहा!"

सगळे पुरुष तिला पाठमोरेच दिसत असले, तरी त्यांना बसलेला धक्का उघड होता. 'सिक्स डेज' जमिनीवर लाथा मारत होता. 'ब्लू'नं चेहऱ्यावर हात धरले होते.

"त्यांच्या जिभा बघा," केव्हिन म्हणाला, "त्यांची रक्ताळलेली बोटं पाहा, त्यांना खरवडून बाहेर पडायचं होतं?"

ब्लॅक फोर्टनं काहीतरी ओढलं आणि ते धपकन जमिनीवर पडलं.

"शी:!" तो उद्गारला.

धक्का बसून पुरुष मागे हटले, कुठल्या शक्तीनं ढकलल्यागत आणि वेई वेईला समोरचं नीट दिसलं. तिनं ओलसर डोळ्यांची उघडझाप केली आणि समोरचं दृश्य स्पष्टपणे दिसलं.

जमिनीवर पडलेल्या इसमाच्या तेलकट चेहऱ्यावर भयाचे भाव होते. कंटेनरच्या काठावर दुसरा देह येऊन पडला, त्याचे हात खाली हेलकावे घेऊ लागले. त्यामागे आणखी काही देह पडलेले होते, मलूल, विचित्र अवस्थांमध्ये, कापडी बाहुल्यांसारखे. स्कर्ट वर जाऊन मांड्या उघड्या पडलेल्या स्थितीत एक स्त्री होती. तिच्या छातीशी तिचं पोर होतं आणि त्याचा टी-शर्ट त्याच्या डोक्यावर गेलेला होता. त्याची किडकिडीत कुडी अनैसर्गिक अंशात वाकलेली होती.

वेई वेईनं एक हात तोंडावर धरला आणि कंप सुटलेल्या देहाला सावरण्यासाठी दुसऱ्या हातानं झाडाचा आधार घेतला. तिची नजर, त्या दृश्यावर खिळून राहिली होती. ती जे पाहत होती, त्याचा अर्थ संथ गतीनं तिच्या मेंदूत झिरपत होता. कदाचित कोणीतरी पुढे होईल आणि ते अभद्र दृश्य नजरेआड जाईल. त्या स्त्रीचा स्कर्ट नीट करण्यासाठी आणि तिच्या पोराचा टी-शर्ट खाली करण्यासाठी पुढे जावं, असं तिला वाटत होतं. त्या पुरुषांपैकी कोणीतरी ते करेल, असंही तिला वाटत होतं; पण सगळ्यांचीच पावलं जमिनीला खिळलेली होती.

कोणीतरी ओरडलं, "ती मुलगी. तिनं पाहिलं."

अनेक डोळे तिच्या दिशेला वळले. ती मागे हटली. एक पुरुष तिच्या दिशेनं पुढे सरकला. ती वळली आणि पळत सुटली.

७१

वेई वेई आंधळेपणानं सुसाट धावत सुटली. ती रस्त्यावर आली, तेव्हा धडपडली आणि तिनं हातानं रस्त्याचा आधार घेतला. डांबराच्या चटक्यानं ती भानावर आली. तिनं मागे वळून पाहिलं, तर तिच्या पाठलागावर कोणी नव्हतं, केवळ झाडं वाऱ्यावर हलताना दिसत होती. तिच्या हृदयाच्या धडधडीचा आवाज एवढा मोठा होता की, तिला बाकी काही ऐकू येत नव्हतं.

ती गावापर्यंत तशीच पळत राहिली. तलावापाशी आली, तेव्हा तिनं रस्त्यावरच्या एका पाटीचा आधार घेतला. तिला धाप लागली होती. ऊर धपापत होता. धावण्याच्या परिश्रमांमुळे मघाच्या प्रतिमा डोक्यातून गेल्या होत्या; पण त्या आता परतल्या – चिरलेल्या नखांचा मलूल हात, जमिनीवरचं निर्जीव डोकं, ओठ विलग होऊन उघड्या पडलेल्या हिरड्या. तिनं त्या दूर हटवण्याचा प्रयत्न केला. गाव शांत होता, त्याला कसलीच कल्पना नव्हती. रस्त्यावरून चाललेली एक बस; तेवढीच काय ती तिच्या आजूबाजूला हालचाल होती. तिच्या पायाजवळच्या चिरकण्यानं ती दचकली.

ते एक बदक होतं. त्यानं तिच्याकडे मोठाल्या डोळ्यांनी पाहिलं आणि ते पुन्हा चिरकलं. मागून आणखी बदकं येत होती आणि त्यांच्याबरोबर हंसही आणि तीही पालुपद म्हणू लागली. तिला मूर्ख, वेडी म्हणू लागली, तिला त्या मृतदेहांविषयी सांगू लागली. त्यांचं चिरकणं थांबवण्यासाठी ती त्यांच्यावर ओरडली. तेवढ्यात तिला उलटी झाली. सगळी बदकं कुतूहलानं तिच्या आणखी जवळ सरकली, त्यांचं चिरकणं मात्र थांबलं नव्हतं.

तिनं हात आणि गुडघे जमिनीवर टेकले. गरीब बिचारे जीव. हवेचं प्रमाण कमी झाल्यावर अंधाऱ्या जागेत होणाऱ्या घुसमटीची तिनं कल्पना केली. आपलं फुप्फुस जणू पिळवटलं जातंय असं वाटलं आणि त्यावरचा दाब वाढतच गेला. मग तुम्ही भिंतीवर आदळआपट करता, खोल श्वास घेता; पण तुम्हाला हवा मिळत नाही. तुम्ही तोंडानं श्वास घेण्याचा प्रयत्न करता; पण तरीही तुम्हाला हवा मिळत नाही. मुक्त होण्यासाठी तुम्ही धडपडता आणि अधिकच थकता. फुप्फुसावरचा दाब तुम्हाला डोळ्यांवर जाणवू लागतो, फुप्फुसं जळजळतात, पण हवा मिळत नाही. मला बाहेर काढा, मला बाहेर काढा, मला बाहेर काढा.

लपण्याच्या जाणिवेबरोबरच स्वत:ला शासन करण्याची भावनाही तिच्या मनात निर्माण झाली. तशीच रांगत ती वेळूच्या बेटात घुसली. तिचे हात चिखलात बुडू लागले, बदकं तिच्याजवळ जाऊन चिरकत दूर जात होती. हे घृणास्पद होतं. दुर्दैवानं संकटात ती सन्मानही गमावून बसली होती. तिला तिथून बाहेर पडायचं होतं; पण डोळ्यांसमोर दृश्यं नको होती. तिला तो गाव दिसायला नको होता.

ती एवढी एकाकी होती. सगळंच कसं चुकलं होतं. तिनं आता इथे राहायला नको होतं. ती घरी असायला हवी होती. कणखर आणि दिलासादायक पित्याची प्रतिमा तिच्या मनश्चक्षूंसमोर तरळली. अडचणीच्या प्रसंगी काय करायचं, याची जाण असणारा मनुष्य होता तो. तिनं तिचा फोन काढला आणि थरथरत्या हातांनी त्यांना लावला. संथ गतीनं त्याची रिंग होत असताना बदकं तिची टर उडवत होती. तिची धाप अजून गेली नव्हती आणि तशातच ती बोलू लागली, ''बाबा बांग वो... बाबा मला मदत करा, प्लीज, मला मदत करा. उचला, प्लीज मला मदत करा, उचला, बाबा मला मदत करा.''

तिच्या चिरकण्यानं तिला वाटून गेलं, केवळ त्यांच्या चिरकण्यात भर पडत होती. तीदेखील एक बदकच होती, एक बिनडोक जीव, किनाऱ्यापासून दूर भरकटलेला.

''बाबा, मला मदत करा, मला मदत करा.''

तिचा हात मागे खेचला गेला. हातातून फोन गळून पाण्यात पडला. ब्लॅक फोर्टनं तो उचलला. त्यानं त्याची बॅटरी काढून घेतली आणि तो खिशात टाकला. त्यानं तिच्यापुढे टिश्यूंचा गठ्ठा धरला.

''तुझी अवस्था बघ, किती घाणेरडी झाल्येस. चल, तुला स्वच्छ करायला हवं.''

ती किनाऱ्याकडे जाऊ लागली आणि ब्लॅक फोर्ट तिच्या मागून जाऊ लागला.

''ए राणी, घाबरण्यासारखं काही नाहीए. चल.''

त्याचा सौम्य, समतोल आणि आग्रही स्वर दिलासादायक आणि परिचित होता; पण काहीतरी घडलं होतं आणि आता तिच्या मनात शंका उपस्थित झाली होती की, ती त्याला खरोखरच ओळखत होती का?

''ए, याचा काही उपयोग होत नाहीए.''

ती किनाऱ्यावर पोहोचली. एक बस जवळ येत होती. तिला तिनं हात केला.

''तू घाबरलीस याचं मला वाईट वाटतंय,'' तो तिला म्हणाला. ''आपण हे निस्तरून टाकू. काय होईल असं तुला वाटतंय? हे बघ, तू माझी आहेस. तू संतापल्येस आणि गोंधळल्येस – सगळं समजावण्याची एक संधी तरी मला देशील? मी तुला घरी सोडतो, चल.''

बस थांबली, दार उघडलं. तो हात पुढे करून उभा होता. ती मागे हटली.

"तू माझी आहेस, मी तुझा आहे. आपण बोलू."

रस्ता ओलांडून ती बसजवळ गेली.

"तिच्यात बसून तू कुठं जाणारेस? ती कुठं चालल्ये, तेही तुला माहीत नाहीए."

त्यानं तलावाकाठी लावलेल्या त्याच्या कारकडे निर्देश केला.

"चल, मी तुला घरी नेतो." त्याच्या स्वरात अथवा चेहऱ्यावर विनवणीचा किंवा आततायीपणाचा संकेत नव्हता. त्याच्या स्वरात दिलासाच डोकावत होता. तो एवढा रास्त आणि व्यवहारी भासत होता. ती पुन्हा एकदा मुर्खासारखी वागत होती? यापूर्वी ती निष्कर्षाप्रत पोहोचली होती, तो तद्दन मूर्खपणा ठरला होता.

बस ड्रायव्हर तडकला. "मी दिवसभर इथे थांबू शकत नाही."

ब्लॅक फोर्ट रस्ता ओलांडत तिला म्हणाला, "तुझी अवस्था बघ आणि माझ्याकडे पाहा. आपण दोघंही स्वच्छ होऊ. कारमध्ये आणखी टिश्यूज आहेत. निदान मला तुला घरीतरी सोडू दे."

"तुम्ही स्वतःच्या वेळेत का नाही तुमच्या भानगडी मिटवत?" बस ड्रायव्हर.

ब्लॅक फोर्ट तिला म्हणाला, "सगळं समजावण्याची मला एक संधी दे. फक्त एक संधी." त्यानं हात पुढे केला.

"तुम्ही बसताय की नाही?" ड्रायव्हरनं विचारलं. प्रवाशांच्या चेहऱ्यांवरच्या आठ्या ठळक झाल्या होत्या.

ती काय करणार होती? ती विचार करू लागली. एकटी निघून जाणार होती, कुठंतरी? ना जाण्यासारखं ठिकाण होतं, ना जावं असं कुणी. त्यानं ओठात काडी धरली. त्याच्या शब्दांपेक्षा त्याच्या परिचित लकबीनं तिचं मन वळवण्याचं काम सोपं केलं.

"चल."

तिनं त्याचा हात धरला, त्यानं तो हलकेच दाबला. बसचं दार बंद झालं आणि ती चालू झाली. तो तिला कारकडे नेत असताना ती टिश्यूनं तोंड पुसू लागली.

"तू कोणाला फोन करत होतीस?"

"बाबांना."

"हं, उत्तम – यात आत्ता चिनी पोलिसांना गुंतव. असो. माझे बूट बघ. कामातून गेल्यातच जमा आहेत... तू ओली झाली आहेस का? माझे पाय पुरे ओले झालेत."

बदकं पुन्हा तिच्या मागे येऊ लागली. त्यानं त्यांना हाकललं. "त्यांना फक्त खायला हवंय; पण मी त्यांचा ऋणी आहे. त्यांच्यामुळेच तर तू मला सापडलीस. उद्या मी त्यांना खायला घालेन काहीतरी. तू मला खरोखरच घाबरवलंस, माहित्ये?"

"मीही घाबरलेय."

"त्यावर आपण नंतर बोलू, ठीक आहे?"

त्यानं तिला कारमध्ये बसवलं आणि तोही ड्रायव्हर सीटवर बसला. मग त्यानं तिच्या तोंडावर ठोसा मारला. तिचं डोकं खिडकीच्या काचेवर आपटलं. तिला तोंडात रक्ताची चव जाणवली. तिच्या डोळ्यांत पाणी तरळलं. डोळे मिचमिचवत तिनं विचारलं, "काय झालं?"

त्यानं तिच्या मानेभोवती हात टाकून तिला मागे चेपून धरलं. एका माणसानं तिच्याबाजूचं दार उघडलं. त्यानं तिची बाही वर सरकवली. इंजेक्शनची सुई चमकली. तिचे डोळे विस्फारले. हात घट्ट धरला गेला.

"धडपड करू नकोस," ब्लॅक फोर्ट पुटपुटला.

मानेभोवतीच्या त्याच्या पकडीनं ती घुसमटत होती. ती पाय झाडू लागली. तिच्या दंडात सुई टोचली गेली. ती शहारली आणि तिची शुद्ध हरपू लागली. तिचं डोकं एका बाजूला कलंडलं.

ती स्वप्नाच्या राज्यात तरंगू लागली. कार हलू लागली आणि तिच्याबरोबर तीही. उजेड फाकू लागला आणि गरगरू लागला. आता तो मोबाइलवर बोलत होता. त्याचे शब्द जणू अनंतातून तिच्या दिशेला सरकत होते.

"केव्हिन, मला पोरगी सापडली. बिथरू नकोस. सगळं ठीक आहे. कंटेनर शेडमध्ये घे; पण फ्लॅटबेडवर ठेव. सर्पमस्तकांच्या मदतीनं मी सगळं निस्तरतो. त्यांचा काही त्रास होणार नाही, हे नेहमीच घडतं. कोणीही काहीही बंद पाडणार नाहीए. सगळं ठीक आहे."

तिला स्वत:मध्ये थोडा रस असल्यासारखं ते तिच्यापर्यंत पोहोचत होतं. तिला काहीतरी जाणवेल, असं तिला वाटत होतं; पण तसं घडत नव्हतं. तिला वाटलं की, तिला हेरॉईन देण्यात आलं होतं आणि त्याचा परिणाम होत असल्याचा अनुभव तिला आवडला. नशा चढत होती, तिच्या लाटांमागून लाटा येत होत्या. लवकरच ती त्यांच्यात बुडून जाणार होती. तो फोनवर ओरडतच होता.

"नाही, केव्हिन, तू ऐक. आपल्याला एक अर्थमुव्हर लागेल आणि चुन्याच्या वीस पिशव्या. वेगवेगळ्या दुकानांमधून छोट्या-छोट्या ऑर्डर्स. हं आणि एक डिगर. खरेदी रोखीनं करायची. त्यासाठी मित्राच्या मित्राचा उपयोग होतो का, ते बघ. काहीतरी खोटं कारण तयार कर, ते तुझं तू बघ. घरामागची जमीन खणू, दोन तासांत काम होईल. त्यांना आत लोटायचं, त्यावर चुना टाकायचा, संपलं. तोपर्यंत उजाडेल. दहा-पंधरा दिवसांनी त्यावर काँक्रीट ओतू. विषय मिटला, केव्हिन. सगळ्यांना सांग आणि कोणालाही जाऊ देऊ नकोस."

एक लाट तिच्यावर आदळली आणि पुढची येईपर्यंत ती शुद्धीत नसेल, हे तिनं जाणलं. ती कण्हली.

तिच्याकडे वळून तो बोलू लागला. तो तिच्याशी बोलत असल्याचं तिला कळलं, कारण त्याचे डोळे तिच्यावर रोखलेले होते. ते मोठे आणि फिके होते. ते तिला आवडत असत.

"मला आयुष्यभर गजांमागे राहावं लागेल, असं काहीतरी तुला कळलंय. पंधरा-वीस जणांची हत्या. ते मी तुला करू देणार नाही. सॉरी, बेब."

तो बोलत होता, पण तो काय बोलत होता, ते तिला कळत नव्हतं. तिला सुखकर स्थैर्य लाभलं आणि तिच्या जाणिवा बंद पडल्या.

७२

वेई वेई शुद्धीत आली. तिची बेशुद्धी एक स्वप्नहीन घळी होती आणि तिच्यातून ती पुरती बाहेर आलेली नव्हती. तिचा मेंदू संथ होता आणि स्मृती धूसर.

ती गादीवर आडवी होती, तिचं तोंड भिंतीकडे होतं. वॉलपेपर विटलेला होता. ती झोपली होती त्या गादीवर ना पलंगपोस होता, ना उशी. ती गादी लाकडी तक्तपोशीवर घातलेली होती आणि त्या खोलीत अन्य कोणतीही वस्तू नव्हती.

तिला कल्पना होती की, ती खूप मोठ्या संकटात होती आणि त्याबद्दल तिनं काहीतरी करायला हवं होतं; पण मेंदू चालवणं खूपच तणावाचं काम होतं – तिला पुन्हा त्या घळीत खेचू पाहणारं लोढणं ती वाहत होती. प्रथम, तिला नशेच्या अधीन केलं गेलं होतं, याची जाणीव होणं आवश्यक होतं. रसायनांच्या वापरानं निर्माण होणाऱ्या विविध अवस्थांची तिला कल्पना होती, पण मेख होती, रसायन केव्हा बोलू लागेल, हे माहीत असणं. तिला तीव्रता जाणवत नव्हती. याचा अर्थ असा नव्हता की, त्याचा परिणाम संपला होता.

ब्लॅक फोर्ट तिच्यामागे उभा होता आणि त्याच्या बडबडीची तिला जाणीव झाली. तो जणू स्वत:शीच बोलत होता.

"ते – जे तू पाहिलंस – तो कोणाचाच दोष नव्हता. या गोष्टी घडत असतात. ते केवळ दुर्दैव होतं. कदाचित ते जास्त संख्येनं होते... किंवा कदाचित कस्टम्सची दिरंगाई... असंच काहीतरी."

त्याचा हात तिच्या केसांतून फिरला.

"ती एक डोकेदुखी आहे, पण एकदा मार्ग निश्चित झाला की, पैशांचा ओघ सुरू होतो. त्यात एवढा बक्कळ पैसा आहे. ड्रग्ज किंवा मुलींपेक्षाही जास्त. तुझा विश्वास बसणार नाही एवढा पैसा आहे त्यात. मी केवढा उत्तेजित झालोय सांगू तुला. मी बडी आसामी होणारे."

अनेकदा मंद उजेडात त्याच्या शेजारी पडून राहून तिनं त्याची स्वप्नं, त्याच्या महत्त्वाकांक्षा ऐकल्या होत्या – खालच्या सौम्य स्वरात कथन केलेल्या, आत्ता करत होता तशाच. तिनं त्याचं नाव उच्चारलं. तो तिच्या मानेचं चुंबन घेऊ लागला. तो नेहमी तिथून किंवा हनुवटीवरून सुरुवात करत असे, ओठांवर येण्यापूर्वी.

"मला तुला सांगायचंच होतं. मी काही माझ्या एकट्यासाठी उत्तेजित झालेला नव्हतो. आपल्या दोघांसाठी. माझ्याकडे पुष्कळ योजना तयार आहेत."

"आय लव्ह यू," ती म्हणाली.

"मलाही तू आवडतेस. तुझी त्वचा, तुझं चालणं, तुझे डोळे, तुझे स्तन, सारं काही. त्यामुळे हे असं वागणं मला पटत नाहीए." त्यानं तिच्या छातीवरून हात फिरवला. "तुझा हॉटमेल पासवर्ड मला सांग."

"अं?"

तिच्या गालावर बोटानं अक्षरं काढत त्यानं पुनरुच्चार केला. "तुझा हॉटमेल पासवर्ड."

तो तिथे बूट आणि सॉक्स काढत असल्याचं तिला जाणवलं. ती शीघ्रकोपी होती आणि आत्ताही तिला त्वरित राग आला. त्यानंतर भीती आणि नैराश्य. भावना परतायला लागल्या होत्या. ती मूळपदावर येत होती.

"का?"

"तू तशीच अदृश्य होऊ शकत नाहीस. तुझ्या त्या वट असलेल्या पोलीस बाबांबरोबर, कोणी फोन कॉल्स करणारा, चौकश्या करत फिरत असलेला कुणी चिनी पोलीस मला नको आहे. तुझ्या अकाउंटवरून बाबांना ई-मेल्स पाठवण्याचा मी विचार करतोय. 'सॉरी, मी फोन केला नव्हता. तो बिघडलाय, हवामान असं आहे, मार्क अमुक आहेत, खाणं रद्दी आहे. ई-मेल्स पाठवणं मला आवडतं. ते खूप स्वस्त आहे. इथून पुढे आपण तसंच करू. फक्त दोन महिने लागतील.' सगळे माग आणि पुरावे मिटवायला, पण खरं सांगू? मला नाही वाटत की, त्याच्या लक्षात येईल म्हणून."

त्यानं तिचे पाय बांधले.

"मी तुला मदत करणार नाही. तू मला मारून टाकशील."

तो तिच्या कानात पुटपुटला, "माझा गॅम्बलिंग क्लब नाहीए. तिथे वेगळंच काहीतरी आहे. तिथे मुली असतात. त्या ठीक असतात, पण सुरुवातीला त्यांना जरा मनवावं लागतं. त्यांना बदलावं लागतं."

त्यानं जोरात तिचा कान चावला. ती किंचाळली.

"लोकांची मनं वळवण्याचे अनेक मार्ग असतात. मला हवं ते तू करशील. तू मला तुझा पासवर्ड देशील."

गोंधळलेल्या स्थितीतही तिला भय जाणवलं.

ती म्हणाली, "मी तुला मदत करणार नाही. मी तुला मदत करणार नाही. प्लीज, मला इथून फक्त जाऊ दे. मला जाऊ दे, मी काहीही सांगणार नाही. प्रॉमिस. प्लीज नको ना."

त्यानं तिचे हात पाठीमागे बांधले आणि हात-पाय एकत्र बांधले.

"कुणाला बदलण्यापूर्वी आम्ही पहिलं काय करतो तुला ठाऊक आहे?"

त्यानं तिच्या तोंडावर कपडा बांधला.

"विचार करण्यासाठी आम्ही त्यांना वेळ देतो." त्यानं तिच्या नाकावर ओठ टेकले आणि तो खोलीतून निघून गेला.

७३

रसायनाच्या परिणाम दूर झाल्यावर तिचा जबडा दुखू लागला. तिला नैराश्य ग्रासू लागलं; पण व्यवहारी विचार करून तिनं त्यावर मात केली. बंधन पक्कं होतं, पण तिच्या लक्षात आलं, की ती कुशीवर पडून हालचाल करू लागली, तर तिची दिशा काही अंशांनी बदलू लागेल. ती गादीवरून खाली आली आणि खोलीत फिरू लागली. खांदा किंवा डोकं कुठं आपटलं गेलं की, दात चावू लागली. भिंतीवर केवळ एक इलेक्ट्रिक प्लग सॉकेट होतं, ज्याचा तिला काही उपयोग दिसत नव्हता. लाकडी तक्तपोशीही कुठं तुटली-फुटलेली नव्हती.

तिच्या मनात आलं की, तिनं खूप विचार करणं आवश्यक होतं. प्रामुख्यानं त्यानं त्याचा विचार बदलावा, यासाठी ती त्याला काय सांगू शकेल याविषयी; पण या विचारांतून दुसरे विचार मनात डोकावू लागले, निराशाजनक किंवा असंबद्ध जसे की हे घडलंच कसं, तो कशामुळे असा झाला असावा, ती केवढी मूर्ख होती वगैरे. परिस्थिती भासत होती तेवढी साधी असू शकत नव्हती. ते स्वीकारणं शक्य नव्हतं, ज्याला अनेक कारणं होती. अशा इसमावर ती कशी काय भाळली होती? तिच्या जाणिवा एवढ्या चुकीच्या कशा काय होत्या? तिच्यावर प्रेम असलेल्या माणसानं असं कसं केलं होतं? त्यामुळे तिच्या मनाचा गोंधळ वाढतच गेला. तो तात्पुरता बिथरला होता, त्याचं मन वळवण्यात आलं होतं किंवा कसल्यातरी दडपणाखाली तो ते करत होता किंवा तो कशालातरी वश झाला होता. कदाचित ही कसलीतरी चाचणी असावी.

तास जसजसे पुढे सरकत होते, तसं तिचं मन त्याच टापूत पुन:पुन्हा फिरू लागलं आणि ती स्वत:वरच चिडू लागली. ती थकली होती आणि तिला तहान लागली होती. होणारे मानसिक आणि शारीरिक श्रम निष्फळ ठरत होते. केवळ वाट पाहणं आणि त्रास सोसणंच उरलं होतं. खोलीत उंदीर असल्याची चिन्हं तिला जाणवली आणि ती त्याचा कानोसा घेऊ लागली. तिला अस्वस्थ गुंगी येऊ लागली. तिला जाग आली, तेव्हा तिच्या तोंडावरला कपडा कोरड्या तोंडात वाळू असावी, असा वाटला आणि जबडा जास्तच दुखू लागला होता.

एक पतंग भिंतीवर येऊन बसला. ते पाहणं करमणुकीचं वाटत होतं. त्याच्या पंखांवर चंदेरी धुळीसारखं काहीतरी होतं. तिनं कधी पतंगाचं एवढं निरीक्षण केलं नव्हतं. स्वीकारार्हतेच्या आणि स्पष्टतेच्या अवस्थेत ती जाऊ लागली. तो थंड

डोक्याचा मारेकरी होता आणि ती एक मूर्ख मुलगी. ती खुळ्या कल्पनांवर जगली होती आणि आता त्याची किंमत मोजत होती. तिचं बोलणं, तिच्या कल्पना, तिची कर्मं सारंच मूर्खपणाचं होतं. तिला स्वत:ला सुधारण्याचा वाव दिला जाणार नव्हता, हे लाजिरवाणं होतं. तिनं बऱ्याच चांगल्या गोष्टींचा विचका केला होता.

बोलण्याचे आणि इंजीन्सचे आवाज ऐकल्यासारखं तिला वाटलं. कोणीतरी ओरडत होतं, "ए चिन्यांनो, चला बाहेर या." इथेच, या खिडकीपलीकडे खरी, जिवंत माणसं असणं केवढं अविश्वसनीय वाटत होतं. तिनं डोकं लढवून यात संधी शोधण्याचा प्रयत्न करायला हवा. ती खिडकीजवळ सरकली आणि शक्य तेवढ्या जोरानं तिनं भिंतीवर डोकं आणि गुडघे आपटून आवाज केला; पण वाहनं निघून गेली आणि पुन्हा ती तिच्या भयाच्या आणि वेदनेच्या विहिरीत एकाकी पडली, थकलेली आणि पराभूत होऊन.

तिचे विचार अनिर्बंध होत चालले होते. मधूनच तिला खिदळावंसं वाटत होतं. त्याला हवा असलेला पासवर्ड, हे त्याचंच नाव असणं, ही वस्तुस्थिती मजेशीर होती. तिच्या मनात तिच्या आई-वडिलांचे विचार आले आणि तिला करायच्या असलेल्या गोष्टींची ती यादी करू लागली. तिच्या मनात आलं की, बरेच गमतीदार विचार तिच्या मनात येत होते आणि हा एक तसाच होता. आता उंदीर संख्येनं वाढल्याचं तिला जाणवत होतं; पण नजरेआड राहण्याएवढे ते सुज्ञ होते.

अनेक विचार मनात निर्माण होत होते; पण वेदना, दु:ख आणि क्रोध यांमुळे ते पूर्ण होऊ शकत नव्हते. सरणारं प्रत्येक मिनिट एकसारखंच होतं, दु:ख, नैराश्य, आशा, काळजी, तहान यांची दमछाक करणारी अविरत वर्तुळं. तिला लघवी झाली आणि ती तिनं गादीपासून दूर न केल्याबद्दल ती स्वत:वर वैतागली. तिला डुलकी लागू लागली, दर वेळी काही मिनिटांची. जाग आल्यावर आपण कुठं आहोत, या जाणिवेनं ती भयग्रस्त होत होती. एकदा तिनं अंग झटकलं आणि तिचं डोकं भिंतीवर आपटलं, प्रथम चुकून मग मुद्दाम.

वॉलपेपर गडद होत चालल्याचं तिनं पाहिलं. आणखी एका रात्रीचं आगमन होत होतं. बहुधा तिच्या तिसऱ्या. ती स्वप्नामधून वास्तवात जात होती आणि तिथून पुन्हा परतत होती. तिच्या आवतीभोवती असंख्य उंदीर होते, उंदरांचा जणू सागरच तिथे लोटला होता आणि तिचा डोळा लागला की, ते तिला डिवचत होते. तिच्या मंद नजरेला चंद्र दिसला. तशाच भयावह छाया, रक्ताळलेला फोन, वॉलपेपरचा पापुद्रा आणि बास्केटबॉलच्या बुटांचा जोड तिला दिसला. तिनं डोळे मिटले आणि रंगीत आकार तिच्या पुढे तरंगू लागले. तिचे डोळे उघडले, तेव्हाही बूट तिथेच होते. ब्लॅक फोर्टनं तिला बसतं केलं आणि तोंडावरचा कपडा दूर करून त्यानं तिच्या सुकल्या ओठांमध्ये पाणी ओतलं.

७४

वेई वेई तोंड उघडं ठेवून भिंतीवर रेलली आणि पाणी तिच्या हनुवटीवरून खाली सांडलं. आधी तिला ठसका लागला, मग तिनं पाणी गिळलं. पाणी पोटात गेल्यावर तिचं पोट ताठरलं. इतका प्रतिसाद देण्याएवढी शक्ती आपल्यात अजून शिल्लक असल्याचं तिला आश्चर्य वाटलं.

ती पाणी पीत असताना त्यानं तिचं डोकं धरून ठेवलं. त्या पाण्याची धार तिला जणू तिचा देह शिवून एकत्र करणारा धागाच वाटला. तिच्या संवेदना जाग्या होऊ लागल्या, तसा तिला खिडकीतून झिरपणारा चंद्रप्रकाश दिसला आणि त्या चंद्रप्रकाशात ड्रॅगनच्या आकाराचं पाचूचं पेन्डन्ट दिसलं. तिला ते परिचयाचं होतं, अनेकदा तिनं त्यावरून बोटं फिरवली होती. त्यावरचा चेहरा निर्विकार होता. त्याचा आकार आणि त्यावरची जन्मखूण तिच्या परिचयाची होती. तिची नजर नेहमीच त्या जन्मखुणेकडे आकृष्ट व्हायची – तिच्यामुळे त्या चेहऱ्याला सौंदर्य प्राप्त झालं होतं, हे ती त्याला समजावत असे; पण त्याच्या ते लक्षात येत नव्हतं. त्याची त्वचा मुलायम आणि स्वच्छ होती. तिला आपल्या मनाची गंमत वाटली, किती फालतू विचार करत होतं तिचं मन. तिनं स्वत:ला आठवण करून दिली की, तो तिचा प्रियकर नसून तिचा छळ करणारा होता.

कढत द्रवानं तिच्या ओठांना स्पर्श केला आणि चमचा तिच्या दातांवर किणकिणला. तो बहुधा तिच्यावर विषप्रयोग करत होता. तिनं तोंड घट्ट मिटून घेतलं आणि मान फिरवली आणि द्रव तिच्या मानेवरून ओघळलं.

"ते सूप आहे," तो म्हणाला आणि त्यानं तिला पॉलिस्टरीन कप दाखवला. तिनं ओठांवरून जीभ फिरवली आणि तिला टोमॅटोचा स्वाद जाणवला. त्यानं पुन्हा तिला भरवलं आणि तिनं सहकार्य केलं. तिला खूप बरं वाटलं.

"हां, अजून एकदा. हां, तोंड उघड. सावकाश."

ती डळमळली. तो एवढ्या हळुवारपणे तिला भरवत होता की, तिच्या मनात शंका निर्माण होऊ लागली की, सगळं पुन्हा पूर्वपदावर गेलं होतं का – शेवटी ती त्याला ओळखत होती ना. हे गृहीत धरणं एवढं छान होतं, की सूप संपेपर्यंत तिनं त्याची शहनिशा केली नाही.

"मला जाऊ दे."

"ते मी करू शकत नाही."

"प्लीज."

"मी सांगितलं ना, ते शक्य नाही. तुला सिगारेट हवी आहे? शेवटचं जेवण आणि शेवटची सिगारेट? मला वाटतं, मी तेवढंच तुला देऊ शकतो."

"शेवटचं, म्हणजे? प्लीज." तिला ठसका लागला. बोलणं सोपं नव्हतं, त्यामुळे तिला धाप लागत होती. उष्ण अश्रू तरळले. ती नशेत होती तेच बरं होतं.

"तसं झालं नाही, तर बरंच आहे," त्यानं दिलासा दिला.

एका मेणबत्तीच्या आणि प्लॅस्टिकच्या बाटलीच्या मध्ये त्यानं चमचा ठेवला. त्यानंतर त्यानं त्यांच्या बाजूला दुसऱ्या रांगेत एक सिरींज, कापसाच्या बोळ्यांची पिशवी आणि बेज पावडरची पिशवी ठेवली. ते सगळं त्यानं नेटकेपणानं, हॉस्पिटलमधल्या इंस्ट्रुमेंट्ससारखं मांडून ठेवलं.

त्यानं तिच्या डोळ्यांपुढे एक कार्ड धरलं. त्याच्यावर नजर स्थिर करणं तिला पीडादायक ठरत होतं. तिनं स्वत:चं आडनाव वाचलं, मा. त्याच्या वरच्या बाजूला टिआनआनमेन गेटच्या पोलीस खात्याचा लोगो होता. ते तिच्या वडिलांचं कार्ड होतं.

"ते मेले."

त्यानं काडी पेटवली आणि ती कार्डला लावून दुसऱ्या कोपऱ्यानं कार्ड धरलं. ते जळताना ती पाहत राहिली.

"ते पटकन इथे पोहोचले. शेवटी त्यांना फोन लावणं तुला जमलं. त्यांचं दुर्दैव."

जळणाऱ्या कार्डनं त्यानं मेणबत्ती पेटवली. त्यानं कार्ड हलवलं आणि ज्वाळा विझल्या. त्यानं खिडकीच्या चौकटीवर मेण ओतलं आणि त्यावर मेणबत्ती चिकटवली.

"ते तलावात बुडले."

त्यानं बाटलीतल्या द्रव्याचे काही थेंब चमच्यात टाकले आणि त्यावर थोडी बेज पावडर भुरभुरवली. नेहमीप्रमाणेच त्याच्या हालचाली नेटक्या, शांतपणे केलेल्या होत्या.

"याचाच अर्थ, तुझ्याकडून पासवर्ड घेण्याची आता गरज उरलेली नाही. आता त्याला काही महत्त्व उरलेलं नाही."

त्यानं चमच्याचा तळ मेणबत्तीवर धरला आणि भिंतीवर सावल्या हलू लागल्या.

"काही बिघडलं की, मी अस्वस्थ होतो. ती जाणीव कशी असते तुला कळतं? बहुधा नाही." त्याचा स्वर त्याच्या हातासारखाच स्थिर होता. त्यानं कापूस घेतला, दोन बोटांमध्ये पिळला आणि चमच्यात टाकला.

तिनं आपली शक्ती एकवटली. मनात एका वाक्याची योजना केली; परंतु ते

उच्चारताना ती लडखडू लागली. ''प्लीज, तू काय करतोयस, याचा विचार कर. आपण एकत्र घालवलेल्या काळाचा, एकत्र घेतलेल्या आनंदाचा विचार कर आणि माझ्यावर विश्वास ठेव. जसा मी... माझा तुझ्यावर आहे, तसा तू माझ्यावर विश्वास ठेव. ''

''अं?''

तिला जाणवलं की, ती ते सगळं मॅन्डरिनमध्ये बोलली. मग तिनं ते इंग्लिशमध्ये बोलायला सुरुवात केली. त्यानं तिच्या कानफटात लगावली. ''तू एक अक्षरही बोलू नकोस. तोंड उघडलंस, तर एक लगावून देईन.'' मग स्वरात जरब आणत तो म्हणाला, ''तू या सगळ्याची वाट लावलीस, मी नाही. मी फक्त ते निस्तरतोय.''

तो कापसात सुई घालत असलेला पाहून तिला हुंदके फुटले. त्यानं सिरींज उभी केली आणि त्यावर टिचक्या मारल्या.

''हॉटशॉट. स्मॅक आणि स्ट्रिकनीनचा. तू आता नुसती तरंगत जाशील.'' त्यानं तिच्या पायांचं बंधन सोडवून पाय पुढे ओढले. तिच्या कमरेत आणि मांड्यांमध्ये सुई घुसल्यावर ती विव्हळली. तिचे पाय फिके होते आणि तिचं नेलपेन्ट निघालं होतं. त्यांच्यात एवढ्या कमी स्वरूपात संवेदना होत्या की, ते दुसऱ्याच कोणाचे असण्याचीही शक्यता होती. सर्व शक्ती एकवटून तिनं त्याला लाथा मारल्या, पण अगदी सहजतेनं त्यानं तिचे पाय दूर लोटले.

''नाही. नाही. ''

त्यानं तिच्या जीन्सचा एक पाय वर केला आणि तिच्या पोटरीवर पट्टा बांधला. पोटरी आवळल्याचं तिला दिसलं, पण जाणवलं मात्र नाही. तिनं दुसरा पाय मागे घेतला आणि त्याच्या तोंडावर मारला. त्याच्या हातातून सिरींज खाली पडली. पट्टा बांधलेला पाय तिनं त्याच्या पकडीतून सोडवून घेतला आणि ती गादीवरून खाली गडगडून पोटावर पडली. तिनं पायानं सिंरीज चाचपडली. तिला वाटत होतं की, ती सिरींज पायांमध्ये धरेल आणि त्याच्या अंगात खुपसेल.

त्यानं तिला धरलं, सुलटं केलं आणि तिच्या झिंज्या पकडून डोकं मागे खेचलं. ''परत हललीस, तर तुझं थोबाड खाली तक्तपोशीवर आपटेन.''

सिरींज घेण्यासाठी तो मागे झुकला. सुटण्यासाठी ती झटत होती; पण त्याची पकड घट्ट होती.

सुईच्या वेदनेसाठी ती मनाची तयारी करत असताना तिला जाणीव झाली की, तिच्या संवेदना सुधारल्या होत्या, तपशील स्पष्ट होत होते – तक्तपोशीच्या लाकडाची रचना, वॉलपेपरचं डिझाइन घरावरून कोणीतरी टॉर्च फिरवल्यामुळे खिडकीच्या आकाराचा उजेड भिंतीवरून आणि छतावरून इकडून तिकडे फिरला. कोणीतरी पळाल्याचा, नंतर काच फुटल्याचा आणि शेवटी स्फोट झाल्याचा आवाज तिनं ऐकला. अगदी तिच्या खालच्या बाजूला सुई अजून घुसलीच नव्हती.

ब्लॅक फोर्ट क्षणार्धात तिथून उठला आणि खिडकीपाशी गेला. ती कलंडली आणि थंड, लाकडी तक्तपोशीवर तिचा गाल टेकला. ती केवढी मूर्ख मुलगी होती. तिला जाणीव झाली की, तिचा मृत्यू वेदनामय असणार होता. दुसरा स्फोट झाला, पहिल्यापेक्षा जवळ. ब्लॅक फोर्टनं शिव्या घातल्या आणि तो पळत खोलीबाहेर गेला. तिनं डोकं उचललं.

७५

वेई वेईनं खोलीत सुईचा शोध घेतला; पण बहुधा ती तो घेऊन गेला होता. तिच्या भीतीनं तिला शक्ती दिली. ती उठली आणि खिडकीपाशी गेली. आकाश चंदेरी भासू लागलं होतं – लवकरच पहाट होईल. खालच्या खिडकीतून येणाऱ्या शेंदरी प्रकाशात अंगण न्हाऊन निघालं होतं. त्याची कार तिथे उभी होती, त्या ग्रामीण वातावरणात ती शोभत नव्हती. खोपटाच्या दाराशी लावून ठेवलेला पत्रा जाग्यावर नव्हता. तिथे एक मनुष्य अडवा पडलेला होता आणि त्याच्या हाता-पायांच्या अनैसर्गिक स्थितीवरून कळत होतं, की तो जखमी अथवा मृत होता. हालचालीनं तिचं लक्ष वेधलं, एक मुलगी अवघडलेल्या स्थितीत तिथून दूर जात असलेली तिला दिसली.

एका सावलीनं तिचं लक्ष वेधल्यावर तिनं तिच्या स्रोताकडे पाहिलं, तर तो एक आडदांड इसम होता आणि त्याच्या डोक्यावर त्याच्या शर्टचं हूड होतं, त्यानं डोळ्यांवर एक हात धरलेला होता. दुसऱ्या हातानं हातोडा उगारलेला होता. पुढचं दार उघडलं गेलं आणि एक मनुष्य त्यातून धावत धडपडत, अंगाला लागलेली आग विझवण्याचा प्रयत्न करत बाहेर आला. हातोड्याचा घाव पडला आणि त्याबरोबर तो पेटता मनुष्यदेखील खाली पडला. वेई वेई हादरली.

हातोडावाल्यानं वर पाहिलं. त्याचा चेहरा मळलेला होता, ज्यामुळे तो भेसूर दिसत होता. त्याचे डोळे तिच्यावर रोखले गेले आणि जणू त्याच्या पोटात कोणीतरी ठोसा मारावा, तसा तो मागे धडपडला. त्यानं तिला नावानं हाक मारली. घाबरून ती मागे हटली. ती परतली, तर तो तिथून नाहीसा झाला होता.

तिची शक्ती वाढत होती. तिला हलता येत होतं, ती विचार करू शकत होती; पण तिला कल्पना होती; की ती राखीव ऊर्जेवर चालत होती, जी फार काळ टिकणारी नव्हती. खिडकीच्या चौकटीतली मेणबत्ती अजून जळत होती. ती उलटी फिरली आणि तिचे खांदे एकमेकांना टेकेपर्यंत तिनं तिचे बंदिस्त हात वर घेतले. मागे झुकत, चटक्याच्या भीतीनं तिनं दात चावले. ज्वाळेच्या पहिला चटक्यानं ती चटकन दूर झाली, पण सुईच्या विचारानं तिला पुन्हा मागे रेटलं. तिची त्वचा जळू लागली, तिनं पुन्हा दात चावले. तिच्या हाताचं बंधन जळत असल्याचा वास तिला आला. ती किंचाळली – ती तेवढंच सहन करू शकत होती – आणि पुढे

धडपडली. आधार घेण्यासाठी प्रतिक्षिप्त क्रियेनं तिनं हात पुढे केले, तर तिचं बंधन सुटून ते पुढे आले. तिच्या हातांच्या मनगटांची त्वचा जळली होती.

दार कुलूपबंद होतं आणि मजबूत. खिडकीतून बाहेर पडायचं, तर तिचे गज जवळजवळ होते. चौकट उचकटण्याचा तिनं प्रयत्न केला, ती करकरली, हलली; पण निघाली नाही. निराशेनं तिनं खिडकीवर डोकं टेकलं आणि वैतागून काचेवर हात मारला. तिच्या हाताला खिळ्याचा स्पर्श झाला. चौकट खिळे ठोकून बसवलेली होती. बाहेर पडण्याचा मार्ग नव्हता. तिनं तिथेच भिंतीला टेकून बसकण मारली.

दाराच्या खालच्या फटीतून धूर येत होता. तिला अचानकपणे जाणीव झाली की, घर आगीच्या भक्षस्थानी पडलं होतं. लाकूड तुटू लागलं, चिरफाळू लागलं, खोली धुरानं भरून गेली. तिचा घसा खवखवू लागला. बसलेल्या स्थितीत श्वास घेणं त्यातल्या त्यात सोपं जात होतं आणि डोळेही सौम्यपणे चुरचुरत होते. अंगाची मुरकुंडी करून डोळे मिटून घेऊन राहणं उत्तम. नाही, बिलकूल नाही, तिनं तिथून बाहेर पडणं आवश्यक होतं; पण आता तिला ठसका लागत होता, खोकल्याची उबळ येत होती आणि त्यात तिचा शक्तिपात होत होता.

बाहेरून दरवाजावर काहीतरी आपटलं, जोरदार हादरा बसला आणि हॅन्डल हललं. दरवाजाच्या चौकटीला चिर पडून मग त्याच्या चिरफाळ्या उडाल्या आणि दरवाजा आतल्या बाजूला उघडला. धुराच्या लोळातून आणि ठिणग्यांच्या पावसातून एक आकृती उगवली. तिला धाप लागलेली होती आणि खोकल्याची ढास. ते तिचे बाबा होते.

परंतु वेई वेईच्या मनावर आधीच एवढा ताण पडला होता की, तिचा भावनिक प्रतिसाद व्यक्त होऊ शकला नाही. त्यांनी हातोड्याची चपटी बाजू खिडकीच्या चौकटीत अडकवली आणि ती उचकटेपर्यंत जोर लावला. मग त्यांनी खिडकीच्या लाकडी गजांवर आणि काचांवर हातोड्यानं जोरदार हल्ला चढवला. त्यांच्या मदतीसाठी काय करावं, याचा ती विचार करत होती, पण ते एवढे व्यस्त होते की, त्यांच्यात व्यत्यय न आणणंच त्यांना मदत ठरणार होती. त्यांनी गादी उचलली आणि बाहेर फेकली. मग त्यांनी तिला उचललं. तिच्या चेहऱ्याला वारा जाणवला. ते खिडकीच्या बाहेर होते आणि ती त्यांच्याबरोबर.

ती पडत असताना तिच्या पोटात गोळा आला. किंकाळी फोडण्यासाठी तिनं तोंड उघडलं, पण त्याच क्षणी ती जमिनीवर आदळली आणि तिच्या फुप्फुसांमधली हवा बाहेर पडली. तिच्या डोक्याला आणि कमरेला जबर मार बसला. तिनं खोल श्वास घेतला आणि वेदनांनी तिला व्यापून टाकलं. ती दमानं श्वास घेऊ लागली आणि तिच्या वेदना अधिकच तीव्र झाल्या.

ती गादीवर, बाबांच्या अंगावर अर्धवट पडली होती. पडताना बहुधा त्यांनी

पलटी खाल्ली असावी, जेणेकरून ती थेट जमिनीवर न पडता त्यांच्यावर पडावी. ती पडली, त्या वेळी तिचं डोकं त्यांच्या तोंडावर आदळलं. ती त्यांना हलवत हाका मारत होती; पण ते कसलाच प्रतिसाद देत नव्हते.

राखेची काळी वावटळ उठली. तिच्या पायांवर ठिणग्यांचा पाऊस पडला. ती किंचाळली आणि पुढे सरकली. त्यांनी आगीपासून दूर व्हायला हवं होतं. पुरी शक्ती एकवटून तिनं गादी ओढली, आपले खांदे निखळतात की काय, असं तिच्या मनात येऊन गेलं; पण गादी आठ-दहा फूट पुढे सरकली होती.

तिथून पुढे जमीन उतरती होती आणि त्यावर हिरवळ होती आणि त्यापुढे झुडपं. तिनं त्यांना गादीवर खाली ओढलं. तिनं त्यांना पुन्हा ढकललं, तशी ते काठावर गेले आणि त्यांचं डोकं एका दगडावर आपटल्यावर तिनं जीभ चावली. मग तिनं त्यांचा पाय धरून त्यांना खेचलं आणि ते झुडपांपाशी स्थिरावले.

घराच्या बाजूनं ब्लॅक फोर्ट उगवला. ती बाबांशेजारी झुडपांआड बसलेली होती. ब्लॅक फोर्टनं कारचं मागचं दार उघडून तिथून शॉटगन उचलल्याचं तिनं पाहिलं. त्यानं तिच्यात काडतुसं भरली. तो वाकला आणि वळला. त्यांच्यामध्ये धूर असल्यामुळेच कदाचित त्याला ती दोघं दिसली नव्हती.

तिनं डोकं खाली घेतलं, ते बाबांच्या घाणेरड्या गालावर टेकलं. त्यांची हनुवटी दाढीच्या खुंटांमुळे खरखरीत लागत होती. त्यांच्या अंगाला मातीचा, धुराचा आणि रक्ताचा गंध येत होता. तिला सोडवण्यासाठी ते इथवर आले होते आणि त्यासाठी ती पात्र असावी, अशी तिची वर्तणूक नव्हती. तिचा थकवा गेला चुलीत. ती धैर्य दाखवणार होती आणि तशीच गरज भासली, तर लढणारही होती. ते दोघं याच्यातून बाहेर पडणार होते. त्यानंतर तरी निदान तिला क्षमा मागण्याची संधी मिळणार होती.

होप फार्म

७६

डिंग मिंग आवाराच्या वेशीवर उभा होता. त्याच्यापासून पन्नास पावलांवर, वळणापलीकडे हॅचबॅक उभी होती. त्याला तिच्याजवळ सुरक्षित वाटत नव्हतं, कारण ती पोलिसाच्या शत्रूंच्या नजरेस पडण्याची शक्यता होती. पण तिथे जंगलातही त्याला सुरक्षित वाटत नव्हतं. एका जनावराच्या आरोळीनं तो धास्तावला आणि लांडग्यांच्या आणि सापांच्या चमकत्या डोळ्यांची त्याच्यावर नजर होती, असं त्याला वाटू लागलं.

सरत्या प्रत्येक मिनिटागणिक त्याला वाटू लागलं की, पोलीस आता कधीच परतणार नव्हता. कधीतरी त्याला ती टेहळणी सोडावी लागणार होती आणि मग तो काय करेल? त्याला स्वत:लाच केव्हिनला शोधण्याचा प्रयत्न करावा लागेल, जे सोपं कार्य नव्हतं.

त्यानं शिकारीचा विचार करून पाहिला. अन्य काही साधन नसेल तर, केवळ टिकून राहण्यासाठी, मनुष्य त्यावर जगू शकतो. गुहेत वगैरे राहण्याची, सशांसाठी सापळे रचण्याची आणि ओहोळांचं पाणी पिण्याची, स्वत:चं गुप्त शेत राखण्याची आणि फळं आणि अळंब्यांवर गुजराण करण्याचीही कल्पना त्यानं करून पाहिली; पण तो पर्यायही त्याच्यासाठी खुला नव्हता – तो त्याच्या कुटुंबाचा शेवट असेल, जे कर्जाखाली पिचलं गेलं होतं.

एक कार येत असल्याचं त्याला ऐकू आलं. एक प्राणी जवळूनच झाडीत गडप झाला. नक्कीच उंदीर, त्याला त्याची खातरी वाटली. तो व्यस्त होता आणि त्यानंही आता व्यस्त राहायला हवं होतं. विचार करण्यानं त्याला काही प्राप्त होणार नव्हतं, जीवनात ते त्यानं पुष्कळ केलं होतं. प्रत्यक्ष कृती करण्याची वेळ आली होती.

रस्त्यावर येऊन त्यानं हात हलवले. एक व्हॅन थांबली आणि तीतून एक मनुष्य उतरला. गणवेषाचं दर्शन खच्चीकरण करणारं होतं : त्यानं पोलिसालाच थांबवलं होतं, हे त्याचं दुर्दैव; परंतु व्हॅनच्या बाजूवर 'पोस्ट' लिहिलेलं त्याला दिसलं आणि त्यानं आशा केली, की त्याचा अर्थ त्याला अभिप्रेत असलेलाच असावा.

देवळाच्या सेवेकऱ्याशी त्याच्या आलेल्या संपर्कानं स्थानिकांविषयीचं त्यांचं मत बदललं होतं. कदाचित ते सगळेच वाईट नसावेत, पण त्याचा ज्या कुणाशी संपर्क आला, तेच नेमके वाईट असावेत. आता मात्र त्याला त्यांची तेवढी भीती

राहिलेली नव्हती. तरीही, आपण एवढे बेफिकीरपणे वागत आहोत, यावर त्याचा विश्वास बसत नव्हता.

"एक्स्क्यूज मी? हॅलो?"

त्याची अवस्था एका प्रचंड कुत्र्याजवळ जाणाऱ्या लहान मुलासारखी होती, त्याला चाटलं जाईल की त्याचा लचका तोडला जाईल, याविषयी साशंक असलेला. त्यानं केव्हिनचा पार्का काढून पुढे धरला.

"हा कोट तुम्ही विकत घ्याल? "

"तुम्ही काय?"

"मला चीनमध्ये फोन करायचाय. त्यासाठी मला थोडे पैसे हवे आहेत. प्लीज हा कोट विकत घ्या ना."

"चीन?"

"हा कोट खूप चांगला आहे."

"तू युद्धावर होतास ना?"

"काय?"

"तो कोट तुझ्याकडेच ठेव, तुला तो लागेल. माझ्याकडे नाणी आहेत. हं, घे."

"थँक्यू. थँक्यू व्हेरी मच."

"तू इंग्लंडचा फॅन आहेस?"

"अं?"

"तुला फुटबॉल आवडतो. तुझा शर्ट."

"हो. रूनी खूप चांगला आहे. गुड किकर."

"हं. तोच आहे तो."

"तुम्ही खूप दयाळू आहात."

"त्यात काय एवढं? बरंय, येतो."

पोस्टवाला निघून गेला. अनपेक्षित दयाळूपणावर डिंग मिंगनं क्षणभर विचार केला.

तो गावाच्या दिशेनं पळाला. पायांना जाणवणारा कठीण रस्ता आणि शरीराला लाभलेली लय त्याला सुखकर वाटत होती. जर तो संकटांवर मात करू शकला तर... जर तो केवळ त्याच्या इच्छेचा, गतीचा आणि क्षमतेचा साधा मामला असता तर...

तो फोन बूथमध्ये घुसला आणि त्यानं आईला फोन लावला. घरात मोबाइल फोन वाजत असल्याची त्यानं कल्पना केली आणि प्रत्येक रिंगनिशी चित्र विस्तारत राहिलं. फळीवर ठेवलेला फोन, त्यानं मासिकातून कापून घेऊन चिकटवलेला कारचा फोटो, वर्तमानपत्र चिकटवलेल्या सारवलेल्या भिंती, भिंतीवर लटकणारं कॅलेंडर, आढ्यावर वाळत घातलेल्या मिरच्या, उघडा बल्ब, पुठ्ठे लावलेली खिडकी, मडकी, ओव्हन, रेडिओ, स्टूल, बिछाना. फोन उचलला गेला.

“हॅलो?”

“आई? आई, मी बोलतोय. ते तिथे आहेत – सर्पमस्तक?”

“तुम्ही कोण बोलताय?”

“मी बोलतोय, डिंग मिंग. मला त्यांच्याशी बोलायचंय.”

“ते शक्य नाही,” ती चिरकली. “तू मेलायस. तू भूत आहेस, कारण तू परदेशात भुकेला मेलास आणि आता तू मला फोनवरून छळतोयस.”

“अगं, मी खराच आहे. चूक झाली आहे. त्यांनी तुला काय सांगितलंय?”

“त्यांनी सांगितलं, की तू कार अपघातात मेलास. तू मला स्वर्गातून फोन करतोयस की सुवर्ण पर्वतावरून?”

“मी इंग्लंडमध्ये आहे. मी कारमध्ये नव्हतो, आई.”

खरंतर त्याला सांगायचं होतं, ‘सुवर्ण पर्वताबद्दल मला सांगितल्या गेलेल्या बऱ्याच गोष्टी खऱ्या नाहीयेत. माझा बॉस सज्जन माणूस नाहीए आणि मला घरी यायचंय.’ पण तसं न बोलता तो म्हणाला, “मी ठीक आहे, इथे सगळं ठीक आहे.”

“मला वाटलं, की तू मेलास. त्यांनी मला तसं सांगितलं, तेव्हा मला खूप रडू आलं; पण आता त्याहून जास्त रडायला येतंय.”

त्याचे डोळे पाणावले.

“आई, सॉरी. मी या आधी फोन करण्याचा प्रयत्न केला; पण कोणी उचलला नाही.”

“मी देवळात गेले होते; पण दु:खामुळे मला काही कळत नव्हतं, मी कुठं चालले होते, ते मला माहीत नव्हतं. मी फक्त चालत राहिले होते. मला तुझी आठवण येते, पोरा. माझ्या लेकरा.”

डिंग मिंग भानावर आला, पैसे संपण्यापूर्वी बोलणं संपवायला हवं होतं.

“मलाही तुझी आठवण येते आई. माझ्या बॉसचा फोन नंबर आहे तुझ्याकडे?”

“माझा विश्वासच बसत नाहीए. मला एवढा आनंद झालाय म्हणू सांगू. केवढं दु:ख झालं होतं याची तुला कल्पना करता येणार नाही. त्यांनी सांगितलं की, तू मेला असलास, तरी कुटुंबावरचं कर्ज तसंच राहणार आहे. ओह, तू जिवंत आहेस, यावर माझा विश्वासच बसत नाहीए. मला परत एकदा सांग ना, तू तोच आहेस.”

“मी मेलेलो नाहीए, सगळं काही ठीक होईल, कर्ज फेडण्यासाठी मी पैसे मिळवेन. ”

“तुला तुझ्या बॉसकडे परत जायला हवं.”

“मला माहीत आहे, मी त्याच प्रयत्नात आहे. मला त्याचा नंब... ”

फोन बंद झाला.

डिंग मिंग विमनस्क स्थितीत चालू लागला. त्यानं घातलेल्या सगळ्या गोंधळाबद्दल

आणि त्यानं आपल्या कुटुंबाला जी उलथापालथ सोसायला लावली, त्याबद्दल तो शरमिंदा झाला होता. त्यांना आधार देण्याचा प्रयत्न करण्यासाठी तो इथे आला होता – त्यांना त्याच्याकडून अपेक्षा होत्या – आणि आता त्यानं त्यांना हे दिलं होतं. तो सुधारणा करेल. हात रक्तबंबाळ होईपर्यंत तो राबेल किंवा तशीच गरज भासल्यास कोणाच्या शरीराची तहान भागवण्याचीही त्याची तयारी होती. तो गरीब मनुष्य होता आणि कटुता पिणं, हे त्याचं प्राक्तन होतं. तो स्वत: सोसेल, जेणेकरून इतर माणसं अधिक नशीबवंत ठरतील.

इंजीनच्या घरघरीनं त्याची तंद्री भंगली. तलावाजवळचं वळण घेण्यासाठी हिरवा ट्रक मंदावला. केबिनमधला लाइट चालू होता आणि आतला इसम फोनवर बोलत होता. तो मिस्टर केव्हिनसारखा दिसत होता आणि त्याचे कपडेही तसेच होते. अर्थात सगळेच गोरे एकसारखे दिसतात, मोठाली नाकं आणि डोळे आणि विशेषत: जाडे तर अगदीच सारखे दिसतात; पण तरीही तो इसम मिस्टर केव्हिनच वाटत होता. त्यानं नीट ट्रककडे पाहिलं. हां, तोच तो समुद्रकिनाऱ्यावर होता आणि काल रात्री तलावाजवळ. 'clean me' होय, तो तोच होता.

परिचित चेहरा आलिंगनासारखा दिलासादायक होता. त्या क्षणी, त्याचा छळ करणारा मिस्टर केव्हिन त्याच्यासाठी देवदूत होता, जो त्याला त्या जंगलातून सुरक्षित बाहेर काढेल. रस्त्यावर येऊन त्यानं हात हलवले.

"मिस्टर केव्हिन! मिस्टर केव्हिन!"

पण ट्रक तसाच पुढे गेला. डिंग मिंग त्याच्यामागून धावला. तो धडपडला, अडखळला आणि ट्रक बराच पुढे निघून गेला.

तो दिसून नाहीसा झाला, त्यापेक्षा तो दिसलाच नसता, तर बरं झालं असतं. आत्तापर्यंत दोनदा त्या ट्रकची पाठ त्याला पाहावी लागली होती. हे क्रौर्य सोसण्यापलीकडचं होतं. तो मोठा विनोद होता. हे जग क्रूर होतं. त्यानं नैराश्यानं जमिनीवर थाप मारली.

तेवढ्यात ट्रकच्या ब्रेक लाइट्सनी अंधाराला छेदलं, त्याची गती मंदावली आणि त्यानं होप फार्मची दिशा धरली.

डिंग मिंग पुन्हा त्याच्या मागे धावला. या भानगडीतून सहीसलामत बाहेर पडण्याचा मार्ग सापडल्याच्या आनंदाच्या धुंदीत तो पळत राहिला. मिस्टर केव्हिनला घनचक्कर पोलिसापासून वाचवायला हवं, त्याला सावध करायला हवं. मिस्टर केव्हिनचा जीव वाचवायला हवा होता, त्या बदल्यात कदाचित त्याला त्याची लाडकी बायको पुरस्काराच्या स्वरूपात मिळेल.

७७

डिंग मिंग रस्त्यावरून धावत सुटला. पुढे कुठंतरी कडकडल्याचा आवाज झाला आणि तो वाढत गेला, पण वळणावर वळून झाडीमधून समोरचं कोलाहलाचं दृश्य नजरेस पडेपर्यंत, तो कसला आवाज होता, ते त्याला कळलं नव्हतं. एका घराच्या खिडक्यांमधून आगीचे लोट उसळत होते आणि कभिन्न धुराचा स्तंभ आकाशाच्या पार्श्वभूमीवर निर्माण झाला होता. त्याला खूप उशीर झाला होता – रक्तरंजित धुमाकूळ सुरू झाला होता.

डोळ्यांवर हात धरून त्यानं नीट निरीक्षण केलं. धगीच्या धूसरतेपलीकडे त्याला हिरवा ट्रक आणि ब्लॅक फोर्टची पिवळी कार दिसली. मिस्टर केव्हिन आणि ब्लॅक फोर्ट त्याला तिथे दिसले. मिस्टर केव्हिनच्या हातात दांडका होता, नाही तो शॉटगनमध्ये काडतुसं भरत होता. तिथे आणखी दोन माणसं होती आणि त्यांच्याकडेही गन्स होत्या. तो खूप घाबरला. त्यानं मागे पाऊल टाकलं आणि त्याखाली एक फांदी तुटली.

एका माणसानं त्याच्या दिशेनं बोट केलं आणि तो ओरडला, ''तिथे, तो तिथे आहे.''

दुसरा ओरडला, ''उडवा त्याला.''

एका गननं आग ओकली, दणका उडाला आणि डिंग मिंगच्या बाजूला असंख्य पानं आणि फांद्या तुटून पडल्या.

त्यांना तो त्यांचा शत्रू वाटला. डिंग मिंग उलटा फिरला आणि डोकं खाली घालून त्यानं धूम ठोकली. तो धडपडला आणि आधारासाठी त्यानं हात जमिनीवर टेकवला, तर त्याच्या हाताला गवत आणि माती लागली. त्यानं तोंडापुढे हात घेतला. तो थरथरत होता. त्याला खोड आणि पानं दिसली. तो थेट जंगलात पळाला होता. एक माणूस ओरडला, ''तिथे,'' आणि दुसऱ्यानं प्रतिसाद दिला, ''तू त्याला पलीकडून गाठ.''

डिंग मिंग धावतच होता. तिथे एवढा अंधार होता की, पुढ्यातली खोडं त्याला जवळजवळ दिसतच नव्हती आणि त्याला त्यांना बगल देऊन जावं लागलं. कुंपणाच्या तारेवर दव चमकत होतं. कुंपणाच्या लाकडी खांबावर हात ठेवून त्यानं झेप घेतली. त्याची उडी मऊ मातीत पडली, त्याच्या पाया-मांड्यांना काटे टोचले

आणि तो उतरंडीवरून गडगडत खाली गेला. थंड पाण्याच्या प्रवाहात तो स्थिरावला. त्याचा एक पाय त्याच्या अंगाखाली मुडपलेला होता.

वरती टॉर्चचा उजेड फिरला आणि त्याचा पाठलाग करणारे मंदावले.

"तू तार धरून ठेव, मी वरून जातो."

ते दोघं कुंपणावरून येत असताना तार तडतडली.

डिंग मिंग उठला आणि झाडीत घुसला. फांद्या त्याला फटकावत होत्या. एक मोठी फांदी त्याच्या डोक्यावर आपटली आणि तो थांबला. त्याला जाणीव झाली की, पळून जाताना तो एवढा गोंधळ माजवत होता, की पाठलाग करणं सोपं होतं. त्यानं लपायला हवं होतं.

आडव्या पडलेल्या एका खोडाखाली तो घुसला, तेव्हा कुजकं लाकूड करकरलं. तो अंग चोरून तिथेच बसून राहिला. त्याच्या घशाला कोरड पडली होती, त्यानं ओठांवरून जीभ फिरवली, तर मातीची चव जाणवली. त्याच्या पार्कात तो पूर्ण बुडाला होता. ते हिरवं आणि मळलेलं असल्यानं त्याला बरं वाटलं, कारण ते वातावरणात बेमालूम मिसळलं होतं. पोलिसानं आपल्या चेहऱ्यावर माती कशी फासली होती, ते त्याला आठवलं आणि त्यानंही तसंच केलं.

त्याच्या हृदयाचे ठोके एवढे जोरात पडत होते की, त्याला दुसरं काही ऐकू येत नव्हतं. नाही, त्याला पायरव ऐकू आला. टॉर्चचा प्रकाश प्रखर होत गेला. त्यांनी त्याला पकडलं, तर त्याच्याकडे एकमेव संधी होती आणि ती म्हणजे त्यानं त्यांना पटकन समजावणं, की त्यात त्याचा कोणताही दोष नव्हता, त्यानं काहीही केलं नव्हतं आणि तो केवळ एक गरीब शेतकरी होता; प्रसंगाचा बळी ठरला होता. पण त्याला भीती वाटली. त्यांचा त्याच्यावर विश्वास बसणार नाही किंवा कदाचित ते त्याचं ऐकण्याच्याही फंदात पडणार नाहीत. त्याला वाटलं की, त्यानं पळून चूक केली होती. तिथे रस्त्यावर उभं राहूनच त्यानं ओरडून सांगायला हवं होतं, "मिस्टर केव्हिन, थांबा, तुम्ही मला सापडलात, ही केवढी आनंदाची गोष्ट आहे. तुम्हाला आणि तुमच्या मित्रांना मारण्यासाठी एक माणूस येतोय, तुम्ही इथून पळून जा." तसं केलं असतं, तर विषय मिटला असता.

त्यानं आणखी अंग चोरलं आणि त्याच्या मनात आलं की, तो एवढा लहान व्हावा की अदृश्यच व्हावा. गवतातली पावलांची खसखस आणखी जवळ आली आणि थांबली. ते दोघं जण होते. त्यांच्या बुटांना लागलेली मातीची ढेकळं आणि त्यांच्या पॅन्टला चिकटलेले झुडपांचे कोल्हे त्याला दिसत होते. त्यानंतर त्याच्या दृष्टिपथात गन आली.

"तो कुठं गेला?"

कोणी प्राणी चिरकला.

"इकडे."

त्यांची पावलं दूर गेली. त्यानं श्वास रोखून धरल्याचं डिंग मिंगला जाणवलं आणि त्यानं सुस्कारा सोडला. तो बाहेर आला, पण या वेळी त्यानं न पळण्याचं भान ठेवलं. शांतपणे, म्हणजे स्थिरपणे त्यानं स्वत:ला समजावलं आणि किमान आवाज करत पावलं टाकली. त्यानं कल्पना केली की, तो एक प्राणी होता आणि त्याला जीव राखण्यासाठी चोरटेपणाचा अवलंब करणं आवश्यक होतं. त्यानं ठरवून टाकलं, उजाडलं की, तो नव्या योजनेचा विचार करेल; पण त्याची प्राथमिक गरज होती, त्याच्या पाठलागावर असणाऱ्यांपासून दूर जाणं आणि या भयंकर रात्रीत टिकाव धरून राहणं.

तो एका मोकळ्या भागात आला. पक्ष्यांनी किलबिल केली आणि त्याला आकाशात पांढुरके पट्टे दिसले – लवकरच पहाट होईल. धुराचा स्तंभ तसाच होता. त्यानं एका झाडाआडून पाहिलं आणि आपण गोल फिरून पुन्हा तिथेच आल्याच्या जाणिवेनं तो निराश झाला. तो पुन्हा होप फार्मवरच आला होता. ते अत्यंत निराशजनक होतं. टेकडीवर फिरणाऱ्यांच्या मागे जाऊन, तो निघाला होता, तिथेच परतला होता, त्या प्रसंगाची त्याला आठवण आली. खूप परिश्रम घेऊन हाती काहीच न लागणं, हे जणू त्याचं प्राक्तनच होतं. त्यानं दिशेचा अदमास घेण्याचा प्रयत्न केला, तो आला होता त्या रस्त्याचा तो शोध घेऊ लागला. त्या रस्त्यानं तो मुख्य रस्त्यावर जाईल, तिथून गावात आणि तिथे कदाचित तो सुरक्षित राहील, जिथे कनवाळू लोक होते.

सभोवती नजर फिरवताना त्याला जाणवलं, की ते ठिकाण त्याला परिचित वाटत होतं – अरे होय, हेच ते ठिकाण – त्याची खातरी पटली. याच अंगणात लॉरी उभी होती आणि याच खोपटात त्यानं लघवी केली होती, हेच ते ठिकाण. तो इथे येऊन गेल्याला पुरते दोन दिवसही उलटले नव्हते. आत्ता त्यानं ज्या झाडाचा आधार घेतला होता, ते त्याला त्या वेळी आवडलं होतं, कारण तेच त्यानं पाहिलेलं सर्वांत डेरेदार झाड होतं.

त्याच्या मनात आलं की, त्यानं याचा विचार करायला हवा होता. मागे वळून पाहता ते उघडच होतं – ब्लॅक फोर्ट आणि केव्हिन मित्र तरी होते, नाहीतर भागीदार तरी. ते दोघंही एकच 'फार्म' वापरत होते. या सगळ्याचा अर्थ असा होता की, त्याला पक्कं माहीत झालं होतं; तो समुद्रकिनाऱ्यापासून गाडीनं तीन तासांच्या अंतरावर होता.

एका स्त्रीच्या ओरडण्याचा आवाज आला. आणखी कोणीतरी अडचणीत होतं आणि ते त्याच्याच दिशेनं येत होतं. तो दुसऱ्या झाडापाशी गेला आणि त्याच्यामागून पाहू लागला. एका मुलीवर उजेडाचा प्रखर झोत पडला होता. ती पळण्याचा प्रयत्न

करत होती, पण तिला यश मिळत नव्हतं, कारण तिचे पाय एकत्र बांधलेले होते आणि ते दृश्य केविलवाणं होतं. तिचा टी-शर्ट फाटलेला होता आणि त्याचा एक लाल बो सुटून फडफडत होता. त्यानं निमिषार्धात तिला ओळखलं आणि त्याला जबरदस्त धक्का बसला. ती त्याची लाडकी ये होती.

७८

भेसूर आवाजात रडणाऱ्या मांजरासारखा आवाज काढत ये धावत होती. त्यानं तिच्या तोंडून असा आवाज कधीही ऐकला नव्हता. तिच्यामागून एक माणूस धावत होता. तोही त्याला परिचित होता, पाशवी ब्लॅक फोर्ट आणि त्याच्याबरोबर केव्हिननही टॉर्च घेऊन होता. त्याच्या पाठलागावर असलेल्या दोघांप्रमाणे यांच्याकडेही चांगल्या लांब, मजबूत गन्स होत्या.

डिंग मिंगची नखं खोडात रुतली. खरंतर ते सारं अजिबात पाहू नये, असं त्याला वाटत होतं, पण तरीही तो पाहत राहिला. त्याचा विश्वासच बसत नव्हता. ती कुठंही गेलेली नव्हती. आत्तापर्यंत ती अगदी इथेच होती. ही क्रूर थट्टा होती.

त्यानं तिच्या दिशेनं हात केला, मग मागे घेऊन तोंडात घातला, तेवढ्यात ब्लॅक फोर्टनं मागून येऊन तिचा खांदा पकडला, तो हात चावत ते पाहत राहिला. ती उलटी फिरली आणि डिंग मिंगला दिसलं की, तिचे हात पाठीमागे बांधलेले होते. ब्लॅक फोर्टनं तिच्या कानफटात मारली आणि शॉटगन उगारून तिच्या दस्त्यानं मारण्याची तिला धमकी दिली. ती खाली पडली.

अस्वस्थपणे एका पायावरून दुसऱ्या पायावर तोल सांभाळणाऱ्या डिंग मिंगनं आपला रक्ताळलेला हात तोंडातून काढला आणि चेहऱ्यावरून फिरवला. ब्लॅक फोर्टनं पुन्हा येच्या कानफटात मारल्याचं आणि तिचे केस धरून खेचल्याचं त्यानं पाहिलं.

"नाटकं करू नकोस," केव्हिन तिच्यावर खेकसला.

ती हुंदके देऊ लागली. ती खूप छोटी आणि नाजूक भासत होती. डिंग मिंगला वाटलं, या क्षणी आपला प्राण गेला, तर बरं होईल. ब्लॅक फोर्टनं तिच्या हातांना बांधलेली दोरी धरून तिला उभी केली. तो तिला तसाच खेचत घराकडे नेऊ लागला. केव्हिननं खोपटाकडे मोर्चा वळवल्यानं टॉर्चचा उजेड तिकडे फिरला आणि डिंग मिंगला ये दिसेनाशी झाली. पांढुरके हात-पाय आणि लांबलचक सावल्या डिंग मिंगच्या समोरून तरळू लागल्या.

त्यांच्या मागून न जाणं अशक्य होतं. त्याला कल्पना होती की, टॉर्च थोडासा जरी मागच्या बाजूला मारला गेला, तर तो दिसणार होता; पण आपल्या बायकोला दृष्टिआड होऊ न देण्याचा त्यानं निश्चयच केला. ते तिघं जण खोपट्याच्या बाजूच्या

उंचवट्यावर चढू लागले, तेव्हा तो जमिनीवर उपडा पडून पुढे सरकू लागला. घरात आग थैमान घालत होती. घराचे वासे पडले आणि त्याबरोबर ठिगण्यांचा पाऊस. टाइल्स पडत होत्या आणि त्यांचा आवाज फटाक्यांसारखा येत होता. राखेच्या काळ्या वावटळी उठत होत्या. ती डिंग मिंगच्या कोटावर आणि त्वचेवर चिकटत होती आणि त्याचे डोळे चुरचुरत होते; पण धूर आणि कोलाहल असल्यानं त्याचं फावलं होतं, कारण त्यामुळे त्याची उपस्थिती झाकली जात होती.

त्यांनी त्याच्या बायकोला खोपटात नेलं. भिंतीच्या आडोशानं तो दाराजवळ गेला. प्रत्येक पावलागणिक त्याला जाणीव होत होती, तो अधिकाधिक बेफिकिरी करत होता, पण तो स्वत:ला थोपवू शकत नव्हता – सैतानानं बहुधा त्याचा ताबा घेतला होता. आतमध्ये ते तिच्याशी काय करत होते? विचार छळणारा होता. काही तासांपूर्वी तो तिथे असताना त्यानं अनुभवलेल्या आशेच्या आणि अनिश्चितीच्या भावना त्याला आठवल्या, तेव्हा तो तरुण आणि मूर्ख होता. त्याला रडावंसं वाटत होतं. एवढा काळ तो भावनिक ताणाखाली जगला होता की, त्याचं थकलेलं मन जणू काम करायचं थांबलं होतं.

त्याच्या पायांखाली धातू खणखणला. भिंतीलगत गंजलेल्या सळया पडल्या होत्या. तो तिथून पुढे सरकला, दरवाजाजवळच्या टायर्सच्या थप्पीजवळ गेला. तिथून थोड्याच अंतरावर एक इसम आडवा पडलेला पाहून तो दचकला, तो पोनीटेल बांधलेला, किडकिडीत चिनी तरुण होता. त्याचं डोकं अनैसर्गिक कोनात एका बाजूला कललेलं होतं आणि त्याचे हात-पाय अस्ताव्यस्त पसरलेले होते. तो मेला असल्याचं डिंग मिंगला कळलं. त्याला ते डोकं सारखं करावंसं वाटत होतं. ते डोळे जणू त्याच्या आरपार पाहत होते.

ब्लॅक फोर्ट आणि केव्हिन झटक्यात बाहेर आले. डिंग मिंग एवढा जवळ होता की, केव्हिनच्या गनच्या दस्त्यावरलं नक्षीकाम त्याला दिसत होतं. तो अडकला होता. आवाजाच्या भीतीनं तो पळून जाऊ शकत नव्हता. तो टायर्समागे लपला

ते दरवाजात घुटमळले. डिंग मिंगला केवळ त्यांचे आवाजच ऐकू येत नव्हते, तर त्यांचे पायरव आणि श्वासदेखील ऐकू येत होते.

केव्हिनचा टॉर्च मृत इसमच्या चेहऱ्यावर स्थिरावला. तो म्हणाला, ''त्याच्याकडे बघ. आपण इथून बाहेर नाही का पडू शकत?''

ब्लॅक फोर्ट म्हणाला, ''उजाडलं, की कोणालातरी धूर दिसेल आणि ते पोलिसांना कळवतील. त्यांना इथे मृतदेह मिळाले, तर ते आपल्या मागे लागतील. आपल्याला सगळं निस्तरावं लागणार आहे. तू ड्रायव्हरला बोलावून घे आणि तयारीत राहायला सांग.''

''आपण त्याला इथून दूरच ठेवायला हवं.''

"नाही. तो इथे आला की, नवे पाहुणे आणि पोरी आपण तुझ्या ट्रकमध्ये कोंबू. आपण कंटेनर उतरवू आणि खोपटातला कंटेनर त्याच्या जागी चढवू. सगळे मृतदेह त्यात टाकू आणि इथून चालते होऊ. जेव्हा पोलीस इथे पोहोचतील, तेव्हा त्यांना इथे फक्त धूर आणि रिकामा कंटेनर पाहायला मिळेल. म्हणजे कोणीतरी इथे आग लावून दिली आहे, एवढंच भासेल. ते विषय सोडून देतील. आपण हे नीट केलं, तर अजूनही पचवता येईल."

गेल्या रात्री उघड्या थडग्यात तो उभा असताना त्यानं त्या दोघांचं संभाषण ऐकलं होतं, ते त्याला आठवलं. त्या वेळी त्याला ते ऐकायचं नव्हतं; पण आत्ता त्यानं जिवाचे कान केले. पोरी – त्याच्या बायकोचं काय करायचं, याविषयी ते बोलत होते.

केव्हिन म्हणाला, "पोरींना आपण नव्या पाहुण्यांबरोबर ठेवू शकणार नाही. त्यांच्याशी आपण काय व्यवहार करतोय, ते त्या सांगतील आणि बंड होईल."

"बरोबर. आणखी एक कटकट वाढेल. ठीक आहे; मग आपण सरळ त्यांचा निकाल लावू."

डिंग मिंग हादरला. त्यानं आत्ता जे ऐकल्याचं त्याला वाटलं, तेच ऐकलं होतं?

"बाप रे!" केव्हिन उद्गारला.

"त्यांना मृतदेहांबरोबर कंटेनरमध्ये कोंब."

"हे काय सांगतोयस?"

"चर्चा करत बसायला आपल्याकडे वेळ नाहीए."

"पण आपण त्यांना सरळ — "

"तुला याच्यातून बाहेर पडायचंय की नाही?"

"हो."

"आपले सगळे कष्ट पाण्यात गेलेले तुला पाहायचेत? पन्नास वर्षांसाठी आत जायचंय? आपल्या डोक्यावर, किती, वीस प्रेतं आहेत – आणखी तिनांनी काय फरक पडणार आहे?"

"तू हे काय बोलतोयस?"

"आपण दोघं मिळून हे निस्तरणारोत, नाहीतर मी तुझाही निकाल लावेन. समजलं?"

"तू मला धमकावतोयस?"

"अर्थात."

"काहीतरीच. तू त्यांना सरळ मारून टाकणारेस? सरळ आत जायचं... त्यांच्या डोक्याला बंदूक लावायची आणि खल्लास?"

"ते मी करेन. तुला ते बघण्याचीही आवश्यकता नाही."

डिंग मिंगचा चेहरा उतरला. ते त्याच्या बायकोच्या हत्येची योजना करत होते. त्याचा श्वास घशात अडकून राहिला.

"मी इतरांना जमवतो, तू ड्रायव्हरला फोन कर आणि त्याची वाट बघत इथे थांब. इथली आग आणि प्रेतं पाहून तो हबकेल. त्याला सांभाळून घे. सगळं नियंत्रणात असल्याचं सांग. त्यानं जाण्याचा प्रयत्न केला, तर बंदुकीनं धमकाव."

"तूही इथे थांबू शकत नाहीस?"

"का? घाबरलास?"

"तसं नाही..."

"मी दोन मिनिटांत येतो."

"आणि त्या सायकोचं काय? तो आला तर?"

"उडव."

ब्लॅक फोर्ट तिथून पळत गेल्याचं डिंग मिंगच्या कानांनी टिपलं. त्यानं टायर्सवरून डोकावून पाहिलं. केव्हिन त्याला पाठमोरा होता. तो फोन लावत होता; पण त्याची धास्तावलेली नजर आणि बंदूक सगळीकडे भिरभिरत होती.

आता आपण काय करायला हवं, याची डिंग मिंगला कल्पना होती; पण तो स्वत:ला तेवढा सक्षम समजत नव्हता. त्याला वाटलं की, तो पोलिसाएवढा सशक्त आणि घनचक्कर असायला हवा होता; पण तो केवळ साधारण मनुष्य होता. त्याला रडावंसं वाटत होतं.

त्यानं लोखंडी सळई उचलली. आपण काय करायला जात आहोत, यावर त्याचा विश्वास बसत नव्हता. त्याला हीदेखील कल्पना होती, की तो फक्त विचार करत बसला, तर तो अपयशी ठरेल. त्याला पोलिसाचा सल्ला आठवला आणि तो मनातल्या मनात आकडे मोजू लागला एक, दोन, तीन... एक, दोन, तीन आणि त्याच्या मनात आकड्यांव्यतिरिक्त दुसरं काही उरलं नाही; पण अजून त्याचे हात थरथरतच होते.

तो झेपावला आणि त्यानं केव्हिनच्या टाळक्यात सळई हाणली. त्याला स्वत:च्या खांद्यात हादरा जाणवला. केव्हिन कोसळत असताना त्यानं पुन्हा एक घाव घातला. त्याला जाणवलं की, त्या वेळी केव्हिनची मुद्रा अशी झाली असणार, जशी पूर्वी कधीच नाही.

त्यानं काय केलं होतं ते पाहण्यासाठी तो विछिन्न देहाजवळ गेला, पण ते बघण्याचं धाष्ट्‍र्य अंगी नसल्यामुळे तो न पाहताच उलटा फिरला आणि त्यानं हातातली सळई जमिनीवर टाकली. त्याला हनुवटीवर कसलासा उष्ण ओघळ जाणवला आणि रक्ताची चव. त्याला जाणवलं की, त्यानं जीभ चावली होती.

७९

जिआनला जाणवलं की, तो जखमी झाला होता. त्याच्या डोक्यात घुमत होतं, त्याची दृष्टी धूसर झाली होती. त्यानं मन बाहेर केंद्रित केलं आणि त्याला जाणवलं की, तो झुडपांवर पालथा पडला होता. त्यानं स्वत:चं कोपर टेकवलं आणि त्यावर स्वत:ला तोलायचा प्रयत्न केला आणि वेदनांनी त्याचा ताबा घेतला. त्यानं खोल श्वास घेतला आणि त्याच्या छातीतून कळा गेल्या.

वेदना असह्य नव्हत्या, त्यानं स्वत:ला सांगितलं. केवळ एक बरगडी मोडली होती – तो स्वत:ला सांगत राहिला, त्यामुळे सुस्कारा सोडल्यावर त्याच्या वेदना मंदावल्या आणि इतर लहानसहान वेदनांनी त्याचं लक्ष वेधून घेतलं. त्याचे हात आणि मनगटं सोलवटली गेली होती, घोट्याला काहीतरी झालं होतं आणि डोक्याचा मागचा भाग ठणकत होता. उद्या तिथे भलंमोठं टेंगूळ येईल, तोपर्यंत तो जिवंत राहिला तर. हातावरचा रक्ताचा ओघळ पाहून तो आधी घाबरला, पण मग त्याला कळलं की, ते दुसऱ्या कोणाचंतरी होतं.

कोणीतरी पुटपुटत होतं – जवळच. त्यानं पिस्तूल काढलं आणि काळ्या आकृतीवर रोखलं. त्याला पिस्तूल झेपत नव्हतं, म्हणून त्यानं दुसऱ्या हातानं मनगट पकडलं; पण तरीही त्याचा हात थरथरत होता. वेई वेई पुटपुटली. ''बाबा, मी आहे.'' तो म्हणाला, ''डॅन रॅन ...अर्थातच,'' पण शब्दांऐवजी केवळ कण्हणं बाहेर पडलं. त्याच्या खांद्यांवर हात ठेवले गेले. ''उठण्याचा प्रयत्न करू नका.''

त्यानं तिला मिठीत घेतलं. त्याचे सोलवटलेले हात झोंबले, पण तरीही त्याला ते आवडलं. ती जिवंत होती. ती त्याच्या कल्पनेत होती, तशी होती; पण जरा लहान आणि सावळी. तिचा चेहरा फिका होता, डोळे खोल, पातळ ओठ आणि गालावर एक जखम. तिच्या हातावरही ओरखडे होते. तिच्या जखमांनी त्याला अधिक दु:ख झालं.

त्याला तिच्यावरून नजर हटवायची नव्हती, जणू तसं करण्यानं तो जादूई क्षण संपून ती पुन्हा मरणार होती. त्याच्या क्रोधाचं कटु स्वप्न क्षणार्धात मिटलं आणि त्याची जागा नव्या भावनांनी घेतली. त्यातली पहिली होती भीतीची. ती पुन्हा निघून जाईल आणि पुन्हा तिचा विरह तो सहन करू शकणार नाही.

एका कडकडण्यानं त्याचं लक्ष वेधलं. छतालगतची पन्हळ सुटून उतारावरून त्यांच्या दिशेनं घसरत खाली पडली, आणि त्यांच्यापासून फुटावर थांबली.

ते धोकादायक ठिकाणी होते. फांद्या बाजूला सारत तो उठून उभा राहिला आणि त्यानं घोट्याची स्थिती आजमावली. थोडं दुखणार होतं, पण चालणं शक्य होतं – केवळ उसण होती.

अंगणात त्याला नवं वाहन दिसलं, हिरवी लॉरी. जिआननं ती ओळखली. तिनंच त्याला काल रात्री उडवलं होतं. आणखी शत्रू आले होते.

तिला इथून दूर पाठवायला हवं होतं. इथून जंगल दूर नव्हतं, मग ते कारपाशी जाणारा रस्ता शोधू शकतील आणि कारनं तिथून निघून जाऊ शकतील. तो जेवढा अधिक विचार करू लागला, तेवढा त्याचा गोंधळ वाढू लागला. त्याचा मेंदू केवढ्या लवकर पूर्वपदावर आला होता. कुठल्याही तीव्र वेदनेप्रमाणे, त्याला आता क्रोध आठवतही नव्हता. सामान्य भावना पोकळी व्यापू लागल्या होत्या – भीती, हुरहुर, चिडचिड.

त्यानं तिचा हात हातात घेतला. तो उबदार आणि घामानं ओला होता. मोकळ्या जमिनीवरून काही पावलं आणि त्यानंतर झाडांचं संरक्षण. तिथून रस्ता, कार, सुरक्षा.

ती पुटपुटली, ''थांबा.'' आणि खोपटाकडे बोट करत पुढे म्हणाली, ''एका मुलीला त्यांनी तिथे ठेवलंय.''

मग काय झालं, ती त्याची समस्या नव्हती. तिला तिथून दूर नेणं महत्त्वाचं होतं, दिरंगाईनं दोघांचाही धोका वाढत होता.

''बाबा, आपण तिला मदत करायला हवी.''

तो थकला होता आणि त्याला आपलं वय जाणवत होतं. त्याला एवढा मार लागला होता की, त्याच्या देहाचा एकही अवयव असा नसावा, जो दुखत नव्हता. त्यानं कपाळावरचा घाम पुसला. आपण पुन्हा स्वतःच्या नजरेतून उतरता कामा नये, या भावनेनं त्याला नैराश्य आलं. आता तो अडकला होता, तिथे कर्तव्याची गैरसोय होती. धूराच्या आणि राखेच्या धूसरतेमधून त्यानं खोपटावर नजर टाकली

''चल, आपल्याला काय करता येतंय, ते पाहू.''

८०

जिआन लेकीला घेऊन अंगणातून जाऊ लागला. त्यांच्या मागे आगीच्या जिभा त्यांना गिळंकृत करू पाहत होत्या आणि धुरामुळे त्यांचे डोळे चुरचुरत, पाणावत होते. खोपटाच्या दारापाशी नवा देह आडवा पडलेला होता – तो ढोल्या बॉस, जो आता कधीच उठून बसण्याच्या स्थितीत नव्हता. त्याचा शर्ट वर सरकून त्याच्या अंगावरच्या चरबीच्या वळ्या उघड्या पडल्या होता.

"कोणीतरी त्याला हाणलं आणि तो आत गेला," वेई वेई कुजबुजली. उडी मारून तो प्रेतावरून पलीकडे गेला. तो खोपटात गेला, तेव्हा त्याची सावली दारात पडणार नाही, याची त्यानं दक्षता घेतली. छतातल्या भोकांमधून आणि भिंतीतल्या भेगेतून मंद चंद्रप्रकाश आतमध्ये झिरपत होता. त्याला कंटेनर दिसला. एक आकृती त्याचं दार उघडण्याची धडपड करत होती. त्यानं पिस्तूल रोखलं आणि चापावरची त्याच्या बोटाची पकड घट्ट झाली. त्याला त्या आकृतीवरचा कोट दिसला आणि त्यानं पिस्तूल खाली केलं. तो डिंग मिंग होता. सांगितलेल्या ठिकाणी न राहण्याची वाईट खोड होती पोराला.

"ए पोरा," पोरानं वळून पाहिलं. जिआनला पोराला त्रस्त पाहण्याची एव्हाना सवय झाली होती, पण त्याच्या चेहऱ्यावरचा आताचा धक्क्याचा भाव खूपच निराळा होता. त्याचा चेहरा मातीनं माखलेला आणि घामानं भिजलेला होता.

"त्यांनी तिला कुठंच नेलं नव्हतं," निर्विकार स्वरात तो उद्गारला.

"तिला... कोणाला?"

"त्यांनी तिला... माझ्या बायकोला. त्यांनी तिला इथेच ठेवलं होतं."

थरथरत्या हातानं तो पुन्हा कंटेनरच्या दाराशी झटू लागला.

"ती त्यात आहे?"

"मला ते उघडता येत नाहीए."

जिआननं एक कळ ओढली. लोखंडाचा आवाज झाला बिजागऱ्या करकरल्या आणि दार उघडलं. फटीतून एक हात बाहेर पडला. त्याची त्वचा मृत होती आणि बोटं सुजलेली. कुजणाऱ्या मांसाच्या दुर्गंधीनं तो घुसमटला, मागे झाला आणि त्यानं नाक आणि तोंड दाबून घेतलं. दार आणखी उघडलं आणि अख्खा मृतदेह दिसू लागला, काळानिळा पडलेला. त्याच्या मागे हाता-पायांचा गुंता झालेल्या अवस्थेत आणखी बरेच होते.

पोरगा दु:खानं किंचाळला. जिआननं मृत हात आत ढकलला आणि दार बंद करून घेतलं.

"ती तिथे नाहीए." मृत मानवांच्या बाबतीत कसलीतरी क्रूर वस्तुस्थिती असते. ते भीषण दृश्य मनातून काढून टाकण्याचा त्यानं प्रयत्न केला. वेई वेई दरवाजात आली. आगीच्या पार्श्वभूमीवर तिचे हात-पाय केवढे कृश वाटत होते. तिनं ते भीषण दृश्य पाहिलं नसावं, अशी त्यानं आशा केली.

त्या दृश्यानं पोरगा थिजला होता. अचानक तो हाका मारू लागला. "ये? ये?"

"गप बस."

"ये?"

प्रत्युत्तरादाखल कण्हल्याचा आवाज ऐकू आला. पलीकडच्या भिंतीवर एक पॅनेल टेकून ठेवलेलं होतं. पोरानं ते दूर सरकवलं, तर पलीकडे जिना होता, त्याच्या पलीकडे लाकडी दार होतं. दाराला लोखंडी कांबीचा अडसर होता. त्यानं तो काढला.

दार पलीकडून लोटलं गेलं आणि बंदिस्त हात पुढे झाले. हात चाचपडत होते. जिआनला देहांची दुर्गंधी जाणवली. एकच व्यक्ती बाहेर पडू शकेल, एवढी ती जागा होती, जिच्यातून तीन मुली बाहेर पडण्याचा प्रयत्न करत होत्या. मदतीसाठी वेई वेई घाईनं पुढे झाली.

जिआन खोपटाच्या दारापाशी धावला. त्याच्या शत्रूंचं चिन्ह दिसत नव्हतं; पण ते जवळच असणार होते. त्याची चिडचिड होत होती. त्यांच्याकडे वेळ कमी होता आणि या मुलींमुळे त्यात भर पडणार होती. त्यांची प्रतिक्रिया काय असेल कोण जाणे? त्यानं ढोल्याला उताणं पाडलं आणि आदल्या दिवशीप्रमाणेच त्याचे खिसे रापले. या वेळी त्यांत त्याला सुट्या नोटा आणि नाणी मिळाली – स्वाभाविकच होतं, कारण त्याचं पाकीट जिआनकडेच होतं – त्याचबरोबर सिगारेटचं पाकीट, फोन, लायटर, गाडीच्या किल्ल्या आणि काडतुसं. त्यानं त्याच्या हातातून शॉटगन सोडवली आणि त्यात काडतुसं असल्याची खातरी केली.

खोपटात, दोन बंदिस्त चिनी मुली एकमेकींना बिलगून होत्या आणि तिसरी हुंदके देत त्यांच्याजवळ गेली. त्यानं तिला ओळखलं – आज रात्रीच त्यानं तिला एकदा सोडवलं होतं. डिंग मिंगनं तिला जोरात कवेत घेतलं आणि चेहरा तिच्या चेहऱ्यावर दाबला.

या सगळ्यासाठी आत्ता वेळ नव्हता, "ऐका," जिआन म्हणाला. "बाहेर एक ट्रक उभा आहे आणि त्याच्या किल्ल्या माझ्याकडे आहेत. मी ट्रकचं मागचं दार उघडेन, मग इंजीन चालू करेन. इंजीनचा आवाज ऐकल्यावर तुम्ही बाहेर या. ट्रकमध्ये बसल्यावर मागचं दार बंद करून घ्या आणि आडव्या पडून राहा आणि डिंग मिंग तू, मुली आत गेल्यावर दार बंद झाल्यावर, लक्षात ठेव, दार बंद झाल्यावरच पॅसेंजर सीटवर येऊन बस. मग आपण निघू. समजलं?"

तीन माना डोलल्या. दोन तरुण मुलींच्या प्रतिसादाची तो वाट पाहू लागला. केवळ एकीचा धीर गळला, तरी सगळ्यांचा जीव जाण्याचा धोका होता. होणारी दिरंगाई आणि वाढलेल्या जिवांचं ओझं, यानं त्याची चिडचिड होत होती. त्यातून या मुलींना भरभर चालता येत नव्हतं; पण त्यानं त्यांना ट्रकमध्ये घालणं आणि ट्रक रस्त्यावर नेणं, एवढंच त्याला करायचं होतं. आपल्या ओळखीच्या वाहनावर गोळीबार करण्यापूर्वी ते क्षणभर विचार करतील. त्यानं फक्त डोकं थंड ठेवणं आवश्यक होतं.

बाहेरून ओरड ऐकू आली, इंग्लिशमधून. जिआननं थंडगार दगडी जमिनीवर लोळण घेतली. तीन बंदूकधारी पळत येत असल्याचं त्यानं पाहिलं.

त्यानं इतरांना सावल्यांच्या आडोशात जाण्याची खूण केली.

वेई वेईचा चेहरा उतरला. ती म्हणाली, "आपण इथे असल्याचं त्यांना कळलंय."

संख्याबळ कमी असेल, तर हल्ला करू नये. ते सर्व जण भिंतीतल्या भगदाडातून बाहेर पडून जंगलात नाहीसे होऊ शकतात. तो त्याच्या शत्रूंना दाखवेल की, तो सशस्त्र होता, मग कदाचित ते त्याचा पाठलाग करताना सबुरीनं घेतील.

"पडून राहा," म्हणत त्यानं भगदाडाकडे बोट दाखवलं. "ते दिसतंय? तिथे जाण्याच्या तयारीत राहा. एवढ्यात नाही. तुम्ही माझ्या मागून तिथून बाहेर पडणार आहात." त्यानं त्याच्या शत्रूंना आव्हान दिलं. "आम्हीही सशस्त्र आहोत. आम्हाला जाऊ द्या, म्हणजे कोणालाच काही होणार नाही."

ब्लॅक फोर्टनं मॅन्डरिनमध्ये प्रतिसाद दिला. "तुम्ही कुठंही जाणार नाही आहात. तुम्ही मेल्यात जमा आहात."

जिआननं मोठ्या आवाजात त्याला शिवी हासडली.

जिआननं दारातून दोन बार काढले. त्याच्या कानठळ्या बसल्या. त्याला वाटलं की, आत्ताच चांगली संधी होती – बंदूकधाऱ्यांचा पाठलाग करण्याची कोणाची तयारी नसते. त्यानं भगदाडाच्या दिशेनं धाव घेतली आणि शॉटगनच्या फैरी झाडायला सुरुवात केली.

दारूच्या वासानं त्याच्या गतकाळाच्या एका लढ्याच्या स्मृती जाग्या झाल्या, एवढ्या वर्षांनंतरही त्या तेवढ्याच ताज्या होत्या – मांस लोंबत असलेली आणि हात-पाय कलम झालेली भीतीनं किंचाळणारी, सैरावैरा धावत असलेली माणसं, तेव्हा तो मूर्ख पोरगा होता, बेपर्वा आणि बथ्थड; पण आता त्याचं वय झालं होतं. सावकाशीनं श्वास घेत, काडतुसं भरत असताना त्यानं स्वत:ला डोकं शांत ठेवण्याची आठवण केली.

कोणीतरी आतमध्ये बार उडवला आणि गोळी भिंतीवर आपटली. बाकीचे धीर

सुटू देणार नाहीत आणि जमिनीला खिळून राहतील, अशी त्यानं आशा केली.

त्यानं भगदाडातून डोकावून पाहिलं. आकाशात गुलबट छटा दिसायला लागली होती. बाहेरचं जंगल क्षितिजापर्यंत व्यापलेलं होतं.

त्यानं पावलांचे आवाज, धापा आणि कुजबुज ऐकली. शत्रुपक्ष खोपटाला वेढत होता. त्याचा बेत ओळखून त्यांनी त्याच्या माघारीचा मार्ग रोखला होता. त्यांनी जंगलात जाण्याचा प्रयत्न केला, तर सर्वांना मारण्याएवढा वेळ त्यांना मिळेल. म्हणजेच आता त्यांच्याशी दोन हात करण्यावाचून गत्यंतर नव्हतं.

त्यांनी बहुधा एकाला समोरचा, दाराकडचा मोर्चा सांभाळायला सांगितलं होतं आणि बाकी दोघं दोन्ही बगलांनी पुढे घुसत होते, म्हणजे नंतर एकाच वेळी तिघं जण हल्ला करू शकतील. तो दोन्ही बाजूला बाहेर गोळीबार करत राहील; पण त्यातून काही निष्पन्न होणार नाही – त्याचा दारूगोळा संपेपर्यंतच तो शत्रूला थोपवून ठेवू शकेल. ते अडकले होते.

पायांखाली दगड चुरल्याचा आवाज आला. त्यांना जवळ येऊ देणं उपयोगाचं नाही, गोळीबारासाठी योग्य कोन त्यांना उपलब्ध होईल. त्यानं दारातून बाहेर बार टाकला. कोणीतरी अचानक थांबलं. बाहेरून बारानं प्रत्युत्तर आलं.

काडतुसानं पिशव्यांचा वेध घेतला आणि पांढरी पूड फुसफुसली. जिआननं सगळ्यांना जिन्याकडे जायला सांगितलं. खोलीत राहण्यातला धोका वाढला होता.

घाबरलेल्या मुलींचा प्रतिसाद धिमा होता. तो वैतागला. एवढ्या जिवांचं ओझं त्याला झेपत नव्हतं. त्यानं केव्हिनचा फोन वेई वेईकडे दिला आणि पोलिसांना फोन करायला सांगितलं.

आपलं पिस्तूल त्यानं डिंग मिंगला दिलं. "ते दोन हातांनी धर. सेफ्टी कॅच ऑन नाहीए. बार टाकायला कठीण आहे. त्यात एकच काडतूस आहे." ओठ चावत पोरानं मान हलवली. "तिथे एकच माणूस आहे. मी मेल्याची तुझी खातरी झाली, तर सरळ पळत बाहेर जा. पिस्तूल सभोवती फिरव, तो लपून राहील, अशी आशा करा आणि सगळे जण पळत बाहेर जा."

जिआननं शॉटगनमध्ये काडतुसं भरली आणि भिंतीतल्या भगदाडातून तो बाहेर पडला. पूर्वेकडे हल्ला करण्यासाठी पश्चिमेकडे गोंधळ माजवा. बगलेवर थांबलेल्या डाव्या बाजूकडे त्यानं एक दगड भिरकावला. त्याचा आवाज माणूस धडपडल्यासारखा झाला असावा, अशी त्यानं आशा केली. त्यानं चापावरचं बोट काढलं, पळताना चुकून आपल्याच पावलावर गोळी झाडली जायची – आणि तो उजवीकडे पळाला.

कोपऱ्यावर वळल्यावर त्यानं भिंतीला पाठ टेकली आणि शॉटगन खांद्यावर घेतली. त्याला धाप लागली होती. हां, तो म्हातारा झाला होता; पण अजून जिवंत होता. त्याला खातरी वाटत होती की, तो कुठं होता, याची त्यांना कल्पना नव्हती,

आणि याचा फायदा घ्यायलाच हवा होता. शत्रू बचावाची अपेक्षा करत असेल, तर हल्ला करा.

दारातून सलग दोन बार झाले. दोन्ही काडतुसं गेली होती, म्हणजे पुढची भरण्याचं काम चालू होतं. त्याला त्याचं लक्ष्य जाणवत होतं, पिवळ्या कारमागे. काडतुसं भरण्याचं काम करत असलेल्या बंदूकधाऱ्याचं कल्पनचित्र त्याला दिसलं. काय करायचं होतं, याची त्याला कल्पना होती; पण ती कृती प्रत्यक्षात उतरवण्यासाठी त्याला खूप मोठ्या निग्रहाची जोड द्यावी लागत होती. तो भाषणबाजीचा विचार करू लागला. कामगार वर्ग आणि मध्यम वर्ग यांच्यातली दरी मिटवली जाते सामाजिक क्रांतीच्या पद्धतीनं.

घराला लगटून तो पुढे पळत गेला. त्याच्या हृदयाचे ठोके वाढले होते. नजर समोर केंद्रित झाली होती. त्याचं अंग आता तापलं होतं आणि डोळे चुरचुरत होते. त्यानं दात एवढे आवळले होते, की त्याचा जबडा दुखायला लागला होता.

अवजड बंदूक आणि दुखरा पाय घेऊन अंधारातून पळणं कठीण होतं. त्यातून त्याच्या क्षीण आत्मविश्वासानं यशाची शक्यता धूसर झाली होती. त्याच्यावर गोळीबार होईल, तो मरेल आणि त्यानंतर बाकीचे मरतील.

कारमागची आकृती उठून उभी राहिली. ती त्याच्यापासून दहा-पंधरा पावलांवर होती. बंदूक त्याच्या दिशेला फिरली. जिआननं जमिनीवर लोळण घेतली. त्याचा खांदा त्या धक्क्यानं दुखावला आणि बरगडीतून कळ गेली. बार पडला आणि त्याच्यावरची हवा हलल्याचं त्याला जाणवलं. जमिनीवर आडवी असलेल्या बंदुकीतूनच त्यानं बार टाकला आणि कारमागच्या माणसाचे पाय उद्ध्वस्त झाले. जिआन पुढे घुसला आणि त्यानं दुसरा बार माणसाच्या छातीवर रिकामा केला.

त्याचे कान जणू कामातून गेले होते. समाजवादी व्यवस्थेमधील कामगार वर्ग आणि शेतकरी यांच्यामधली दरी मिटवली जाते सहकाराच्या तत्त्वावर. त्यानं डोळ्यांवरचा घाम पुसला आणि घसा कोरडा झाल्याची त्याला जाणीव झाली.

त्यानं आशा केली, की बाकीच्या गुंडांनी गोळीबार आणि किंकाळ्या ऐकल्या असाव्यात आणि ते पळून गेले असावेत. नाही, त्यानं पळण्याचे आवाज ऐकले – ते खोपटात जात होते. ते कावेबाज होते. आता त्याला केवळ वाहनांचा आडोसा होता आणि त्यांच्यासाठी भिंती आणि कदाचित ओलीसही. त्याच्या पोटात ढवळलं.

त्यानं मेलेल्या माणसाची शॉटगन उचलली. काडतुसं भरण्यासाठी ती तयार होती. विच्छिन्न पायांशेजारी काडतुसांचा खोका होता. त्यातली मूठभर त्यानं खिशात भरली. कायम जागा बदला आणि तुम्ही निवडलेल्या रणभूमीत युद्ध करत राहा.

तो ट्रकमध्ये बसला आणि त्यानं हॅन्डब्रेक लावून न्युट्रल गिअर टाकला. हे सारं करत असताना आपले हात मुळीच कंप पावले नाहीत, या जाणिवेनं तो सुखावला;

पण त्याला असंही वाटून गेलं की, ते सारं दुसरंच कोणीतरी करत होतं. ते त्याचे हात नव्हतेच. खाली वाकून त्यानं शॉटगनचा दस्ता ॲक्सिलरेटरवर ठेवला आणि तिची नळी सीटवर दाबून टाकली. त्या अवस्थेत शॉटगन पक्की झाली. त्यानं गाडीचा स्टार्टर मारला, क्लच दाबला आणि पहिला गिअर टाकला. मग स्टिअरिंग व्हील फिरवलं.

स्फोट झाला, गाडीच्या काचांचा पाऊस पडला. तो पळून जात असल्याचं वाटून त्यांनी गाडीवर गोळीबार केला होता. त्यानं हेडलॅम्प्स चालू केले. खाली वाकून तो पॅसेंजर सीटवर जात असताना त्यानं हॅन्डब्रेक काढला. ट्रक पुढे झेपावला आणि तो ट्रकबाहेर.

तो कॉंक्रीटवर आपटला आणि त्याची कंबर आणि घोटा दुखावला. तोल सांभाळण्याचा प्रयत्न करत त्यानं बंदूक फिरवली. खोपटाच्या दारात एक व्यक्ती नेम धरण्याच्या पवित्र्यात होती. तिच्या बंदुकीतून बार पडला आणि गाडीचे दिवे फुटले. जिआननं त्या बंदुकीच्या आगीच्या जिभल्यांवर नेम धरून दोन्ही बार टाकले; पण त्या क्षणी त्याचा तोल गेला आणि त्याला वाटलं बार अधिक उंचीवर पडले.

झेपावलेला ट्रक दाराशेजारी भिंतीवर आदळला आणि त्याची दिशा बदलली. भिंत कोसळली आणि विटा आतमध्ये पडल्या. छताचे वासे वाकले, चिरफाळले, टाइल्स पडल्या. धुळीचा लोळ उठला.

जिआननं नवी काडतुसं भरली. धुळीचा लोळ आणि हेडलॅम्प्सचा उजेड, यांमुळे त्यांची दृष्टी सावरेपर्यंत त्याला काही सेकंदांचा अवधी मिळेल, असा त्यानं हिशेब केला. तो खोपटात घुसला. एक माणूस अडखळत उठण्याचा प्रयत्न करत होता. त्याला कदाचित वीट लागली असावी किंवा त्याचे बार अचूक पडले असावेत. जिआननं त्याच्यावर बार टाकला. त्याचं डोकं कलंडलं, पायांनी आचके दिले आणि सारं शांत झालं.

धूळ उडाली. त्याला काही दिसत नव्हतं. त्यानं आठवणीच्या आधारानं चित्र रेखाटलं. कंटेनर, पिशव्या, जिना. वासे खाली आले आणि विटा पडल्या. पुढीची फुसफुस पुन्हा सुरू झाली.

विटांच्या ढिगाऱ्यातल्या जाड्यानं जिआनचा पाय धरून ओढला. जिआन पडला. पडता पडता त्यानं बार टाकला. त्याच्या पायावरची पकड सुटली. जिआननं रिकामी काडतुसं बंदुकीतून काढली.

ब्लॅक फोर्ट धडपडत पुढे आला. त्याचा एक हात वेई वेईच्या गळ्याभोवती घट्ट आवळलेला होता आणि त्यानं तिला ढालीसारखं पुढे धरलेलं होतं. ती मुसमुसत होती आणि सुटण्याची धडपड करत होती.

विटांची धूळ चेहऱ्यावर पसरलेल्या स्थितीत तो भुतासारखा दिसत होता.

त्याच्या गालावर रक्ताचा ठळक ओघळ होता. तो ताठरून चालत होता आणि त्याच्या डोळ्यांमधली चमक फिकी पडलेली दिसत होती. लक्ष्य हेरत त्याची बंदूक संथ फिरत होती.

जिआनला त्याच्या डावीकडे हालचाल जाणवली. कंटेनरच्या ट्रेलरखालून सुपरिचित कोट पुढे सरकत होता. कोटातल्या व्यक्तीच्या हातात पिस्तूल होतं.

जिआननं त्याची बंदूक दूर फेकली. त्यानं चेहऱ्यावर जबरदस्तीचं स्मित आणलं. ब्लॅक फोर्टच्या चेहऱ्यावर समाधान तरळलं. आता जिआनला त्याच्या कानावरची जखम दिसली. ब्लॅक फोर्टच्या बंदुकीनं लक्ष्य निश्चित केल्याचं भासत होतं. जिआनची नजर बंदुकीवर खिळली.

''तू वास्तववादी आहेस,'' जिआन म्हणाला, ''आता मला ते पटलं.'' त्यानं त्याला बोलतं ठेवायला हवं होतं. ''मला मारून टाक हवं तर, पण माझ्या पोरीला जीवदान दे.''

डिंग मिंगच्या हालचालीची त्याला जाणीव होत होती; पण तिकडे लक्ष जाऊ नये, यासाठी त्याला खूप प्रयास पडत होते. त्यानं त्याच्या दिशेनं हात नेला आणि जमिनीवर आपटला. त्याला इशारा कळेल, अशी त्यानं अपेक्षा केली.

ब्लॅक फोर्टनं तोंड उघडलं. ''मी सगळंच निस्तरून टाकणार आहे, त्यामुळे तुम्हाला सगळ्यांनाच मरावं लागणार आहे.'' त्याचा स्वर नशेतल्या माणसासारखा जड होता. त्याचा तोल गेला आणि सावरताना त्यानं वेई वेईचा गळा आवळला. ती गुदमरली.

''तू तिला मरताना पाहू शकतोस,'' म्हणत त्यानं वेई वेईला पुढे लोटलं आणि बंदूक वर उचलली. वेई वेईनं किंकाळी फोडली.

डिंग मिंगनं पिस्तूल पुढे ढकललं. जिआननं झेप टाकून ते घेतलं आणि वळून ब्लॅक फोर्टच्या डोक्यावर गोळी झाडली. शॉटगनवरची पकड ढिली पडली, ती जमिनीवर पडली आणि पाठोपाठ ब्लॅक फोर्ट. धूळ उडाली. एका पांढऱ्या बुटानं आचके दिले. विटेच्या एका तुकड्यावर पडल्याच्या स्थितीत तो जणू जाड्याकडे पाहत असल्याचं आणि जाड्या त्याच्याकडे पाहत असल्याचं भासत होतं.

८१

"असेल तिथे तू कधीच राहू शकत नाहीस का?" जिआन डिंग मिंगला म्हणाला.

त्यांनी मुलींना खोपटामागल्या उंच गवतात नेलं. तिघी अजूनही धक्क्याच्या अवस्थेत सावकाश चालत होत्या. इथे खूप शांतता जाणवत होती. जिआनसुद्धा थरथरत होता. त्याची उसनवारची ऊर्जा आणि मनोबल दोन्ही ओसरलं होतं. एखाद्या लहान मुलासारखी त्याची अवस्था झाली होती, तो दिसत असलेल्या गोष्टींना नावं देत होता – आकाश, झाड, मुलगी. वाऱ्याच्या सौम्य झुळका सुरू झाल्या होत्या. पक्षी उडत होते, आकाशातल्या बिंबाभोवती लालसर हार पडले होते. आपलं अंग केवढं दुखत होतं, याची त्याला जाणीव झाली.

इंजीनचा वाढता आवाज त्यांनी ऐकला. एखादं जड वाहन त्यांच्या दिशेनं येत होतं. जिआननं मुलींना झाडांमागे लपायला सांगितलं आणि डिंग मिंगला आपल्याबरोबर बोलावलं.

जिआन खोपटात परतला. धूळ बसली होती, पण राख अजून हवेत तरंगत होती आणि रक्ताची थारोळी निर्माण झाली होती. त्यानं ब्लॅक फोर्टच्या खिशातून कारच्या किल्ल्या काढल्या.

"ट्रक येतोय," डिंग मिंग म्हणाला.

"मला माहीत आहे."

जिआन बाहेर आला आणि ट्रक पुढे सरकत असल्याचं त्यानं पाहिलं. त्याची रुंदी रस्त्याएवढी होती आणि झाडांच्या फांद्या त्याला फटकारत होत्या. जिआननं हवेत बार काढला आणि शॉटगन ड्रायव्हरवर रोखली.

"डिंग मिंग, त्याला थांबायला सांग आणि गाडीतून उतरायला सांग."

आज्ञा झाली. पाळली गेली. त्याचे हात हवेत उंचावलेले होते. तो ढोल्या आणि टकलू होता.

"त्याला त्याचे खिसे रिकामे करायला सांग. हां, छान. त्याला म्हणावं त्याला पळून जायला एका मिनिटाचा अवधी आहे आणि त्यानंतर आपण त्याच्या मागे जाणार आहोत."

डिंग मिंगचं बोलणं पुरं होण्यापूर्वीच तो धावत सुटला होता. त्यानं मागे वळून पाहिलं, तर जिआननं शॉटगन उंचावली आणि त्याच्या पळण्याची गती वाढली.

"मला वाटतं तुझं इंग्लिश सुधारत असणार."

"तुम्ही काय करणार आहात?"

"हा ट्रक अंगणात आणणार आहे."

"का?"

"त्यानं रस्ता अडवलाय. "

"मागे चिनी आहेत, तुला माहीत आहे. ते इथे तेच करतात, ते – "

"मला मार्गदर्शन कर. "

जिआननं ड्रायव्हरचं पाकीट आणि मोबाइल उचलला. ट्रक अंगणात आणताना त्यानं मनोमन ड्रायव्हरचं कौतुक केलं, ते खूप कठीण काम होतं.

त्यानं कंटेनर उघडला. आतमध्ये मोठे खोके होते. त्यानं टाळ्या वाजवल्या. त्याबरोबर ते खोके आतून फाटू लागले आणि अंड्यातून पिलं बाहेर यावीत, तशी खोक्यांमधून माणसं बाहेर पडू लागली, आधी हात, मग भेदरलेले चेहरे.

त्यानं त्यांना सांगितलं, "तुम्ही सगळे इथेच थांबा."

एका चिन्यानं विचारलं, "हा सुवर्ण पर्वत आहे?"

"नाही."

एका मुलीनं मॅन्डरिनमध्ये विचारलं, "प्लीज सर, आम्ही बाथरूमला जाऊ?"

"नाही."

दुरून सायरनचा आवाज यायला लागला. त्याला पुन्हा लगबग करावी लागणार होती.

"तुझा कोट दे."

"का? "

"तो वेगळा आहे. फुटबॉल शर्टही दे."

"मला काही कळत नाहीए."

"हां, आता तू त्यांच्यातलाच एक वाटतोयस. किडकिडीत, अशक्त."

"तुम्ही काय करणार आहात?"

"तू त्यांना सांग की, तू त्यांच्याबरोबरच आला आहेस, खोक्यांमधून. तू, तुझी बायको आणि दोन मुली. तुम्ही आत्ताच इथे उतरलात."

"कोणाला सांगू?"

"पोलिसांना. ते येईपर्यंत तुम्ही इथेच थांबून राहणार आहात. सर्व जण."

"नाही, ते आमचे अवयव काढून घेतील."

"हे तुला कोणी सांगितलं? क्षणभर विचार कर. सर्पमस्तकांनी तुला सांगितलं. तुझा त्यांच्यावर विश्वास आहे?"

"तुम्हीच मला तसं सांगितलंत."

"मी? ठीक आहे, मी सांगितलं. त्यांनी सांगितलं त्याच कारणासाठी. तुला घाबरवण्यासाठी. सांगितलं जाईल त्या सगळ्यावर विश्वास ठेवायचा नसतो. तुमच्यापैकी कोणालाही काहीही होणार नाही. तुम्हाला फक्त चीनमध्ये परत पाठवलं जाईल."

"तुम्ही जाताय? आम्हाला इथे असंच सोडून जाताय?"

पोरानं चेहऱ्यावर माती फासली होती आणि त्यावर धुळीची आणि राखेची पुटं चढली होती; पण त्यातूनही जिआनला त्याचा फाटका ओठ आणि कपाळावरची जखम दिसत होती.

"मी इन्स्पेक्टर मा जिआन आहे, कितायहे पब्लिक सिक्युरिटी ब्युरोचा. ते हायलोंगजियांग प्रांतात आहे, कितायहे स्टेशन, लिबरेशन रोड. मी हे तुला सांगतोय, याचा अर्थ काय आहे, तुला कळतंय? हे तू पोलिसांना सांगितलंस, तर मी खूप मोठ्या अडचणीत येईन; पण तू तसं करणार नाहीस."

त्यानं पोराच्या खांद्यावर दोन्ही हात ठेवले, "तू काही बोलणार नाहीस आणि त्यांना तू तुला परत पाठवू देशील, असा मला विश्वास वाटतो आणि परतल्यावर तू मला भेटशील. मग मी तुझी आणि तुझ्या बायकोची काहीतरी व्यवस्था लावेन आणि त्या दोन पोरींचीही. मी तुझ्यासाठी नोकरी बघेन आणि तू सर्पमस्तकांची काळजी करू नकोस. तुला कोणी त्रास दिला, तर मी त्यांना आत टाकेन. तू फक्त घरी जा, सगळं ठीक होईल. माझ्या लेकीच्या समोर मी शब्द देतो."

डिंग मिंगनं मान हलवली. "आम्ही आत्ताच त्या ट्रकमधून आलो."

"छान, पोरा. आपण दोघांनी चांगलं काम केलं. जा आणि सगळ्यांना समजाव."

"तुम्ही मला जवळजवळ ठार मारलं होतंत."

डिंग मिंगनं जिआनला ठोसा लगावला, जिआननही त्याला लगावला.

"तुला खूप सराव करायला हवाय. ठोशामागे खांदा आण."

सूचनेबरहुकूम त्यानं पुन्हा ठोसा लगावला. जिआनचा ओठ फाटला, तो मागे धडपडला. डिंग मिंग ओशाळला आणि त्यानं आपली मूठ दुसऱ्या बाजूच्या काखेत लपवली.

"इंग्लिशमध्ये निरोप कसा घेतात?"

डिंग मिंगनं सांगितल्याप्रमाणे त्यानं निरोप घेतला.

जिआननं पार्का लेकीच्या खांद्यावर टाकला आणि तिला घेऊन तो पिवळ्या कारपाशी गेला. पॅसेंजर डोअरवरचा पोचा बहुधा त्याच्याच देहामुळे पडला होता. काय गाडी होती, कुठूनही उठून दिसावी अशी; पण तिच्या खिडक्या शाबूत होत्या.

"सॉरी, बाबा सॉरी..."

"मी तुला दिलं होतं, ते क्रेडिट कार्ड तुझ्याकडे आहे?"

"अं? हं. आहे ना." तिची इंग्लिशमधली सफाईदार किणकिण जिआनच्या कानांना सुखावून गेली. त्याला तिचा अभिमान वाटला. पोरगी हुशार होती, तिचं सगळं ठीक होईल.

त्यानं कमरेच्या पट्ट्यातला पासपोर्ट काढला आणि वाळण्यासाठी डॅशबोर्डवर ठेवला.

"तुझा कुठाय?"

"तोही आहे, तिथेच."

"आधी आपण तुझं कार्ड आणि पासपोर्ट मिळवू. मग थेट एअरपोर्ट गाठू."

"का?"

"का? हा काय प्रश्न झाला? आपण घरी जातोय."

सीट्स खूप तिरप्या होत्या, पण एव्हाना तो सरावला होता. त्यानं स्टार्टर मारला आणि कार अनपेक्षित ताकदीनं झेपावली.

"तू सिगारेट ओढतेस?"

"हो."

त्यानं तिच्या मांडीवर पाकीट आणि लायटर टाकला. "हं, माझ्यासाठीही एक पेटव."

त्यानं कार रस्त्यावर घातली आणि पाय दाबला. सूर्योदयाच्या दिशेनं कार नेत त्यानं स्टिअरिंगवर उंचावर हात ठेवले. आणखी एक मोठी सफर सुरू होत होती – विश्रांती घेण्याची वेळ अजून आली नव्हती. ग्लोव्ह कंपार्टमेंटकडे बोट करत त्यानं विचारलं, "तिथे नकाशा आहे?"

❖